இந்திய அரசியல் சிந்தனை

முனைவர். கு. செந்தில்குமார்
முனைவர். ர. கிருஷ்ணன்
முனைவர். க. நித்திலா

INDIA • SINGAPORE • MALAYSIA

ISBN 979-8-89544-550-1

இலக்கை நோக்கிய தினசரி பயணம், எதிர்பாராத அற்புதங்களை படைக்கும்

– மாணவ சமூகத்திற்கு சமர்ப்பனம்

இந்திய அரசியல் சிந்தனை

முனைவர். கு. செந்தில்குமார்
இணை பேராசிரியர்
அரசியல் மற்றும் பொதுநிர்வாக துறை
அழகப்பா பல்கலைகழகம்
காரைக்குடி

முனைவர். ர. கிருஷ்ணன்
மும்பை

முனைவர். நித்திலாகண்ணன்
கௌரவ பேராசிரியர்
அரசியல்அறிவியல் துறை
அரசு கலை கல்லூரி
சேலம்

முகவுரை

அரசியல் சிந்தனை என்பது ஒரு நாட்டின் வரலாறு மற்றும் கலாச்சாரத்தை ஒட்டி உருவாகக்கூடிய சிந்தனை தொகுப்பு ஆகும். ஒரு நாட்டின் ஆட்சியானது மக்களுக்கு வேண்டிய அடிப்படை தேவைகளான சுதந்திரம் சமத்துவம் சகோதரத்துவம் ஆகிய இன்றியமையாத அம்சங்களை நிறைவேற்றாதபோது, அறிவுசார் ஆளுமைகள் வெளிக்கொணரும் கருத்துகள் அக்குறிப்பிட்ட அச்சமுதாயத்தில் மாற்றத்தை ஏற்ப்படுத்த முனைகிறது. பிரான்சில் வால்டயர் மற்றும் ரூசோவின் சிந்தனை தொகுப்புகள் பெரும் மாற்றத்தை ஏற்ப்படுத்தின. சீனாவில் கன்பூசியஸ், ரோமில் மார்க்கஸ் அரிலியஸ். ஏதென்சில் சாக்ரடீஸ், ஆப்ரிக்காவில் மண்டேலா போன்றோர் தமது சிந்தனைகளை சமூகத்திற்கு அளித்ததால் மாற்றங்களை கொணர்ந்து தேசத்தின் விடுதலையை நோக்கி கூக்குரல் எழுப்பினர். இதுபோல ஒவ்வொரு நாட்டிலும் அந்நாட்டின் சூழ்நிலைக்கு ஏற்ப சிந்தனை தொகுப்புகளும் காவியங்களும் கதைகளும் மக்களின் மனதையும், ஆட்சி மாற்றத்தையும் உண்டாக்கியது எனலாம். இவ்வாறான சிந்தனைகள் நாளையடைவில் புதிய தலைமுறைகளுக்கு பாடங்களின் மூலமாக உரைக்கப்பட்டு மோசமான வரலாறு திரும்பாதவாறு பாதுகாக்கப்படுகிறது. எதிர்மறை வரலாறு என்பது திரும்ப நிகழகூடிய ஒன்றாக உள்ளது என்பது வரலாற்று ஆய்வாளர்களின் ஆராய்ச்சி வெளிப்பாடாக உள்ளது.

இந்தியாவிலும் இவ்வாறான வரலாறு விடுதலை போராட்டத்தின் மூலமாக நிகழ்ந்துள்ளது என்பதை அனைவரும் அறிவர். ஆங்கிலேயரின் அடிமைத்தன ஆட்சியானது எந்த அளவிற்கு இந்தியர்களின் சுதந்திரத்தை பறித்தது என்பதை பல வரலாற்று நிகழ்வுகளும் தருணங்களும் புத்தகங்களின் வாயிலாக

நமக்கு தருவித்துள்ளன. காந்தி, நேரு, போன்ற விடுதலை போராட்ட வீரர்கள் ஆங்கிலேய ஆட்சிக்கு எதிராக போராடியதோடு மட்டுமல்லாமல் தங்கள் சிந்தனைகளை எழுத்தின் மூலமாகவும் வெளிப்படுத்தி அனைவருக்கும் தங்கள் செயல்பாடுகளை பறைசாற்றினார்கள்.

இந்த தொகுப்பில் இந்தியாவின் விடுதலை போராட்டத்தில் மானசீகமாக ஈடுபட்ட வீரர்களையும் சிந்தனையாளர்களின் அறிவுசார் தொகுப்புகளையும் அளித்துள்ளோம். போட்டி தேர்வுகள் எழுதுபவர்கள் மட்டுமன்றி வெகு ஜன மக்களும் கண்டிப்பாக படித்து பயன் பெறுமாறு கேட்டுகொள்கிறோம்.

முனைவர். கு. செந்தில்குமார்

முனைவர். ர. கிருஷ்ணன்

முனைவர். நித்திலா கண்ணன்

நன்றி

முனைவர். அ. சண்முகம், பேராசிரியர் & துறைத்தலைவர் (முன்னாள்),

அரசியல் அறிவியல் துறை, அண்ணாமலை பல்கலைகழகம்.

ஆசிரியர்கள், ஊழியர்கள், அழகப்பா பல்கலைகழகம்

சக பேராசிரியர்கள், அரசியல் அறிவியல் & பொது நிர்வாக துறை, அண்ணாமலை பல்கலைகழகம்.

திருமதி. ஆஷா கிருஷ்ணன், ஆகாஷ் கிருஷ்ணன், மும்பை

திரு. சி.ம். ரஞ்சித்-நித்திலா, சஷ்வின் மாணிக், அஷ்வின் ஆதவன், சேலம்

செ. ஹரிஹரன் செ. ஹரிணி ர. அஷ்வின் ரா. நிவேதனா

பொருளடக்கம்

இயல் – ஒன்று

தர்மசாஸ்திரம்

தர்மசாஸ்திரம் என்பது சட்டம் மற்றும் நடத்தை பற்றிய சமஸ்கிருத இலக்கியத்தின், தர்மம் பற்றிய பதிவுகளை குறிக்கிறது. தோராயமாக 18 முதல் 100 வரையிலான பல வேறுபட்ட தர்மசாஸ்திரங்கள் உள்ளன. சில சமயங்களில் முரண்பாடான கண்ணோட்டங்களைக் கொண்டுள்ளன. ஆனால் அவை அனைத்தும் வேத கல்ப ஆராய்ச்சியிலிருந்து தோன்றிய தர்ம சூத்திர கையெழுத்துப் பிரதிகளை அடிப்படையாகக் கொண்டவை.

தர்மசாஸ்த்ரா இலக்கியம் கவிதை வசனங்களில் உருவாக்கப்பட்டது. மேலும் இது இந்து ஸ்மிருதிகளின் ஒரு பகுதியாகும். இது ஒருவரின் கடமைகள், பொறுப்புகள், நெறிமுறைகள், குடும்பம், சமூகம் பற்றிய பல்வேறு கருத்துக்களைக் கொண்டுள்ளது. நூல்கள் ஆசிரமம் (வாழ்க்கை நிலைகள்), வர்ணம் (சமூக வகுப்புகள்), புருஷார்த்தம் (சரியான வாழ்க்கை நோக்கங்கள்), தனிப்பட்ட நற்பண்புகள் மற்றும் அனைத்து உயிரினங்களுக்கு எதிரான அகிம்சை உள்ளிட்ட கடமைகள், போர் விதிமுறைகள் பற்றிய பிற தலைப்புகளையும் உள்ளடக்கியது.

ஷரியாவுக்குப் பிறகு, அதாவது பேரரசர் முஹம்மது ஔரங்கசீப்பின் ஃபதாவா-இ-ஆலம்கிரி இருக்கும் காலத்திலிருந்தே, நவீன காலனித்துவ இந்திய வரலாற்றில் தர்மசாஸ்திரம் செல்வாக்கு பெற்றது. தர்மசாஸ்திரங்களில் இரண்டு வகையான ஸ்மிருதிகள் உள்ளன. அதன் பாடங்கள் கிட்டத்தட்ட ஒரே மாதிரியானவை. தர்ம சூத்திரங்கள் உரைநடையில் சுருக்கமான எழுதப்பட்டுள்ளன, அதே சமயம் தர்மசாஸ்திரங்கள் கவிதைகளில் அதாவது ஸ்லோகங்கள் வடிவிலும் எழுதப்பட்டுள்ளன.

தர்மசாஸ்திரத்தின் கருத்துக்கள்

1. தர்மசாஸ்திரத்தில் **புருஷார்த்தங்கள்** என்பது வாழ்க்கையின் நான்கு லட்சியங்களை பற்றி விவரிக்கிறது. அவையே,

   ✓ அ) தர்மம்

   ✓ ஆ) அர்த்த

   ✓ இ) காமம்

   ✓ ஈ) மோட்சம்

2. அடுத்ததாக **ஆசிரமங்கள்** என்ற கருத்து ஒவ்வொரு கட்டத்திற்கும் குறிப்பிட்ட இலக்குகளுடன் வாழ்க்கையின் நான்கு நிலைகள் உள்ளன என விவாதிக்கிறது.

   ✓ பிரம்மச்சார்யா (பிறப்பு-25)

   ✓ கிரஹஸ்தா (25-50)

   ✓ வானபிரஸ்தா (50-75)

   ✓ சன்யாசம் (75-100)

3. **சன்ஸ்கார்**

   தர்மசாஸ்திரத்தில் குறிப்பிடப்படும் சன்ஸ்காரில் சடங்குகள் பற்றிய விஷயங்கள் உள்ளன. இந்த சடங்குகள் சன்ஸ்கார் என்று அழைக்கப்படுகின்றன.

4. **வர்ணம்**

   இதில் இந்து சமூகம் 4 வர்ணங்களாகப் பிரிக்கப்பட்டது

   ✓ பிராமணர்கள்

   ✓ க்ஷத்திரியர்கள்

   ✓ வைசியர்கள்

   ✓ சூத்திரர்கள்

5. **அரசு தோற்றம்**

   இந்த கோட்பாடு அரை-ஒப்பந்தக் கோட்பாடு என்று அறியப்படுகிறது. மனிதனுக்கும் கடவுளுக்கும் இடையிலான ஒப்பந்தத்தால் அரசு உருவாக்கப்பட்டது என்று எடுத்துரைக்கிறது.

பெரிய மீன் சிறிய மீன்களை சாப்பிடுவது என்பது சரியான வல்லமையாக இருக்கும் என கூறுகிறது. எனவே மக்கள் பிரம்மாவை கடவுளாக வேண்டினர். பிரம்மா, மனுவை அதாவது அரசனை படைத்தார். இதனாலேயே மனு முதல் அரசராகவும், சட்டத்தை வழங்குபவராகவும் கருதப்படுகிறார். சட்டங்களுக்குக் கீழ்ப்படிவது மக்களின் கடமையாகும்

6. **தர்மத்தின் ஆதாரங்கள்**

தர்மத்தில் ஐந்து ஆதாரங்கள் உள்ளன. அவையே,

- ✓ வேதம்
- ✓ சம்ரிதி
- ✓ சஜ்ஜனோ கா ஆச்சரன் அதாவது மனிதர்களின் நடத்தை
- ✓ அந்தாகரன் (அ) மனம்
- ✓ ராஜாக்யா (அ) ராஜாவின் ஆணை

7. அரசாட்சியின் இலட்சியங்கள்

மன்னனுக்கு தெய்வீக ஆளுமை உள்ளதாகவும், கடவுள்கள் தங்கள் ஆளுமையின் ஒரு பகுதியை மன்னனுக்குக் கொடுத்துள்ளார்கள், எனவும், இதனால் ராஜா இந்திரன், வருணனை, அக்னி, வாயு, சூரியன், சந்திரன், யமன் மற்றும் குபேரன் ஆகியோர் உள்ளனர் எனவும் குறிப்பிடப்பட்டுள்ளது. கிழக்கிலும் மேற்கிலும் அரசாட்சி பற்றிய கருத்தில் வேறுபாடுகள் உள்ளன. மேற்கில் அரசர் தெய்வீக ஆளுமை மற்றும் தெய்வீக உரிமைகளைக் கொண்டிருந்தார் என உள்ளது. இந்திய மன்னருக்கு மட்டுமே தெய்வீக ஆளுமை இருந்ததாகவும், அவர்கள் சட்டத்தின் கீழ் ராஜதர்மத்தை பின்பற்ற வேண்டும் என இருந்தது. தர்ம சாஸ்திரங்களில் உள்ள தர்மம், அதாவது பிராமணர்கள் கூறியது போல் மன்னன் தர்மத்தை பின்பற்றாவிட்டால் அவன் நரகத்திற்குச் செல்வான். மன்னன் க்ஷத்திரிய வர்ணத்திலிருந்து வர வேண்டும் என்றும் இதில் குறிப்பிடப்பட்டுள்ளது.

8. **வரிவிதிப்பு**

நிலத்தின் வளத்திற்கு நேரடி விகிதத்தில் வரிவிதிப்புக் கோட்பாடுகள் இருந்தன. 1/6 விளைபொருளானது வளமான

நிலத்திலிருந்து, அரசரின் பங்கு ஆகும். 1/8 வது விளைச்சல் குறைந்த வளமான நிலத்திலிருந்த அரசரின் பங்கு ஆகும். 1/10 வது விளைச்சல் மற்ற தயாரிப்புகளிலிருந்தும் அரசன் பங்கு பெறுகிறார். 1/6 என்பது பால், தேன், இறைச்சி, வெண்ணெய் மற்றும் பிற வர்த்தகப் பொருட்களில் அரசரின் பங்கு ஆகும்.

தர்மசாஸ்திரங்கள் - தோற்றம்

தர்மசாஸ்திரங்கள் பழங்கால தர்ம சூத்திர கையெழுத்துப் பிரதிகளை அடிப்படையாகக் கொண்டவை. அவை வேத இலக்கிய பாரம்பரியத்திலிருந்து (ரிக், யஜுர், ஸ்மா மற்றும் அதர்வா) தோன்றியவை. அவை கிமு 2 ஆம் மில்லினியம் மற்றும் கிமு 1 ஆம் மில்லினியத்தின் தொடக்கத்தில் எழுதப்பட்டன. இடம், சிறப்பு மற்றும் கருத்து வேறுபாடுகள் உள்ளிட்ட பல காரணங்களுக்காக, இந்த வேத கிளைகள் வெவ்வேறு கூடுதல் பள்ளிகளாக (ஷாகாக்கள்) பிரிக்கப்பட்டன.

இந்து மரபுகளுக்குள் இரண்டு மரபுகள் உள்ளன, ஒன்று தர்மசாஸ்திரம் மற்றோன்று அர்த்தசாஸ்திரம். பொதுவாக இந்து உரைகளாக பார்க்கப்படுவது ஒருசில உள்ளன. அவையே,

- ✓ ஸ்ருதி
- ✓ ஸ்மிருதி
- ✓ வேதம்
- ✓ தர்மசாஸ்திரம் ஆகும்.

தர்மசாஸ்திரங்கள் - கலவை

இந்து மதங்களில் உள்ள அனைத்து தர்மங்களுக்கும் வேதங்கள் அடித்தளம். வேத விதிகள், பாரம்பரியம், வேதங்களைப் படிக்கும் நபர்களின் ஒழுக்கமான நடத்தை மற்றும் ஒருவரின் மனசாட்சியின் அங்கீகாரம் அனைத்தும் தர்மசாஸ்திர நூல்களில் தர்மத்தின் ஆதாரங்களாகச் சேர்க்கப்பட்டுள்ளன. தர்மத்தின் தோற்றம் பற்றி தர்மசாஸ்திர நூல்கள் முரண்பட்ட அறிக்கைகளை வழங்குகின்றன.

வேதங்களைப் போலவே தர்மமும் நித்தியமானது, காலமற்றது என்று இருந்தது. இருப்பினும், இந்த வேதங்கள் ஸ்மிருதியின்

முக்கியத்துவத்தையும், கண்ணியமான அறிவுள்ள மக்களின் மரபுகளையும், ஒருவரின் மனசாட்சியையும் தர்மத்தின் ஆதாரங்களாக ஏற்றுக்கொள்கின்றன.

முக்கியத்துவம்

- ✓ தர்மசாஸ்திரங்கள், வேதங்களைப் போல் தெய்வீக வெளிப்பாடுகளின் விளைவு அல்ல.
- ✓ பரலோக போதனைகளை தெரிவிப்பதற்காக அவை உன்னிப்பாக வடிவமைக்கப்பட்டன.
- ✓ மனித புத்தியால் சுத்திகரிக்கப்பட்ட தெய்வீக அறிவையும், புலனுணர்வு புத்திசாலித்தனத்தால் பிரிக்கப்பட்டதையும் அவைகளில் காணலாம்.
- ✓ இதன் விளைவாக, அவை ஸ்ருதியை விட ஸ்மிருதி என வகைப்படுத்தப்படுகின்றன.
- ✓ தர்மசாஸ்திரம் ஆன்மீக ஆசிரியர்கள், கல்வியாளர்கள், மன்னர்கள் மற்றும் அதன் வடிவமைப்பு செயல்பாட்டிற்கு பங்களித்த ஆட்சி மன்ற உறுப்பினர்களின் அறிவையே பிரதிநிதித்துவப்படுத்துகிறார்கள்.
- ✓ ஒவ்வொரு வகுப்பினருக்கும் தர்மம், அர்த்தம், காமம் மற்றும் மோட்சம் ஆகிய நான்கு கொள்கைகளைப் பின்பற்றுவதற்கான மிகச் சிறந்த விருப்பங்களை சட்ட புத்தகங்கள் வழங்கின. தர்ம சாஸ்திரங்கள் கடவுள் மற்றும் மதத்தின் அதிகாரத்தை பயன்படுத்தி உலகின் ஒழுங்கை தொடர்ந்து பராமரிக்க முயன்றன. ஆனால், அவை முழுமையாக வெற்றிபெறவில்லை. இது இந்து ஆட்சியாளர்களின் வீழ்ச்சியைத் தொடர்ந்து அவர்களின் அதிகார வரம்பில் ஏற்பட்ட வீழ்ச்சியின் சான்றாகும்.

கௌடில்யர்

சாணக்கியரின் காலம் சர்வதேச ரோமனாக்க அரிச்சுவடியின்படி, கி.மு. நான்காம் நூற்றாண்டு. இவர் ஓர் இந்திய சமஸ்கிருத மொழி ஆசிரியர், தத்துவவாதி, பொருளாதார நிபுணர், நீதிபதி மற்றும் அரச ஆலோசகர் ஆவார். பண்டைய இந்திய அரசியல் நூலான அர்த்தசாஸ்திரத்தை எழுதியவர். கௌடில்யர் என்றும் விஷ்ணுகுப்தர் என்றும் அழைக்கப்பட்ட இவர், இந்தியாவின் அரசியல் விஞ்ஞானம் மற்றும் பொருளாதாரம் ஆகிய துறைகளின் முன்னோடியாகக் கருதப்படுகிறார். அவரது பணிகள், பாரம்பரிய பொருளாதாரத்திற்கு ஒரு முன்னோடியாகக் கருதப்படுகிறது. இவரது படைப்புகள் குப்த சாம்ராஜ்யத்தின் முடிவில் பொலிவிழந்தன. இருபதாம் நூற்றாண்டின் பிற்பகுதியில் அவை மீண்டும் புகழுக்கும் புழக்கத்திற்கும் வந்தன.

மௌரியப் பேரரசைத் தோற்றுவித்த சந்திரகுப்த மௌரியனின் முதன்மை அமைச்சராகவும் வழிகாட்டியாகவும் இருந்தவர் சாணக்கியர். இவர் மௌரியப் பேரரசு அமைவதற்கு முக்கிய காரணமானவர். ஈடற்ற அரசியல் இலக்கியமான அர்த்தசாத்திரத்தைப் படைத்தவர் இவரேயாவார். இவர் பொருளியலின் முன்னோடியாகக் கருதப்படுகிறார். இவரை மேக்கிவல்லி என்ற சிந்தனையாளருடன் ஒப்பிடுகின்றனர். இன்றும் மேற்கத்திய உலகில் இவர் இந்தியாவின் 'மாக்கியவெல்லி' என்று அறியப்படுகிறார். இவர் தக்சசீலப் பல்கலைக்கழகத்தில் பேராசிரியராக இருந்தார். விற்பனை வரியை முதன் முதலில் அறிமுகப்படுத்தினார். இவரின் பூர்விகம் கேரளா. சாணக்கியரைப் பற்றிய வரலாற்றுத் தகவல்கள் குறைவான அளவே உள்ளன.

படைப்புகள்

இவர் அர்த்தசாத்திரம், நீதிசாத்திரம் ஆகிய நூல்களைப் படைத்துள்ளார். அர்த்தசாத்திரம், பொருளாதாரக் கொள்கைகள், நலத்திட்டங்கள், பிற நாட்டு உறவுகள், போர் முறைகள் குறித்து விரிவாக விவரிக்கிறது. நீதி சாஸ்த்திரம் வாழ்வியல் நன்னெறிகள் பற்றிப் பேசுகிறது. இந்நூல் இந்திய வாழ்க்கை முறைகள் குறித்துச் சாணக்கியருக்கு இருந்த அறிவைக் காட்டுகிறது. இந்நூல் சாணக்கிய நீதி என்றும் அழைக்கப்படுகிறது. சாணக்யநீதி என்பது சாணக்கிய சாஸ்திரம் என்றும் அறியப்படுகிறது. 1905 இல் அர்த்தசாஸ்திரம் கண்டறியப்பட்டது. சாணக்கிய நீதி, பழமொழிகளின் தொகுப்பாகும். இது பல்வேறு சாஸ்திரங்களிலிருந்து சாணக்கியரால் தேர்ந்தெடுக்கப்பட்டதாகவும் கூறப்படுகிறது.

சாணக்கியரின் தத்துவம்

அரசியல் அறிவியல், நெறிமுறைகள், பொருளாதாரம், அரசமைப்பு, உளவு, இராணுவ உத்திகள் போன்றவற்றில் சாணக்கியர் பல கருத்துக்களை விளக்கினார். அவரது தத்துவம் இன்றைய உலகில் குறிப்பாக அரசியல், மேலாண்மை மற்றும் தனிப்பட்ட வாழ்க்கையிலும் கூட எதிரொலிக்கிறது. அவருடைய சில பிரபலமான சிந்தனைகள் மற்றும் அறிக்கைகள் கீழே கொடுக்கப்பட்டுள்ளன.

- ✓ சாணக்கியரின் கூற்றுப்படி, ஒரு நாட்டின் அரசர் சமுதாயத்தில் நடக்கும் அனைத்திற்கும் பொறுப்பு என்பதால், அவர் சமூகத்தின் பிரதிபலிப்பாகும்.
- ✓ மக்கள் நலமே ஒரு அரசனின் இறுதி இலக்காக அமைய வேண்டும், அதை அடைய பாடுபட வேண்டும்.
- ✓ ஒரு அரசனின் செயல்கள்பாடுகள் அநியாயமாக இருந்தால், தன் குடிமக்களின் விசுவாசத்தை இழப்பான்.
- ✓ அரசன் தர்மத்தை மட்டுமே பிரச்சாரம் செய்ய வேண்டும், துன்மார்க்கரை தண்டிக்க வேண்டும். நிரபராதிகள் எந்த வகையிலும் தண்டிக்கப்படாமல் பார்த்துக் கொள்ள வேண்டும்.

- ✓ நீதியானது தாமதப்படுத்தப்படக்கூடாது, வழக்குகள் விரைந்து விசாரிக்கப்பட வேண்டும் என்றும் சாணக்கியா முன்மொழிந்தார்.
- ✓ ஒரு தலைவன் பெரியோர்களையும் அறிவாளிகளையும் பகைத்துக் கொள்வது அறிவுடைமை அல்ல.
- ✓ அரசன் தர்மத்தைப் பரப்புபவனாகவும், தன் குணநலனில் மக்களுக்கு முன்மாதிரியாகவும் இருக்க வேண்டும்.
- ✓ புதிய சட்டங்களைக் கொண்டுவர அரசருக்கு அதிகாரம் இருந்தாலும், சாஸ்திரங்களில் கூறப்பட்டுள்ள கொள்கைகளை அவர் கடைப்பிடிக்க வேண்டும்.
- ✓ வீண் செலவுகள் தவிர்க்க ஆட்சியாளர் உறுதி செய்ய வேண்டும்.
- ✓ தங்கள் மகன்களுக்கு கல்வி கற்பிக்காத பெற்றோர்கள் அவர்களுக்கு எதிரிகள்;
- ✓ ஐந்து வயது வரை ஒரு மகனை நேசியுங்கள். மேலும், பத்து வருடங்கள் கண்டிப்பை பயன்படுத்துங்கள், ஆனால் அவர் பதினாறாவது வயதை அடைந்ததும் அவரை நண்பராக நடத்துங்கள்.
- ✓ சமயத் துறவுகளை தனியாகவும், இருவர் படிக்கவும், மூன்று பேர் பாடவும் செய்ய வேண்டும். ஒரு பயணத்தை நால்வரும், ஐந்து பேர் விவசாயமும், பலர் சேர்ந்து போரும் மேற்கொள்ள வேண்டும்.
- ✓ ஒருவன் புலமை இல்லாதவனாக இருந்தால், உயர்ந்த பிறப்பால் என்ன பலன்? கற்றறிந்தால் தேவர்களால் கூடப் புகழப்படுவான்.
- ✓ அரசன் நல்லொழுக்கமுள்ளவனாக இருந்தால், குடிமக்களும் நல்லொழுக்கமுள்ளவர்களே. மன்னன் பாவியாக இருந்தால், குடிகளும் பாவியாகிறார்கள். குடிமக்கள் அரசனின் முன்மாதிரியைப் பின்பற்றுகிறார்கள். சுருக்கமாக, அரசனை போலவே குடிமக்களும் இருக்கிறார்கள்.

கௌடில்யரின் அர்த்தசாஸ்திரத்தின் உள்ளடக்கம்

இது முதன்முதலில் 1904 இல் கண்டுபிடிக்கப்பட்டது மற்றும் 1909 இல் ஜெர்மன் மொழியில் மொழிபெயர்க்கப்பட்டது. இதில் 15 புத்தகங்கள், 150 அத்தியாயங்கள் மற்றும் 180 தலைப்புகள் உள்ளன. அர்த்தசாஸ்திரத்தின் முதல் ஐந்து புத்தகங்கள் நாட்டின் உள் விவகாரங்கள் உள்ளன. 6 முதல் 13 புத்தகங்களில் நாட்டின் வெளி விவகாரங்கள் உள்ளன. 14-15 புத்தகங்களில் நாட்டின் பிற வெளியீடுகள் பற்றி உள்ளன. இது அரசாங்கத்தின் 34 துறைகளை வகைப்படுத்திக் காட்டியுள்ளது. நாட்டின் பொருளாதாரம் அர்த்தசாஸ்திரத்தின் முக்கிய மையமாகும். இருப்பினும், இது தர்மத்தைப் பற்றி விவாதிக்கிறது மற்றும் மனுவிற்கும் கௌடில்யருக்கும் இடையிலான ஒப்புமையை சுட்டி காட்டுகிறது.

பிரகரணம் என்பது ஒரு குறிப்பிட்ட தலைப்புக்கு அர்ப்பணிக்கப்பட்ட ஒரு பகுதி. அத்தியாயங்களின் எண்ணிக்கையும் பிரிவுகளின் எண்ணிக்கையும் வேறுபடுகின்றன. ஏனெனில் ஒரு அத்தியாயம் எப்போதாவது ஒன்றுக்கும் மேற்பட்ட தலைப்புகளை உள்ளடக்கியிருக்கலாம் அல்லது பல அத்தியாயங்களாகப் பிரிக்கப்படலாம். கௌடில்யரின் அர்த்தசாஸ்திரம் பெரும்பாலும் 380 ஸ்லோகங்களைக் கொண்ட சூத்திர பாணியின் உரைநடையில் உள்ளது. பல்வேறு தொகுதிகளின் உள்ளடக்கங்கள் சுருக்கமான வரிகளில் இருக்கும்.

புத்தகம் இரண்டு நாட்டின் பல்வேறு நிர்வாக அதிகாரிகளின் செயல்பாடுகளை ஒப்பிட்டு காட்டுகிறது. விவசாயம், சுரங்கம், ஓய்வு நடவடிக்கைகள் மற்றும் பலவற்றில் நாட்டின் நடவடிக்கைகளின் விரிவான படத்தை வழங்குகிறது.

அர்த்தசாஸ்திரத்தின் புத்தகம் மூன்றானது, சட்டம் மற்றும் நீதி நிர்வாகம் தொடர்பானது.

புத்தகம் நான்கு குற்றங்களை ஒடுக்குவது மற்றும் குற்றங்களைக் கண்டறிதல், வணிகர்கள், கைவினைஞர்கள் மீதான கண்காணிப்பு, சித்திரவதை, மரண தண்டனை போன்ற பிரிவுகளை உள்ளடக்கியது.

புத்தகம் ஐந்து அதிகாரிகளின் சம்பள அளவுகள் பற்றிய தொகுப்பாகும்.

புத்தகம் ஆறு மிகவும் குறுகியதாக உள்ளது. இதில் இரண்டு அத்தியாயங்கள் மட்டுமே உள்ளன, ஆனால் இரண்டும் முக்கியமானவை, ஏனெனில் அவை முழுமையான புத்தகத்திற்கான தத்துவார்த்த கட்டமைப்பை விவரிக்கின்றன. முதல் அத்தியாயம் ஒரு நாட்டின் அடிப்படைக் கூறுகளின் கருத்தைப் பற்றி விவாதிக்கிறது, இரண்டாவது அயல்நாட்டுக் கொள்கைக் கோட்பாட்டைப் பற்றி விவாதிக்கிறது.

புத்தகம் ஏழு, வெளியுறவுக் கொள்கையின் ஆறு அணுகுமுறைகளில், ஒவ்வொன்றும் வெளியுறவுக் கொள்கையை மேற்கொள்ளும் போது வெளிப்படும் பல்வேறு சூழ்நிலைகளில் எவ்வாறு பயன்படுத்தப்படலாம் என்பதைப் பற்றிய முழுமையான விவாதத்தை வழங்குகிறது.

புத்தகம் எட்டு வியாசனங்களில் கவனம் செலுத்துகிறது, இது பொதுவாக பேரழிவுகள் என மொழிபெயர்க்கப்பட்டுள்ளது. இது பல்வேறு கூறுகளின் சரியான செயல்பாட்டை மோசமாக பாதிக்கலாம்.

புத்தகம் ஒன்பது போருக்கான தயாரிப்புகளைக் கையாள்கிறது. அணிதிரட்டக்கூடிய பல்வேறு வகையான துருப்புக்கள், பயணத்தைத் தொடங்குவதற்குத் தேவையான நிபந்தனைகள் மற்றும் போர் தொடங்குவதற்கு முன் பாதுகாக்கப்பட வேண்டிய ஆபத்துகள் போன்ற சிக்கல்களை உள்ளடக்கியது.

புத்தகம் பத்து சண்டைக்காக அர்ப்பணிக்கப்பட்டுள்ளது. முக்கிய போர் முகாம், போர் அணிகளின் வகைகள் மற்றும் பல சண்டை முறைகள் ஆகியவற்றை விளக்குகிறது.

பதினோராவதுவது புத்தகம் ஒரே ஒரு அத்தியாயத்தை மட்டுமே கொண்டுள்ளது. ஒரு ராஜாவுக்குப் பதிலாக தலைவர்களின் குழுமத்தால் நிர்வகிக்கப்படும் மக்களை எவ்வாறு சமாளிக்க வேண்டும் என்பதை கோடிட்டுக் காட்டுகிறது.

ஒரு பலவீனமான மன்னன், ஒரு வலிமையுள்ளவனை எதிர்கொள்ளும்போது, பிந்தையவரின் நோக்கங்களை எவ்வாறு முறியடித்து, இறுதியில் அவரை வெல்ல வேண்டும் என்பதை புத்தகம் பன்னிரெண்டு விளக்குகிறது.

புத்தகம் பதிமூன்று, எதிரியின் கோட்டையை சூழ்ச்சி மூலம் அல்லது சண்டை மூலம் கைப்பற்றுவதில் மட்டுமே கவனம் செலுத்துகிறது. கைப்பற்றப்பட்ட பிரதேசங்கள் எவ்வாறு ஆளப்பட வேண்டும் என்பதையும் இது வரையறுக்கிறது.

புத்தகம் பதினான்கு இரகசிய மற்றும் மர்மமான நடைமுறைகளில் கவனம் செலுத்துகிறது.

புத்தகம் பதினைந்து பணியில் பயன்படுத்தப்படும் செயல்முறை மற்றும் கருத்தியல் நுட்பங்களை விளக்குகிறது.

கௌடில்யர் நாட்டு ஆட்சியை அர்த்தசாஸ்திரம் என்று வரையறுக்கிறார். 'ஆர்த்' என்பது பொருள் நல்வாழ்வை குறிக்கிறது. மன்னரின் மிக முக்கியமான குறிக்கோள் தனது மக்களின் பொருள் நல்வாழ்வைப் பாதுகாப்பதாகும். தர்மம், காமம், மோக்ஷம் ஆகிய அனைத்தும் இலக்குகளையும் அடைவது பொருள் நல்வாழ்வைப் பொறுத்தது ஆகும் என்கிறார். பண்டைய காலங்களில், பொருள் நல்வாழ்வைப் பாதுகாப்பதற்கான முக்கிய ஆதாரமாக நிலம் இருந்தது. எனவே, அர்த்தசாஸ்திரத்தின் முக்கிய கொள்கையாக நிலத்தை எவ்வாறு கையகப்படுத்துவது என்பதை மையப்படுத்துகிறது

சப்தக் கோட்பாடு

சப்தக் கோட்பாடு என்பது அரசின் ஏழு உறுப்புகளை விளக்குகிறது. இது நாட்டின் ஆளும் கோட்பாட்டின் ஒரு எடுத்துக்காட்டு ஆகும். கௌடில்யர், அரசின் இறையாண்மையில் ஏழு கூறுகள் உள்ளன எனக் கூறுகிறார். அவையே,

ஸ்வாமி-அரசன்

அமத்யா-அமைச்சர்கள்

ஜனப்பதா-நிலப்பரப்பு

துர்கா-கோட்டை

கோஷா-கருவூலம்

தண்டா-படை

மித்ரா-நட்பு

மண்டல் கோட்பாடு

மண்டல் கோட்பாட்டின் அடிப்படைக் கோட்பாடுகள் சில உள்ளன. அவையே,

- ✓ அண்டை வீட்டுக்காரன் இயற்கையான எதிரி
- ✓ சிறியவன் எதிரி
- ✓ சர்வதேசத் அளவில் உள்ள அனைத்தும் நட்பு, ஆர்வம் மற்றும் வசதியால் வழிநடத்தப்படுகிறது
- ✓ உறவுகளை சாதாரணமாக எடுத்துக்கொள்ள முடியாது.

ராஜதர்மம் என்பது க்ஷத்திரிய தர்மம் அதாவது போர் ஆகும். முடி சூட்டுக்குப் பிறகு, மன்னன் பயணத்தை தொடங்க வேண்டும். கௌடில்யரின் கூற்றுப்படி, மன்னருக்கு 'மகா சக்ரவர்த்தியாக" வேண்டும் என்ற ஆசை இருக்க வேண்டும். அவர் மன்னரை 'விஜிகிஷு' என்று அழைக்கிறார். மண்டல கோட்பாடு புவிசார் அரசியலின் கருத்தை அடிப்படையாகக் கொண்டது. புவிசார் அரசியலின் படி, அரசு ஒரு உயிரினம், அதில் உயிரினங்கள் வளர வேண்டும். அதற்கு அரசானது விரிவடைய வேண்டும், விரிவடையவில்லை என்றால் அழிந்து விடும். எனவே, அரசு இயல்பிலேயே விஸ்தரிப்பு தன்மை கொண்டது ஆகும்.

கௌடில்யர் மன்னர்கள்

கௌடில்யர் முன்னோக்கிய திசையில் வெவ்வேறு வகையான 12 மன்னர்களைக் குறிப்பிடுகிறார். அவையே, 1. அரசர், 2. அரி, 3. மித்ரா, 4. அரி மித்ரா, 5. மித்ர மித்ரா, 6. அரிமித்ர மித்ரா. கௌடில்யரின் அடுத்த நான்கு மன்னர்கள் பின்தங்கிய திசையில் குறிப்பிடுகிறார். அவையே, 7. பார்ஷ்வனிகிரா, 8. அக்ரந்தா, 9. பார்ஷவநிக்ர சாரா, 10. அக்ரண்ட சாரா. அடுத்த இரண்டும் 11. உதாசினா (நடுநிலை): போரின் போது மற்ற நாடுகள் குறிப்பிட்ட நாட்டின் நடுநிலை நிலையை ஏற்றுக்கொண்டால், அந்த நாடு போரில் இரு நாடுகளுக்கும் சமமான அணுகலை வழங்க வேண்டும். எ.கா: ஸ்காண்டினவிய நாடுகள் 12. மத்தியனா (இணைப்பு பகுதி): இது இரண்டு பெரிய சக்திகளுக்கு இடையே உள்ள சிறிய அரசாகும். இரண்டு பெரும் சக்திகள் நேரடி மோதலுக்கு

வருவதைத் தவிர்ப்பதே இதன் நோக்கம். எ.கா: இந்தியாவிற்கும் சீனாவிற்கும் இடையே நேபாளம் சிறந்த இடையக மண்டலம் ஆகும்.

ஷட்குணாநிதி(ShadgunaNiti)

இதில் 6 வகையான கொள்கைகளிலும் அரசன், சூழ்நிலையைப் பொறுத்து பின்வரும் விருப்பங்களை பின்பற்றலாம்

- ✓ அமைதி: இது ஒப்பந்தம் என்று அழைக்கப்படுகிறது. எதிரி பலமாக இருந்தால், அமைதி செல்லுங்கள் என்று கூறுகிறது. இன்றைய சூழ்நிலையில் எ.கா: சிம்லா ஒப்பந்தத்தை எடுத்துக் கொள்ளலாம்.
- ✓ விக்ரா என்பது நீங்கள் பலம் அடையும் போது அமைதியை குலைக்கவும்.
- ✓ ஆசனம் என்பது நிறுத்துதல் என்று அழைக்கப்படுகிறது. இதில் எதிரியின் எல்லைக்கு அருகில் படைகளை நிறுத்துதல் என்று அர்த்தம்.
- ✓ யானா என்பது இயக்கம் ஆகும். எதிரி பிரதேசத்திற்கு அருகில் இராணுவ பயிற்சிகள் அமைக்க வேண்டும்.
- ✓ சமஷ்ரியா என்பது நோக்கம் ஆகும். ஒத்த நோக்கங்களைக் கொண்டவர்களுடன் கைகோர்க்கவும். இதற்க்கு எடுத்துக்காட்டாக குவாட் அமைப்பு உள்ளது.
- ✓ த்வைத்பவா என்பது இரட்டைக் கொள்கை ஆகும். ஒருவருடன் நட்பு, மற்றவருடன் பகை என்று இரு முனைகளில் போருக்குச் செல்ல வேண்டாம் என்பது ஆகும்.

நான்கு உபயங்கள் (Upayas)

1. சாம் என்பது சமாதானம், அதாவது ஒப்பந்தத்தில் நுழைதல்
2. அணை என்பது பொருளாதார இராஜதந்திரம் ஆகும்.
3. தண்டா என்பது படைகளின் பயன்பாடு ஆகும்.
4. பேட் என்பது பிரிவினை அதாவது பிரிவினைவாத போக்குகளை உருவாக்குதல் ஆகும்.

போர் வகைகள்

1. பார்கராமயுத்தம் - நேரடி/வெளிப்படையான போர்
2. கூட்டு யுத்தம் - கொரில்லா போர்
3. துஷ்னிம் யுத்தம் - ப்ராக்ஸி போர்

வெற்றிகள்

மூன்று விதமான வெற்றிகள் உள்ளன. அவையே,

1. தர்ம விஜயம் மூலம்
2. லோபவிஜயா: எதிரியின் படைக்கு பொருளாதார தூண்டுதல்கள்
3. அசுர்விஜயா என்பது நியாயமற்ற வழிமுறைகளால் வெற்றி பெறுவது ஆகும்.

ஜியாவுதீன் பரணி

ஜியாவுதீன் பரணி 1285-1357 ஆண்டு காலகட்டத்தில் வாழ்ந்தவர். முஹம்மது பின் துக்ளக் மற்றும் ஃபிரூஸ் ஷாவின் ஆட்சியின் போது இன்றைய வட இந்தியாவில் அமைந்துள்ள, டெல்லி சுல்தானகத்தின் ஒரு இந்திய முஸ்லீம் அரசியல் சிந்தனையாளர் ஆவார். கியாத் அல்-தின் துக்ளக்கின் ஆட்சி முதல் ஆறு ஆண்டுகள் வரையிலான இடைக்கால இந்தியா குறித்த படைப்பான தாரிக்-இ-ஃபிரோஸ் ஷாஹி இயற்றியதற்காக அவர் மிகவும் பிரபலமானவர்.

அவரது முக்கிய படைப்புகள்:

- ✓ ஃபதாவா-இ-ஜஹந்தாரி
- ✓ தாரிக்-இ-ஃபிரூஸ் ஷாஹி
- ✓ சல்வத்-இ-கபீர்
- ✓ சனா-இ-முஹம்மதி
- ✓ ஹஸ்ரத்னாமா (வருத்தங்களின் புத்தகம்)
- ✓ தாரிக்-இ-பர்மாகி
- ✓ இனயத் நமா-இ-இலாஹி (கடவுளின் பரிசுகளின் புத்தகம்)
- ✓ மாசிர் சாதத் (சயீத்களின் நல்ல செயல்கள்)
- ✓ லுப்பத்துல் தாரிக்.

ஃபதாவா-இ-ஜஹந்தாரி எழுதுவதற்கு 'நாசிஹாத்' (ஆலோசனை) பாணியைப் பயன்படுத்தினார். இது அரசு செயல்பாடுகள் பற்றிய உன்னதமான படைப்பாகும். இது கௌடில்யரின் அர்த்தசாஸ்திரம் மற்றும் மாக்கியவெல்லியின் இளவரசருடன் ஒப்பிடலாம். அவரது தாரிக்-இ-ஃபிரூஸ் ஷாஹி என்பது பால்பன் முதல் ஃபிரோஸ் ஷா

துக்ளக் வரையிலான வரலாற்றுக் கணக்கு. இதில் முதல் 6 ஆண்டுகள் மட்டும் உள்ளன.

அரசாட்சி கோட்பாடு

சுல்தான் கோட்பாடு என்பது சுல்தான் உன்னதமாகப் பிறந்தவராக இருக்க வேண்டும். மன்னரின் குடும்பத்தைச் சேர்ந்தவராக இருக்க வேண்டும் என்ற இயல்பை குறிப்பிடுகிறது. சுல்தான் பூமியில் மக்களின் நலனுக்கான கடவுளின் முகவராக செயல்பட வேண்டும். இது தெய்வீக உரிமைக் கோட்பாடு போன்றது. சுல்தான் ஷரியாத்தைப் பின்பற்ற வேண்டும். தனிப்பட்ட வாழ்க்கையில் பின்பற்றலாம் அல்லது பின்பற்றாமல் இருக்கலாம். ஆனால் பொது வாழ்வில் கண்டிப்பாக பின்பற்ற வேண்டும் என வலியுறுத்துகிறார்.

சிறந்த சுல்தான் பின்வரும் உயர்ந்த குணங்களை கொண்டு இருக்க வேண்டும் என கூறுகிறார். அவையே,

- ✓ நீதி உணர்வு உள்ளவராக இருக்க வேண்டும்.
- ✓ வஞ்சகம் மற்றும் சதிகளைப் புரிந்து கொள்ளும் அளவுக்கு புத்திசாலியாக இருக்க வேண்டும்.
- ✓ நேரத்தின் முக்கியத்துவத்தைப் புரிந்துகொண்டு அதைத் தனது தனிப்பட்ட மற்றும் அரசியல் தேவைகளுக்கு இடையே விவேகமாகப் பிரித்துக் கொள்ள வேண்டும்.
- ✓ ஏமாற்றுதல், கோபம், அநீதி, பொய், வஞ்சகம், ஆகிய ஐந்து கீழ்த்தரமான குணங்களிலிருந்து சுல்தான் கவனமாக இருக்க வேண்டும்.

பரணியின் எழுத்தில் அரசன் மையமாக இருந்தான். இருப்பினும், அவரது பகுப்பாய்வில், அரசனுக்கும் அவனுடைய குடிமக்களுக்கும் இடையே உள்ள பரஸ்பர கடமை என்ன என்பது குறிப்பிடப்படவில்லை. அவரது ஃபதாவாவில் பரணி ராஜா (பாட்ஷா) கடவுளின் அற்புதமான படைப்புகளில் ஒன்று என்றும், மேலும் கடவுள், நல்லது மற்றும் கெட்டது ஆகிய இரண்டையும் படைத்தவர். இவ்வாறு, அரசாட்சி மன்னரின் குணாதிசயத்தின்படி நல்லதாகவோ அல்லது தீயதாகவோ இருக்கலாம். மன்னர் 'கடவுளின் நிழல்' (ஜில்லால்லா) என்று குறிப்பிடப்பட்டார்.

இருப்பினும், இபின் கல்தூனின் அசாபிய்யா அதாவது ஆளும் வர்க்கத்தின் ஒற்றுமையை பற்றிய கருத்து பரணியின் எழுத்துக்களில் இடம் பெறவில்லை. வம்சங்களின் வீழ்ச்சியைப் பற்றி இவர் வருத்தம் அடைந்தாலும், அதற்க்கு தீர்வுகளை இவர் குறிப்பிடவில்லை.

பிரபுக்கள்

பிரபுக்கள் முடியாட்சியின் இரண்டாவது அங்கமாக இருந்தனர். பிரபுக்கள் சுல்தானின் தேர்ந்தெடுக்கப்பட்ட தனிநபர்கள். அவர்கள் குறிப்பிட்ட பிரதேசங்கள்/நிலங்களில் வரி வசூலிக்கும் உரிமையைப் பெற்றனர். "இக்தாதர்" என்று நிலத்தின் பொறுப்பில் இருப்பவர் அழைக்கப்பட்டார். விவசாயிகளால் உற்பத்தி செய்யப்படும் உபரி, இக்தாதார்களிடையே விநியோகிக்கப்பட்டது. இக்தாதார்கள் இராணுவத்தையும் பராமரிக்க வேண்டும் மற்றும் சுல்தானுக்கு கேட்கும் போதெல்லாம் அனுப்ப வேண்டும் என்ற முறையும் இருந்தது. இக்தாதார்களும் சுல்தானின் அரச சபையின் ஒரு பகுதியாக இருந்தனர். இது கொள்கை விஷயங்களில் மன்னருக்கு அறிவுரை வழங்குவது சம்பந்தமான பணி. அதனால்தான் பரணி சுல்தானுக்கு இக்தாதார்களின் தேர்வுகளில் கவனமாக இருக்க அறிவுறுத்தினார்.

இலட்சிய அரசியல் சட்டங்கள்

பரணி சட்டங்களை இரண்டு வகைகளாகப் பிரித்தார், ஷரியாத் மற்றும் ஜவாபித் ஆகும். ஷரியாத் என்பது நபிகள் நாயகம் மற்றும் பக்தியுள்ள கலீஃபாக்களின் போதனைகள் மற்றும் நடைமுறைகளைக் குறிக்கிறது. ஜவாபித் என்பது ஷரியாத்தின் உணர்வுடன் இருக்க வேண்டும் மற்றும் நான்கு நிபந்தனைகளைப் பின்பற்ற வேண்டும். அவையே,

- ✓ ஜவாபித் ஷரியாத்தை மறுக்கக் கூடாது
- ✓ பிரபுக்கள் மற்றும் மக்கள் மத்தியில் சுல்தான் மீதான விசுவாசத்தையும் நம்பிக்கையையும் அதிகரிக்க வேண்டும்.
- ✓ அதன் மூலமும் ஷரியாத் ஆக இருக்க வேண்டும்

- ✓ சில நிபந்தனைகளில் ஷரியாத்தை நிராகரிக்க வேண்டும் என்றால், இழப்பீட்டையும் பின்பற்ற வேண்டும்.

எனவே, அவருக்கு ஜவாபித் சட்டம் ஒரு சிறந்த சட்டமாகும். இது அரசு மற்றும் மக்களின் தேவைகளை புண்படுத்தாமல் பூர்த்தி செய்ய முடியும். பிரபுத்துவ இராணுவத்தின் எந்தப் பிரிவும் மௌரியர்களுக்குப் பிறகு, டெல்லி இந்தியாவின் மிகப்பெரிய மற்றும் சக்திவாய்ந்ததாக இருந்தது. இராணுவம் துருக்கிய-மங்கோலிய மாதிரியை அடிப்படையாகக் கொண்டது. இது நான்கு பகுதிகளாகப் பிரிக்கப்பட்டது. அவையே,

- ✓ காலாட்படை (கால்படை வீரர்கள்)
- ✓ குதிரைப்படை (குதிரை வீரர்கள்)
- ✓ போர் யானைகள்
- ✓ துணை பொறியாளர்கள், போக்குவரத்து செய்பவர்கள், உளவாளிகள் போன்றவை ஆகும்.

குதிரைப்படை மேலும் மூன்று பகுதிகளாகப் பிரிக்கப்பட்டது:

- ✓ முமத்தாப் (குதிரை இல்லாத சிப்பாய்)
- ✓ சவர் (ஒற்றை குதிரையுடன் ஒரு சிப்பாய்)
- ✓ டோ-அஸ்பாப் (இரண்டு குதிரைகள் கொண்ட ஒரு சிப்பாய்)

பரணி இராணுவத்தின் தரம் என்பதனை கான், மாலிக், அமீர், சிபாஷ்சலர் போன்ற வார்த்தைகளில் குறிப்பிடுகிறார். வெவ்வேறு கிராமங்களுக்கு ஒதுக்கப்பட்ட வருவாய் மூலம் இராணுவ வீரர்களுக்கு பணமாகவோ அல்லது ஊதியமாகவோ வழங்கப்பட்டது. ராணுவத்தின் முக்கிய செயல்பாடு பாதுகாப்பு மற்றும் அரசு விரிவாக்கம் ஆகும். பரணி மன்னனை, இராணுவத்தில் அதிக கவனம் செலுத்துமாறு அறிவுறுத்தினார். சுல்தான் தனது பாதுகாப்பிற்காக கல்ப் எனப்படும் தனிப்பட்ட படைகளையும் பராமரித்து வந்தார். நிலத்தை அளந்து நிர்ணயம் செய்து வரி வசூலிப்பதே அதிகார வர்க்கத்தின் அடிப்படைப் பணியாக இருந்தது. இது, அரசு, மாகாணம் மற்றும் கிராமம் என மூன்று நிலைகளில் செயல்பட்டது.

நீதி சார் நடைமுறைகள்

- ✓ பரணி நீதியை, நிர்வாகத்தில் மிக முக்கியமான அம்சமாக கருதினார். ஏனென்றால் எல்லா இடங்களிலும் நீதி தேவை, அதாவது நில வரியை குறைப்பது முதல் உற்பத்தி செலவில் வாங்குபவர்களுக்கு பொருட்களை வழங்குவது வரை அனைத்தும் உள்ளடக்கியது ஆகும்.
- ✓ சிவில் மற்றும் கிரிமினல் வழக்குகளை வழங்குவது முதல், தேவைப்படுபவர்களுக்கு பண உதவி வழங்குவது வரை அனைத்து தேவைகளையும் நிவர்த்தி செய்யும்.
- ✓ சந்தையில் நீதியை உறுதி செய்ய, உற்பத்திச் செலவின் கொள்கைகளின்படி பொருட்களின் விலையை நிர்ணயம் செய்யுமாறு அரசருக்கு அறிவுறுத்தினார்.
- ✓ திவானி-இ-ரியாசத் என்பது சந்தையின் கட்டுப்பாட்டு ஜெனரல் ஆவார் மற்றும் சஹானா-இ-மண்டி என்பது தானிய சந்தையின் கண்காணிப்பாளர் ஆவர்.
- ✓ பிற அதிகாரிகள் சந்தையில் முறைகேடுகளைக் கட்டுப்படுத்த வேண்டும் என்றும் அவர் பரிந்துரைத்தார்.
- ✓ நீதியை வழங்க நீதிமன்றங்கள் சிவில் மற்றும் கிரிமினல் வகைகளாகப் பிரிக்கப்பட்டு அவை மத்திய மற்றும் மாகாண மட்டங்களில் செயல்பட்டன.
- ✓ மன்னருக்கு கீழே குவாஸி-உல்-குசாத் என்பவர் தலைமை நீதிபதியாகவும், சதர்-உஸ்-சதுர் என்பவர் மாகாண நீதிபதியாகவும் செயல்பட்டனர்.
- ✓ அமீர்-இ-தாட்-பெக்-இ-ஹஸ்ரத் என்பவர் மத்திய நீதித்துறை அதிகாரிகள் ஆவார். காசி, அமீர்-ஐ மாகாண மட்டத்தில் உள்ள நீதித்துறை அதிகாரிகளாகவும், முஹ்தாசிப்கள் நகராட்சி அதிகாரிகள் மற்றும் தார்மீக தணிக்கையாளர்களாக இருந்தார்கள்.
- ✓ மத வழக்குகளை கையாள்வதில் ராஜாவுக்கு முஃப்தி மற்றும் சத்ருஸ்-சதுர் உதவினார்கள். அதே சமயம் மதச்சார்பற்ற வழக்குகளில் அவருக்கு காசி-உல்-குசாத் உதவினார்.

கபீர் தாஸ்

கபீரின் பிறப்பு இறப்பு தேதியில் ஒருமித்த கருத்து இல்லை. இருப்பினும், பொது களத்தில் கபீரின் வாழ்க்கையின் மூன்று தேதிகள் உள்ளன 1440-1518 (78 ஆண்டுகள்), 1398-1518 (119 ஆண்டுகள்), 1398-1448 (50 ஆண்டுகள்). ஆனால் கபீர் தாஸ் ١٥ ஆம் நூற்றாண்டில் வாழ்ந்த ஒரு இந்திய மாய கவிஞர் மற்றும் துறவி ஆவார் என்றும் ஒரு கூற்று உள்ளது. அவரது கவிதைகள் இந்து மதத்தின் பக்தி இயக்கத்தைப் பாதித்தன. மேலும் அவரது வசனங்கள் சீக்கிய மதத்தின் வேதமான குரு கிரந்த் சாஹிப்பில் காணப்பட்டன. அவர் பெனாரஸுக்கு அருகில் ஒரு பிராமண விதவைக்கு பிறந்தார், ஒரு முஸ்லீம் நெசவாளரின் வீட்டில் வளர்ந்தார் என்று புராணக்கதை கூறுகிறது. கபீர் இந்து குடும்பத்தில் பிறந்த பிறகு ஒரு முஸ்லீம் குடும்பத்தால் வளர்க்கப்பட்ட ஒரு ராமானந்த சீடர் என்றும் கருத்து நிலவுகிறது. இவர் சிக்கந்தர் லோதியின் சமகாலத்தவர் (1489-1517) என்றும் கூறப்படுகிறது.

அவர் மிகவும் மதிக்கப்படும் பக்தி துறவிகளில் ஒருவர், மேலும் அவரது போதனைகள் அனைத்து தரப்பு மக்களையும் பாதித்துள்ளன. கடவுளைப் பற்றிய அவரது பார்வைகள் மற்றும் கருத்துக்கள் மூலம், அவர் ஒரு பெரிய சீர்திருத்த இயக்கத்தைத் தூண்டினார். அவர் ஒரு நிர்குண துறவி ஆவார். அவர் இந்து மதம் மற்றும் இஸ்லாம் போன்ற முக்கிய மதங்களை அவர்களின் பாரம்பரிய போதனைகளுக்காக பகிரங்கமாக விமர்சித்தார். அவர் பகுத்தறிவு மனம் கொண்டவர் மற்றும் பெனாரஸில் இந்து மதத்தைப் பற்றி நிறைய கற்றுக்கொண்டார்.

அவர் சிலை வழிபாடு, புனித யாத்திரைகள், விழாக்கள் மற்றும் சாதி அமைப்பு, குறிப்பாக தீண்டாமை நடைமுறை ஆகியவற்றைக் கடுமையாகக் கண்டனம் செய்தார். மேலும் கடவுள் முன் மனிதனின்

சமத்துவத்தை வலியுறுத்தினார். கபீரின் நோக்கம் அனைத்து சாதி மற்றும் சமய மக்களை ஒன்றிணைக்கும் அன்பின் மதத்தைப் போதிப்பதாகும். அவர் யோக நுட்பங்களை நன்கு அறிந்தவர் மற்றும் கடவுள் பக்தி ஒரு சக்திவாய்ந்த இரட்சிப்பு முறையாகும் என்று நம்பினார். இரட்சிக்கப்படுவதற்கு, சுத்தமான இதயத்தைக் கொண்டிருக்குமாறு அவர் தம் சீடர்களுக்கு அறிவுறுத்தினார். உண்மையான புரிதலுக்கு, அவர் துறவறம் அல்லது புத்தக அறிவை முக்கியமானதாகக் கருதவில்லை. துறவியாக வாழ்வதற்கு இல்லற வாழ்வைத் துறக்க வேண்டியது அவசியம் என்றும் அவர் நம்பவில்லை.

கபீரின் குறிக்கோள் இந்துக்களையும் முஸ்லீம்களையும் ஒன்றிணைத்து அவர்களுக்கு இடையே அமைதியை வளர்ப்பதாகும். அனைத்து மதங்களின் உள்ளார்ந்த ஒற்றுமையை வலியுறுத்தி இந்துக்களையும் முஸ்லிம்களையும் "ஒரே களிமண்ணின் பானைகள்" என்று விவரித்தார். ராமனும் அல்லாவும், கோயில், மசூதி அனைத்தும் அவருக்கு ஒன்றுதான். கபீர் மிகப்பெரிய மாய துறவி, அவருடைய பக்தர்கள் "கபீர்பந்திகள்" என்று அழைக்கப்படுகிறார்கள். ரைதாஸ் (தோல் பதனிடுபவர்), குரு நானக் (காத்ரி வர்த்தகர்) மற்றும் தன்னா (ஜாட் விவசாயி) ஆகியோர் அவரது மிக முக்கியமான மாணவர்களில் சிலர்.

கபீரின் படைப்புகள்

கபீரின் கவிதைகள் பிரஜ், போஜ்புரி மற்றும் அவாதி உட்பட இந்தியின் பல்வேறு பேச்சுவழக்குகளில் எழுதப்பட்டன. அவை பரந்த அளவிலான தலைப்புகளை உள்ளடக்கியது மற்றும் கடவுளுக்கான உணர்ச்சிமிக்க அர்ப்பணிப்பை ஊக்குவிக்கிறது. கபீரின் பாடல் வரிகள் எளிமையான இந்தி மொழியில் எழுதப்பட்டது. அவரது பெரும்பாலான படைப்புகள் அர்ப்பணிப்பு, ஆன்மீகம் மற்றும் ஒழுக்கம் ஆகியவற்றைக் கையாண்டன. கபீர் தாஸ், புகழ்பெற்ற ஆன்மீகக் கவிஞர் ஆவார். கடவுள் மற்றும் கர்மா ஒரு உண்மையான தர்மம் என்ற அவரது கோட்பாட்டின் விளைவாக கருணை மீதான மக்களின் அணுகுமுறை மாறிவிட்டது. இந்து பக்தி மற்றும் முஸ்லீம் சூஃபி கருத்துக்கள் இரண்டும் கடவுள் மீதான அவரது அன்பாலும் பக்தியாலும் பூர்த்தி செய்யப்படுகின்றன.

- ✓ கபீர் பிஜாக்,
- ✓ கபீர் பராச்சாய்,
- ✓ சாகி கிரந்த்,
- ✓ ஆதி கிரந்தம் (சீக்கியர்),
- ✓ கபீர் கிரந்தவாலி (ராஜஸ்தான்)
- ✓ பஞ்சவாணி
- ✓ சர்வாங்கி

ஆகியவை கபீருக்குப் பெருமை சேர்த்த இலக்கியப் படைப்புகள்.

கபீர் பாதை

கபீர் பந்த் (கபீரின் பாதை), கபீரை அதன் நிறுவனர் எனக் கூறும் மதச் சமூகம் ஒன்று, கபீரின் பாரம்பரியத்தை நிலைநிறுத்துகிறது. பதினேழாம் மற்றும் பதினெட்டாம் நூற்றாண்டுகளில், கபீரின் மரணத்திற்குப் பல நூற்றாண்டுகளுக்குப் பிறகு, இந்தியாவின் பல்வேறு பகுதிகளில் இந்தச் சமூகம் எழுந்தது. இந்த கருத்துகளின் அடிப்படையில் அன்பு, பணிவு, இரக்கம் மற்றும் ஒற்றுமைக்கான அனைத்தையும் உள்ளடக்கிய சூத்திரத்தை கபீர் பந்திஸ் வைத்துள்ளார். ஒரு பக்தர் கபீர் பந்தி என அழைக்கப்படுகிறார், அதே சமயம் பூசாரிகள் மஹந்த் என்ற மரியாதைக்குரிய பட்டத்துடன் அழைக்கப்படுகிறார்கள். பெனாரஸில், கபீருக்கு அர்ப்பணிக்கப்பட்ட இரண்டு கோவில்கள் உள்ளன. ஒன்று இந்துக்களால் பராமரிக்கப்படுகிறது, மற்றொன்று முஸ்லிம்களால் பராமரிக்கப்படுகிறது. சில ஆராய்ச்சியாளர்களின் கூற்றுப்படி, இந்து பள்ளி வைஷ்ணவத்துடன் தொடர்புடையது மற்றும் உலகளாவிய மேலோட்டங்களைக் கொண்டுள்ளது.

கபீர் பற்றிய கருத்துகள்

- ✓ ராம் விலாஸ் சர்மா: கபீரை துளசியுடன் ஒப்பிடுகிறார்
- ✓ ஹசாரி பிரசாத் த்விவேதி: கபீரை மக்கள் தத்துவவாதியாக மீட்டெடுத்தார்

- ✓ புருஷோத்தம் அகர்வால்: கபீர் அதிகாரத்தை சவால் செய்த ஒரு தத்துவஞானி
- ✓ அம்பேத்கர் இந்திய அறிவுசார் பாரம்பரியத்தின் 3 ரத்தினங்களை அடையாளம் கண்டார் - புத்தர், கபீர் மற்றும் பூலே

கபீர் அரசியல் சிந்தனைகள்

கபீரின் அரசியல் கருத்துக்களைப் புரிந்து கொள்ள நாம் 15 ஆம் நூற்றாண்டின் பனாரஸைப் புரிந்து கொள்ள வேண்டும். ஏனென்றால் கபீர் தனது வாழ்நாளின் பெரும்பகுதியை பனாரஸ்சில் கழித்தார். பொருளாதாரம், பழைய சாதி முறைமை படிநிலை மற்றும் நிலப்பிரபுத்துவ ஒழுங்கை உடைக்க முயன்றவர் கபீர் ஆவர். வணிகமானது உலகளாவிய மனிதநேயத்தின் புதிய கலாச்சாரத்தை உருவாக்கும் ஆற்றலைக் கொண்டுள்ளது என்று வாதிட்டார். உயரடுக்கின் பாகுபாடுகளை அவர் மிகவும் விமர்சித்தார்.

அரசர் மற்றும் நிர்வாகத்தின் மீதான விமர்சனத்தினை முன்வைத்தார். அவர் மன்னரின் தவறான கொள்கைகளை மிகவும் விமர்சித்தார், அதனால் மக்கள் பாதிக்கப்பட வேண்டியிருந்தது (எ. கா. வரிவிதிப்பு மற்றும் ஜமீன்தாரி அமைப்பு). அவர் மக்களின் துன்பங்களுக்கு எதிராக நின்றார். காஜிகள், உலமாக்கள் அல்லது பாதிரியார்களுக்கு எதிராகவும் அவர் குரல் எழுப்பினார்.

பண்டித ரமாபாய்

சமூக ஆர்வலரும் கல்வியாளருமான பண்டித ரமாபாய் 23, ஏப்ரல் 1858 இல், இன்றைய கர்நாடகாவில் உள்ள கனரா மாவட்டத்தில் மராத்தி பிராமண குடும்பத்தில் பிறந்தார். அவரது தந்தையிடம் இருந்து ரமாபாய் ஆரம்பத்தில் சமஸ்கிருதத்தைக் கற்றார். கல்கத்தா பல்கலைக்கழகம் இவரை விரிவுரை செய்ய அழைத்ததுடன், 1878 ஆம் ஆண்டில், சமஸ்கிருதத்தில் இவரது புலமையின் காரணமாக 'பண்டிதா' என்ற பட்டத்தையும் வழங்கியது. பல்வேறு சமஸ்கிருத நூல்களின் அறிவு மற்றும் விளக்கங்கள் காரணமாக அவருக்கு 'சரஸ்வதி' என்ற பட்டமும் வழங்கப்பட்டது. 1880 இல், ரமாபாய் பெங்காலி வழக்கறிஞர் பிபின் பெஹாரி மெத்வியை மணந்தார். இது ஒரு கலப்பு திருமணம் என்பதால் அந்த காலகட்டத்திற்கு இது ஒரு துணிச்சலான நடவடிக்கையாக கருதப்பட்டது.

படைப்புகள்

அவரது முக்கிய படைப்புகள்

- ✓ 1. ஸ்த்ரி தர்ம-நிதி - 1882
- ✓ 2. இந்தியப் பெண்களின் அழுகை
- ✓ 3. உயர் சாதி இந்துப் பெண்கள்-1887
- ✓ 4. அமெரிக்க ஐக்கிய நாடுகளின் மக்கள்- 1889

ரமாபாய் புனேவில் ஆர்ய மகிளா சமாஜத்தை (ஆர்ய மகளிர் சங்கம்) தொடங்கினார். சங்கத்தின் நோக்கம் பெண்களுக்கு கல்வி வழங்குவதும், குழந்தை திருமண நடைமுறையை ஊக்கப்படுத்துவதும், எதிர்த்துப் போராடுவதும் ஆகும். இந்திய அரசாங்கம் 1882 ஆம்

ஆண்டு கல்வி விவகாரத்தை ஆராய ஒரு கமிஷனை நியமித்தது. ரமாபாய் கமிஷன் முன் சாட்சியம் அளித்தார். பெண் பள்ளி ஆய்வாளர்களை நியமிக்க பரிந்துரை செய்தார். பெண்களுக்கு சிகிச்சையளிக்க பெண் மருத்துவர்கள் தேவை என்பதால் இந்தியப் பெண்களை மருத்துவக் கல்லூரிகளில் சேர்க்க வேண்டும் என்றும் அவர் பரிந்துரைத்தார். இந்த நிகழ்வு ஒரு சிற்றலை விளைவை உருவாக்கியது மற்றும் பிரிட்டிஷ் அரசி விக்டோரியாவின் காதுகளையும் எட்டியது. இதன் விளைவாக லேடி டஃபரின் மகளிர் மருத்துவ இயக்கத்தை நிறுவினார்.

ரமாபாய் இந்தியா முழுவதும் பயணம் செய்து பெண்களுக்கு கல்வி கற்பதன் முக்கியத்துவம் குறித்து உரை நிகழ்த்தினார். அவர் 1883 இல் மருத்துவம் படிக்க இங்கிலாந்து சென்றார். அங்கு தங்கியிருந்த காலத்தில், கிறிஸ்தவ மதத்திற்கு மாறினார். முதல் பெண் மருத்துவரான ஆனந்திபாய் ஜோஷியின் பட்டமளிப்பு விழாவில் கலந்து கொள்வதற்காக அமெரிக்காவிற்கும் சென்றார். அவரது பயணங்களுக்கு இடையில், அவர் ஏராளமான புத்தகங்களை எழுதி மொழிபெயர்த்தார்.

1889ல் இந்தியா திரும்பிய அவர் ‘சாரதா சதன்’ என்ற அமைப்பைத் தொடங்கினார். குழந்தை விதவைகளின் கல்விக்காக முக்தி மிஷனை நிறுவினார். இந்த அமைப்புகளை மதமாற்றத்திற்கான முன்னணியாகப் பயன்படுத்துவதாக பலர் குற்றம் சாட்டினர். பிரிட்டிஷ் அரசாங்கம் 1919 இல் அவருக்கு கைசர்-இ-ஹிந்த் பதக்கத்தை வழங்கியது. ரமாபாய் 1922 ஏப்ரல் 5 அன்று இறந்தார். அக்டோபர் 1989 இல், இந்திய அரசாங்கம் அவரது நினைவாக ஒரு நினைவு முத்திரையை வெளியிட்டது.

சமூக செயல்பாடு

1882 ஆம் ஆண்டு இந்திய காலனித்துவ அரசால் கல்வியை ஆராய ஹண்டர் கமிஷன் நியமிக்கப்பட்டபோது, அதற்கு ரமாபாய் சாட்சியம் அளித்தார். ஹண்டர் கமிஷன் முன் உரையாற்றிய அவர், "நூறில் தொண்ணூற்றொன்பது வழக்குகளில், இந்த நாட்டின் படித்த ஆண்கள், பெண் கல்வி மற்றும் பெண்களின் சரியான நிலையை எதிர்க்கிறார்கள். ஆசிரியர்களுக்குப் பயிற்சி அளித்து, பெண் பள்ளி ஆய்வாளர்களை நியமிக்க வேண்டும் என்று பரிந்துரைத்தார்.

மேலும், இந்தியாவில் பெண்களின் நிலைமை பெண்கள் மருத்துவ ரீதியாக மட்டுமே சிகிச்சை அளிக்கும் வகையில் உள்ளதால், இந்தியப் பெண்களை மருத்துவக் கல்லூரிகளில் சேர்க்க வேண்டும் என்றார். ரமாபாயின் சாட்சியம் பெரும் பரபரப்பை உருவாக்கி விக்டோரியா மகாராணியை அடைந்தது. லார்ட் டஃப்ரினின் மகளிர் மருத்துவ இயக்கத்தின் தொடக்கத்தில் அது பலனைத் தந்தது. மகாராஷ்டிராவில், ரமாபாய் பெண்கள் கல்வி மற்றும் மருத்துவ மிஷனரி பணிகளில் ஈடுபட்டுள்ள கிறிஸ்தவ அமைப்புகளுடன் தொடர்பு கொண்டார், குறிப்பாக ஆங்கிலிகன் கன்னியாஸ்திரிகளின் சமூகம், செயின்ட் மேரி தி விர்ஜின் சமூகம் (community of St. Mary the virgin).

அவரது முதல் புத்தகமான ஸ்திரி தர்ம நீதி 1882 மற்றும் CSMV ஆகியவைகளின் விற்பனையில் கிடைத்த வருமானத்துடன், ரமாபாய் மருத்துவப் பயிற்சியைத் தொடங்க 1883 இல் பிரிட்டனுக்குச் சென்றார். ரமாபாய் தனது மதமாற்றத்திற்குக் கூறிய காரணங்களில் ஒன்று, மரபுவழி இந்து மதத்தின் மீது இருந்த வெறுப்பு மற்றும் குறிப்பாக அது பெண்களை மோசமாகக் கருதியது. மேலும் இவர் பல்வேறு வழிகளில் தனது சுதந்திரத்தை உறுதிப்படுத்தினார். திரித்துவக் கோட்பாடு உட்பட அவர் பகுத்தறிவற்றதாகக் கருதிய ஆங்கிலிகன் கோட்பாட்டின் அம்சங்களை நிராகரித்தார்.

ரமாபாய் பாடப்புத்தகங்களை மொழிபெயர்த்து அதனை அமெரிக்கா மற்றும் கனடா முழுவதும் விரிவுரைகளை வழங்கினார். அவர் தனது மிக முக்கியமான புத்தகங்களில் ஒன்றான உயர் சாதி இந்துப் பெண்ணையும் வெளியிட்டார். உயர்சாதி இந்துப் பெண் குழந்தை மணப்பெண்கள் மற்றும் குழந்தை விதவைகள் உட்பட இந்துப் பெண்களின் வாழ்க்கையின் இருண்ட அம்சங்களைக் சுட்டிகாட்டினார். மேலும் இந்துக்கள் ஆதிக்கம் செலுத்தும் பிரிட்டிஷ் இந்தியாவில் பெண்களின் அடக்குமுறையை அம்பலப்படுத்த முயன்றார்.

இந்தியாவில் தனது பணிக்கு ஆதரவைப் பெறுவதற்காக அமெரிக்காவில் விளக்கக்காட்சிகளை அளித்தபோது, ரமாபாய் ஜூலை 1887 இல் அமெரிக்க சஃப்ராஜெட் மற்றும் பெண்கள் உரிமை ஆர்வலர் பிரான்சிஸ் வில்லார்டை சந்தித்தார். நவம்பர் 1887 இல் நடந்த தேசிய பெண் கிறிஸ்தவ ஒன்றிய மாநாட்டில் பேச

வில்லார்ட் ரமாபாயை அழைத்தார். அவர் ஜூன் 1888 இல் WCTU இன் தேசிய விரிவுரையாளராக இந்தியா திரும்பினார்.

மேலும் புனேயில் குழந்தை விதவைகளுக்காக சாரதா சதன் என்ற பள்ளியை நிறுவினார். இது பல இந்து சீர்திருத்தவாதிகளின் ஆதரவைக் கொண்டிருந்தது. பல மாணவர்கள் கிறிஸ்தவ மதத்திற்கு மாறியபோது, புனேவின் இந்து சீர்திருத்த வட்டங்களின் ஆதரவை அவர் இழந்தார். அவர் சாரதா சதன் பள்ளியை மிகவும் அமைதியான கிராமமான கேட்கானுக்கு மாற்றினார். மேலும், அதன் பெயரை முக்தி மிஷன் என்று மாற்றினார். 1896 ஆம் ஆண்டில் கடுமையான பஞ்சத்தின் போது, ராமாபாய் மகாராஷ்டிராவின் கிராமங்களுக்கு காளை வண்டிகளின் கேரவனுடன் சுற்றுப்பயணம் செய்து, ஆயிரக்கணக்கான குழந்தைகள், குழந்தை விதவைகள், அனாதைகள் மற்றும் பிற ஆதரவற்ற பெண்களை மீட்டு முக்தி மிஷனின் தங்குமிடத்திற்கு அழைத்து வந்தார். ஏழு மொழிகளை கற்றறிந்த ஒரு பெண்மணி, பைபிளை தனது தாய் மொழியான மராத்திக்கு கிரேக்க மொழியிலிருந்து மொழிபெயர்த்தார். பண்டித ரமாபாய் முக்தி மிஷன் இன்றும் செயல்பட்டு வருகிறது. விதவைகள், அனாதைகள் மற்றும் பார்வையற்றோர் உள்ளிட்ட பல ஏழைக் குழுக்களுக்கு வீடு, கல்வி, தொழில் பயிற்சி போன்றவற்றை வழங்குகிறது.

பாலகங்காதர திலகர்

பாலகங்காதர திலகர், பொதுவாக லோகமான்ய திலகர் என்று அழைக்கப்படுபவர், இந்திய சுதந்திரப் போராட்டத்தின் தலைவர் மற்றும் தேசிய விடுதலைக்காக தீவிர போக்கை கடைபிடித்தவர். அவர் 'இந்திய அமைதியின் தந்தை' என்றும் அழைக்கப்பட்டார். நவீன மகாராஷ்டிராவின் ரத்னகிரியில் 1856 இல் கேசவ் கங்காதர திலகர் பிறந்தார். நடுத்தர வர்க்க இந்துக் குடும்பத்தில் பிறந்தவர்; புனேவில் இளங்கலை பட்டம் பெற்றார். ஆரம்பத்தில் கணித ஆசிரியராகப் பணிபுரிந்தார். பின்னர் பத்திரிகையாளராகப் பணியாற்றத் தொடங்கி சுதந்திரப் போராட்டத்தில் சேர்ந்தார். புனேவில் பெர்குசன் கல்லூரியை நிறுவியவர்களில் இவரும் ஒருவர். திலகர் 1879 ஆம் ஆண்டு பம்பாயில் உள்ள அரசாங்க சட்டக் கல்லூரியில் பட்டம் பெற்றார். அவர் 1920 இல் 64 வயதில் இறந்தார்.

பாலகங்காதர திலகரின் அரசியல் வாழ்க்கை

திலகர் 1890 இல் காங்கிரசில் சேர்ந்தார். அவர் மிதவாதிகளை எதிர்த்தார் மற்றும் பிரிட்டிஷ் ஆட்சிக்கு எதிராக மிகவும் தீவிரமான நிலைப்பாட்டைக் கொண்டிருந்தார். சுயராஜ்ஜியம் அல்லது சுயராஜ்ஜியத்தின் முதல் உரிமை குரல் கொடுத்தவர்களில் இவரும் ஒருவர். "சுயராஜ்ஜியம் என் பிறப்புரிமை, அதை நான் பெறுவேன்" என்று கோஷம் போட்டார். சுயராஜ்யம் இல்லாமல் எந்த முன்னேற்றமும் சாத்தியமில்லை என்று நம்பினார். அவர் இந்திய தேசிய காங்கிரஸின் தீவிரவாத பிரிவின் ஒரு பகுதியாக இருந்தார் மற்றும் சுதேசி இயக்கங்களின் ஆதரவாளராகவும் இருந்தார்.

திலகர் மராத்தியில் 'கேசரி' மற்றும் ஆங்கிலத்தில் 'மஹரட்டா' என்ற இரண்டு செய்தித்தாள்களை நிறுவினார். இரண்டு

செய்தித்தாள்களும் தேசிய சுதந்திரத்திற்கான காரணத்தை தீவிரமாக பிரச்சாரம் செய்தன மற்றும் இந்தியர்கள் சுயசார்புடையவர்களாக இருக்க வேண்டும் என்பதையும் வலியுறுத்தின. இந்த ஆவணங்களில் அரசாங்கத்தை விமர்சிப்பதில் அவர் அச்சமின்றி இருந்தார். கொலைபாதகத்திற்கு தூண்டுதல் உள்ளிட்ட குற்றச்சாட்டில் அவருக்கு 18 மாத சிறைத்தண்டனை விதிக்கப்பட்டது. பகவத் கீதையை மேற்கோள் காட்டி பிரிட்டிஷ் அடக்குமுறையாளர்களை கொன்றவர்களைக் குற்றம் சொல்ல முடியாது என்று எழுதியிருந்தார். இதற்குப் பிறகு, பம்பாயில் புபோனிக் பிளேக் நிகழ்வின்போது அரசாங்கம் எடுத்த ‘கொடுங்கோன்மை’ நடவடிக்கைகளுக்கு பதிலடி கொடுக்கும் வகையில் இரண்டு பிரிட்டிஷ் அதிகாரிகள் இந்தியர்களால் கொல்லப்பட்டனர். பிபின் சந்திர பால் மற்றும் லாலா லஜபதி ராய் ஆகியோருடன் சேர்ந்து, தீவிரவாத தலைவர்களின் ‘லால்-பால்-பால்’ என்பது மூவர் என்று அழைக்கப்பட்டார்.

பாலகங்காதர திலக் மீது பலமுறை தேசத்துரோக வழக்கு தொடரப்பட்டது. பிரபுல்லா சாக்கி மற்றும் குதிராம் போஸ் ஆகியோரைப் பாதுகாத்து கட்டுரைகள் எழுதியதற்காக 1908 முதல் 1914 வரை 6 ஆண்டுகள் சிறையில் வாழ்க்கையைக் கழித்தார். பெண்களை ஏற்றிச் சென்ற வண்டியின் மீது வெடிகுண்டு வீசி இரண்டு ஆங்கிலேயப் பெண்களைக் கொன்ற புரட்சியாளர்கள் மேற்க்கூறியவர்கள் ஆவர்.

திலகர் 1916 இல் INC இல் மீண்டும் இணைந்தார். அவரது அரசியல் கொள்கைகளுக்காக, திலகர் பண்டைய இந்து வேதங்களை பெரிதும் விரும்பினார். மக்கள் தங்கள் பாரம்பரியத்தைப் பற்றி பெருமிதம் கொள்ள வேண்டும் என்று அவர் அழைப்பு விடுத்தார். அன்றைய இந்திய சமூகத்தின் அப்பட்டமான மேற்கத்தியமயமாக்கலுக்கு எதிரானவர். இதற்க்காகவே வீட்டில் நடத்தப்படும் எளிய கணேஷ் பூஜையை சமூக பொது விநாயகர் விழாவாக மாற்றினார். மக்களிடையே ஒற்றுமையையும் தேசிய உணர்வையும் உருவாக்க விநாயக சதுர்த்தி மற்றும் சிவ ஜெயந்தி விழாக்களைப் பயன்படுத்தினார். 1894 ஆம் ஆண்டு முதல் அவரால் பிரபலப்படுத்தப்பட்ட சர்வஜனிக் கணேஷோத்சவ் இன்றும் மகாராஷ்டிராவின் மிகப்பெரிய திருவிழாக்களில் ஒன்றாகும்.

பாலகங்காதர திலகரின் சமூகப் பார்வைகள்

தேசியவாத தீவிரத் தலைவராக இருந்த போதிலும், பாலகங்காதர திலகரின் சமூகக் கருத்துக்கள் பழமைவாதமாக இருந்தன. இந்து பெண்கள் நவீன கல்வி பெறுவதை அவர் எதிர்த்தார். பெண்களின் திருமண வயதை 10ல் இருந்து 12 ஆக உயர்த்த முன்மொழியப்பட்ட ஒப்புதல் வயது மசோதாவை அவர் எதிர்த்தார். இந்த வயதை உயர்த்துவதில் அவருக்கு உடன்பாடு இல்லை என்றாலும், இந்தச் செயல் சமூக மற்றும் மதத்தில் தலையிடுவதாக அவர் கருதினார். ஆங்கிலேயர்களால் இந்தியர்களின் வாழ்க்கை முறையில் சரிவை சந்திக்கும் என கருத்தினார்.

பாலகங்காதர திலகர் எழுதிய நூல்கள்

திலகர் எழுதிய முக்கியமான நூல்கள்:

- ✓ தி ஓரியன் (1893)
- ✓ தி ஆர்க்டிக் ஹோம் இன் வேதங்கள் (1903)
- ✓ கீதா ரகசியம் அல்லது கர்மயோகம் (1915)
- ✓ வேத காலவரிசை மற்றும் வேதாங் ஜோதிஷ் (1925)

திலகர் இந்தியாவில் ஆங்கிலேயர்களால் பின்பற்றப்பட்ட கல்வி முறையை கடுமையாக விமர்சித்தார். எனவே, இந்திய மாணவர்களிடையே தேசியவாத கல்வியை ஊக்குவிக்கும் நோக்கத்திற்காக கோபால் கணேஷ் அகர்கர் மற்றும் விஷ்ணு சாஸ்திரி சிப்லுங்கர் ஆகியோருடன் டெக்கான் கல்விச் சங்கத்தைத் தொடங்கினார். திலகர் இந்தியாவில் சுதேசி இயக்கத்தைத் தொடங்கினார். அதை மேம்படுத்துவதற்காக, திலக் ஜாம்ஷெட்ஜி டாடாவுடன் இணைந்து பாம்பே சுதேசி ஸ்டோர்களை நிறுவினார்.

அன்னி பெசண்ட், ஜோசப் பாப்டிஸ்டா மற்றும் முகமது அலி ஜின்னாவுடன் திலகர் 1916 இல் அகில இந்திய ஹோம் ரூல் லீக்கை நிறுவினார். அதே ஆண்டில், அவர் ஜின்னாவுடன் லக்னோ ஒப்பந்தத்தை முடித்தார். இது தேசியவாத போராட்டத்தில் இந்து-முஸ்லிம் ஒற்றுமையை வலைமைப்படுத்தியது.

அவரது வெளியீடான ஆர்க்டிக் ஹோம் இன் வேதங்கள், ஆரியர்களின் தோற்றத்தையும் ஸ்ரீமத் பகவத் கீதை ரகசியத்தையும் குறிக்கிறது. இந்திய அரசு 2007 ஆம் ஆண்டு திலகரின் 150வது பிறந்தநாளை நினைவுகூரும் வகையில் நாணயத்தை வெளியிட்டது. அதுமட்டுமின்றி, ஓம் ராவத் இயக்கிய லோகமான்யா: ஏக் யுக் புருஷ் திரைப்படம் ஜனவரி 2, 2015 அன்று வெளியானது.

சித்தாந்தம்

அவர் ஒரு பக்தியுள்ள இந்து. அன்றைய காலகட்டத்திலிருந்த அடக்குமுறையை எதிர்த்துப் போராட மக்களை தூண்டுவதற்கு இந்து வேதங்களைப் பயன்படுத்தினார். சுயராஜ்யத்தின் அவசியத்தை வலியுறுத்தி, சுயராஜ்யம் அல்லது சுயராஜ்யம் இல்லாமல் எந்த முன்னேற்றமும் சாத்தியமில்லை என்று நம்பினார். ஆங்கிலப் பத்திரிக்கையாளரான வாலண்டைன் சிரோல் எழுதிய ‘இந்திய அமைதியின்மை’ என்ற புத்தகத்தில் திலகரை ‘இந்திய அமைதியின் தந்தை’ என்று குறிப்பிடப்பட்டது போற்றத்தக்கது.

அரசியல் இயக்கங்களிடையே கலாச்சார மற்றும் மத மறுமலர்ச்சியின் முக்கியத்துவத்தை வலியுறுத்தினார். 1907 இல் சூரத் அமர்வில் தீவிரவாதிகள் மற்றும் மிதவாதிகள் என இந்திய தேசிய காங்கிரஸ்(INC) இரண்டு குழுக்களாக இருந்தன. தீவிரவாதிகள் திலகர் அல்லது லஜபதி ராய் ஜனாதிபதியாக இருக்க வேண்டும் என்று விரும்பினர். ஆனால் ராஸ்பிஹாரி கோஸ் தலைவராக அறிவிக்கப்பட்டபோது, தீவிரவாதிகள் வன்முறையில் இறங்கினார்கள். அதனால் சூரத் பிளவு ஏற்பட்டது. தீவிரவாதிகள் ஆங்கிலேயரின் கொடுங்கோன்மை ஆட்சியை எதிர்ப்பின் மூலம் முடிவுக்கு கொண்டு வர விரும்பினாலும், மிதவாதிகள் நிர்வாக மற்றும் அரசியலமைப்பு சீர்திருத்தங்களை நோக்கமாகக் கொண்டிருந்தனர். தீவிரவாத முகாம் லால் பால் மற்றும் பால் தலைமையிலும், மிதவாத முகாமிற்கு கோபால கிருஷ்ண கோகலேவும் தலைமை தாங்கினர்.

திலகர் சுதந்திர இயக்கத்திற்கான பங்களிப்புக்காக சுதேசி இயக்கங்களை பிரச்சாரம் செய்தார் மற்றும் வெளிநாட்டு பொருட்களை புறக்கணிக்க மக்களை ஊக்குவித்தார்.

இந்திய ஹோம் ரூல் இயக்கம்

இது ஐரிஷ் ஹோம் ரூல் இயக்கத்தின் வழியில் வந்த பிரிட்டிஷ் இந்தியாவின் ஒரு இயக்கம் ஆகும். 1916 இல் தொடங்கப்பட்ட இது, படித்த ஆங்கிலம் பேசும் மேல்தட்டு இந்தியர்களுக்காக அன்னி பெசண்ட் மற்றும் பாலகங்காதர திலகர் தலைமையில் சுதந்திர இயக்கத்திற்க்காக அமைத்ததாக நம்பப்படுகிறது. அகில இந்திய ஹோம் ரூல் லீக் ஏப்ரல் 1916 இல் பெல்காமில் திலகரால் நிறுவப்பட்டது. இது மகாராஷ்டிரா, மத்திய மாகாணங்கள், கர்நாடகா மற்றும் பெராரில் செயல்பட்டது.

லக்னோ ஒப்பந்தம் (1916): தேசியவாதப் போராட்டத்தில் இந்து-முஸ்லிம் ஒற்றுமைக்காக திலகர் தலைமையிலான INC மற்றும் முகமது அலி ஜின்னா தலைமையிலான அகில இந்திய முஸ்லிம் லீக் இடையே ஒப்பந்தம் ஏற்ப்படுத்தப்பட்டது.

அவர் கலப்புத் திருமணத்திற்கு எதிராகவும் இருந்தார்.

சுவாமி விவேகானந்தர்

சுவாமி விவேகானந்தர் 1863 ஆம் ஆண்டு ஜனவரி 12 ஆம் தேதி கல்கத்தாவில் ஒரு வசதியான பெங்காலி குடும்பத்தில் பிறந்தார். ராமகிருஷ்ண பரமஹம்சரின் தாக்கத்தால் அவரது சிஷ்யராக மாறினார். துறவியாக மாறி இந்தியா மற்றும் மேற்கு நாடு முழுவதும் பயணம் செய்தார். மேற்குலகில் இந்து தத்துவத்தை குறிப்பாக அத்வைத வேதாந்தம் மற்றும் யோக தத்துவங்களை பரப்புவதற்கு அவரது எழுத்துக்கள் மற்றும் பேச்சுக்கள் பெரும் தாக்கத்தை ஏற்ப்படுத்தின. 1886 இல், அவர் துறவற சபதங்களை முறையாக ஏற்றுக்கொண்டார். அவர் இந்தியாவில் பல மடங்களை நிறுவினார், ஹவுரா மாவட்டத்தில் உள்ள பேலூரில் உள்ள பேலூர் மடம் உட்பட. அவர் மே 1897 இல் ராமகிருஷ்ணா மிஷனை நிறுவினார்.

இவரின் தந்தை மற்றும் தாய் விஸ்வநாத் தத்தா மற்றும் புவனேஸ்வரி தேவி ஆவர். 19 ஆம் நூற்றாண்டின் பிற்பகுதியில் உலக அரங்கில் இந்து மதத்தை அறிமுகப்படுத்தி, மதங்களுக்கு இடையேயான விழிப்புணர்வை ஏற்படுத்திய பெருமைக்குரியவர். 1893 ஆம் ஆண்டு நடைபெற்ற உலக மத நல்லிணக்க முதல் நாடாளுமன்றக் கூட்டத்தில், சிகாகோவில் (அமெரிக்காவில்) இந்தியாவைப் பிரதிநிதித்துவப்படுத்தினார்.

அடிப்படைக் கோட்பாடுகள் நெறிமுறைகள்

நெறிமுறை என்பது விவேகானந்தரின் கருத்துப்படி ஒரு மனிதனை ஒரு நல்ல குடிமகனாக ஊக்குவிக்கும் நடத்தை நெறிமுறையே தவிர வேறில்லை. அவர் ஒரு புதிய நெறிமுறைக் கோட்பாட்டை எடுத்துரைத்தார். அதாவது ஆத்மாவின் உள்ளார்ந்த தூய்மை, ஒற்றுமையை மையமாகக் கொண்ட ஒரு புதிய தார்மீகக் கொள்கையை வழங்கினார். நமது உண்மையான சாராம்சம் தூய்மை,

நமது உண்மையான தெய்வீக சுயம் அல்லது ஆத்மா என்பதால் மக்களை தூய்மையாக இருக்கும்படி அறிவுறுத்துகிறார். சக மனிதர்களை நேசித்து சேவை செய்ய வேண்டும் என்றும் அவர் மக்களை வலியுறுத்தினார். ஏனென்றால், பரமாத்மா எனப்படும் பரம ஆவியில் நாம் அனைவரும் ஒன்று என்று அவர் நம்புகிறார்.

மதம்

நவீன உலகிற்கு அவர் செய்த மிக முக்கியமான பங்களிப்புகளில் ஒன்று, மதத்தை ஒரு உலகளாவிய அனுபவமாக அறிவித்தார். மதத்தின் மூலம் அனைத்து மனிதகுலத்திற்கும் பொதுவான, ஆழ்நிலை உண்மையை புரிந்துகொள்வது. ஒவ்வொரு மதமும் நம்மை நித்திய உன்னதமான - சுதந்திரம், அறிவு, மகிழ்ச்சிக்கு வழிநடத்துகிறது என்று அவர் நம்பினார். பரமாத்மாவின் ஒரு பகுதியாக ஒருவரின் ஆத்மாவை உணர்ந்து கொள்வதன் மூலம் இதைச் செய்யலாம்.

கல்வி

நம் தாய்நாட்டின் மீட்சிக்காக கல்விக்கு அதிக முக்கியத்துவம் கொடுத்தார். அவரது கருத்துப்படி, அறிவு மக்களிடையே விநியோகிக்கப்படும் விகிதத்தில் ஒரு நாடு முன்னேறுகிறது. மாணவர்களின் இயல்பான அறிவையும் ஆற்றலையும் வெளிப்படுத்தும் வகையில் நமது கல்வி முறை இருக்க வேண்டும் என்றார். கல்வி கற்றல் மாணவர்களை தன்னம்பிக்கை கொண்டவர்களாக மாற்றும் என்றும், வாழ்க்கையின் சவால்களை எதிர்கொள்ள அவர்களுக்கு உதவும் என்றும் அவர் கூறினார். மனிதனை உருவாக்கும் தன்மையை கல்வி உருவாக்கும் என அவர் ஊக்குவித்தார்.

பகுத்தறிவு

நவீன அறிவியலின் வழிமுறைகள் மற்றும் கண்டுபிடிப்புகளில் அவர் முழு உடன்பாடு கொண்டிருந்தார். ஜாதி அமைப்பை ஒழிக்கவும், அறிவியல் தொழில்மயமாக்கலை ஊக்குவிக்கவும் அவர் இந்திய மக்களை எப்போதும் வலியுறுத்தினார். இந்தியாவில் உள்ள சாதி

அமைப்பின் வளைந்து கொடுக்காத தன்மைகளை அவர் கண்டித்தார். இந்தியச் சமூகத்தில் நிலவும் சமூக, பொருளாதார ஏற்றத்தாழ்வுகள் மற்றும் மூடநம்பிக்கை சடங்குகளுக்கு எதிராகவும் அவர் பேசினார்.

தேசியவாதம்

விவேகானந்தரின் தேசியவாதம் இந்திய மக்களின் உயிர் இரத்தமான மனித நேயத்தை அடிப்படையாகக் கொண்டது. இயற்கையில் மதச்சார்பற்ற மேற்கத்தியத் தேசியவாதம் போலல்லாமல், சுவாமி விவேகானந்தரின் தேசியவாதம் இந்தியாவின் ஆன்மீகம் அறநெறியில் ஆழமாக வேரூன்றியிருந்து. அவர் தேசியவாதத்தின் தூண்களான சகோதரத்துவம், சுதந்திரம் மற்றும் சமத்துவத்திற்கான சுய ஒருங்கிணைப்பை வெளிப்படுத்தும் ஆழ்ந்த அக்கறையை வெளிப்படுத்தினார். கர்மியோக் என்பது தன்னலமற்ற சேவையின் மூலம் அரசியல், ஆன்மீக சுதந்திரத்தை அடைவதற்கான ஒரு நெறிமுறை அமைப்பு ஆகும்

இளைஞர்கள்

நமது இளைஞர்கள் மன உறுதியுடன் இருந்தால் உலகில் சாதிக்க முடியாதது எதுவுமே இருக்க முடியாது என்று நம்பினார். அவர் தனது கற்பித்தல், பாடங்கள் மற்றும் புத்தகங்கள் மூலம் நாட்டின் பல இளைஞர்களை ஊக்கப்படுத்தினார். அவரது பிறந்த நாள் ஜனவரி 12 அன்றுதான் தேசிய இளைஞர் தினமாக கொண்டாடப்படுகிறது, அன்று தொடங்கும் வாரம் தேசிய இளைஞர் வாரம் என்றும் அழைக்கப்படுகிறது. அவரது பல மேற்கோள்களில் ஒன்று, ஒரு மனிதன் ஒரு ரூபாய் இல்லாமல் வாழ்வது ஏழ்மை இல்லை, ஆனால் ஒரு மனிதன் கனவு மற்றும் லட்சியம் இல்லாமல் வாழ்வதுதான் உண்மையில் ஏழ்மை என்றும் கூற்று தெரிவித்துள்ளார்.

முக்கிய படைப்புகள்

- ✓ சுவாமி விவேகானந்தரின் கடிதங்கள்
- ✓ ஞான யோகா: அறிவின் யோகம்

- ✓ யோகா: அன்பு மற்றும் பக்தியின் யோகா
- ✓ யோகா: செயல் யோகா
- ✓ ராஜயோகம்: தியானத்தின் யோகம்

ரவீந்திரநாத் தாகூர்

குருதேவ் ரவீந்திரநாத் தாகூரின் 1861 ஆம் ஆண்டு மே 7 ஆம் நாள் கல்கத்தாவில் பிறந்தார். பெங்காலி நாட்காட்டியின்படி, தாகூர் ஜெயந்தி போஷாக் மாதத்தின் 25 வது நாளில் வருகிறது. அவர் 'குருதேவ்', 'கபிகுரு' மற்றும் 'பிஸ்வகாபி' என்றும் அழைக்கப்பட்டார். அவர் நவீன இந்தியாவின் சிறந்த படைப்பாற்றல் மிக்க கலைஞராகக் கருதப்படுகிறார். ரவீந்திரநாத் தாகூர் ஒரு பெங்காலி கவிஞர், நாவலாசிரியர் மற்றும் ஓவியர் ஆவார். அவர் மேற்க்குலகில் இந்திய கலாச்சாரத்தை அறிமுகப்படுத்துவதில் மிகவும் கவனம் செலுத்தினார். அவர் இந்தியாவில் இலக்கியம், இசையை தனித்தனியாக மறுவடிவமைத்தார். மகாத்மா காந்தியின் நல்ல நண்பரான இவர், அவருக்கு மகாத்மா என்ற பட்டத்தை வழங்கியதாக கூறப்படுகிறது. வேற்றுமையில் ஒற்றுமையே இந்தியாவின் தேசிய ஒருமைப்பாட்டிற்கு ஒரே வழி என்பதை அவர் எப்போதும் வலியுறுத்தி வந்தார். அவர் 1929 மற்றும் 1937 ஆம் ஆண்டுகளில் மதங்களுக்கான உலக பாராளுமன்றத்தில் பேசினார்.

முக்கிய படைப்பு

- ✓ சோக்கர் பாலி (1903)
- ✓ கீதாஞ்சலி (1910)
- ✓ கோரா (1910)
- ✓ தபால் அலுவலகம் (1912)
- ✓ சாதனா (1913)
- ✓ கர்அவுர் பஹார் (1916)

- ✓ திரியும் பறவைகள் (1916)
- ✓ தேசியவாதம் (1917)

பங்களிப்புகள்

தாகூர் 2000 க்கும் மேற்பட்ட பாடல்களை இயற்றியதாக கூறப்படுகிறது. மேலும் அவரது பாடல்களும் இசையும் அதன் தனித்துவமான பாடல் பாணியுடன் 'ரவீந்திர சங்கீத்' என்று அழைக்கப்படுகின்றன. வங்காள உரைநடை மற்றும் கவிதைகளை நவீனமயமாக்குவதற்கு அவர் முக்கிய காரணம் ஆவார். கீதாஞ்சலி, கரே-பைரே, கோரா, மானசி, பாலகா, சோனார் டோரி ஆகியவை அவரது குறிப்பிடத்தக்க படைப்புகளில் அடங்கும். மேலும் அவர் தனது 'ஏக்லா சலோ ரே' பாடலுக்காகவும் நினைவுகூரப்படுகிறார்.

அவர் தனது 16 வயதில் தனது முதல் கவிதைகளை 'பானுசிம்ஹா' என்ற புனைப்பெயரில் வெளியிட்டார். அவர் இந்தியா மற்றும் பங்களாதேஷ் ஆகிய இரு நாடுகளுக்கான தேசிய கீதங்களை வழங்கியது மட்டுமல்லாமல், இலங்கையின் தேசிய கீதத்தை எழுதுவதற்கும் இசையமைப்பதற்கும் ஒரு இலங்கை மாணவரை ஊக்கப்படுத்தினார். அவரது அனைத்து இலக்கிய சாதனைகளையும் தவிர, அவர் ஒரு தத்துவஞானி மற்றும் கல்வியாளர் ஆவார். அவர் 1921 இல் விஸ்வ-பாரதி பல்கலைக்கழகத்தை நிறுவினார். இது வழக்கமான கல்விக்கு சவால் விடும் ஒரு கல்விக்கூடமாக விளங்கியது. அவர் 1941 ஆகஸ்ட் 7 அன்று கல்கத்தாவில் இறந்தார்.

அவரது மேற்கோள்கள்:

- ✓ "கடலை மட்டும் நின்று பார்த்துக்கொண்டு கடலை கடக்க முடியாது."
- ✓ "குழந்தையை உங்கள் சொந்த கற்றலுக்கு மட்டுப்படுத்தாதீர்கள், ஏனென்றால் அவர்கள் வேறொரு காலத்தில் பிறந்துள்ளார்கள்."
- ✓ "என்னால் ஒரு கதவு வழியாக செல்ல முடியாவிட்டால், நான் மற்றொரு கதவு வழியாக செல்வேன் - அல்லது நான் ஒரு கதவை உருவாக்குவேன்.
- ✓ "உண்மைகள் பல, ஆனால் உண்மை ஒன்று".

இந்தியாவின் தேசிய கீதத்தை இயற்றிய இவர் நோபல் பரிசும் பெற்று இந்திய திருநாட்டிற்கு பெருமை சேர்த்தார். இந்தியாவின் தேசிய கீதம் அல்ஹய்யா பிலாவல் ராகத்தில் எழுதப்பட்டது, அந்த ராகத்தின் கிளாசிக்கல் வடிவத்தில் சிறிய மாற்றங்களுடன் இன்னும் பாடப்படுகிறது. 1911 ஆம் ஆண்டு கல்கத்தாவில் நடைபெற்ற இந்தியத் தேசிய காங்கிரஸின் மாநாட்டில், 'ஜன கண மன' வின் முதல் பதிப்பு பாடப்பட்டது. 1942 ஆம் ஆண்டு ஹாம்பர்க்கில் 'ஜன கண மன' இசைக்கப்பட்டது, ஆனால் பாடப்படவில்லை.

ஜனவரி 24, 1950 அன்று, ஜன கண மன பாடல் இந்தியாவின் தேசிய கீதமாக அறிவிக்கப்பட்டது. விதிமுறைப்படி, இந்தியாவின் தேசிய கீதத்தின் அதிகாரப்பூர்வ பதிப்பு 52 வினாடிகள் நீடிக்க வேண்டும். 1939 ஆம் ஆண்டு தாகூர் தானே நிராகரித்த தவறான கருத்தை அடிப்படையாகக் கொண்டு, 2015 ஆம் ஆண்டில், ராஜஸ்தான் ஆளுநர் 'அதிநாயக' என்ற பெயரை 'மங்கள்' என்ற வார்த்தையுடன் மாற்ற உத்தரவிட்டார்.

இந்தியாவின் தேசிய கீதத்தை சமஸ்கிருத மயமாக்கப்பட்ட வங்காள மொழியிலிருந்து நன்கு அறியப்பட்ட ஹிந்துஸ்தானி வடிவத்திற்கு இலவசமாக மொழிபெயர்ப்பதற்கு சுபாஷ் சந்திரபோஸ் அனுமதி அளித்திருந்தார். 'சுப் சுக் சங்கிலி' என்று அழைக்கப்படும் மாறுபாடு இந்திய தேசிய இராணுவத்தின் (INA) கேப்டன் அபித் அலியால் வடிவமைக்கப்பட்டது.

மாணவர்களின் ஆர்வத்தைத் தூண்டி, கற்றல் மிகவும் இயல்பானதாக மாறும் கல்வி முறையை அவர் உருவாக்கினார். அவர் பரவலாக பயணம் செய்தவர் மற்றும் 5 வெவ்வேறு கண்டங்களில் 30 நாடுகளுக்கு மேல் சென்றுள்ளார். ஆல்பர்ட் ஐன்ஸ்டீன், ரோமெய்ன் ரோலண்ட், ராபர்ட் ஃப்ரோஸ்ட், ஜி பி ஷா, தாமஸ் மான் போன்ற பல பிரபலங்களை அவர் சந்தித்தார். அவரது கதைகளும் பாடல்களும் இன்றும் பல இந்தியர்களை ஊக்கப்படுத்துகின்றன. தாகூரின் பிறந்தநாளை வங்காளிகள் ரவீந்திர ஜெயந்தி என்று எல்லா வார்த்தைகளிலும் கொண்டாடுகிறார்கள். இது பங்களாதேஷிலும் கொண்டாடப்படுகிறது.

உண்மையான சுதந்திரம்

உண்மையான சுதந்திரம் என்பது ஒரு நாட்டின் அரசியல் சுதந்திரம் என்ற எண்ணத்திற்கு அப்பாற்பட்டது என தாகூர் கூறினார்.'

அரசியல் சுதந்திரத்தைப் பெற்றவர்கள் சுதந்திரமாக இருக்க வேண்டிய அவசியமில்லை, அவர்கள் சக்தி வாய்ந்தவர்கள் என சுட்டிக்காட்டுகிறார். உண்மையான சுதந்திரம் என்பது ஒரு நபர் தன்னைத்தானே சீர்படுத்தி கொள்ளும் நிலை. உண்மையான சுதந்திரத்தின் நான்கு நிலைகளை அவர் காட்சிப்படுத்தினார். அவையே,

1. தனிமனித நிலையில் சுதந்திரத்தை உணர்ந்துகொள்வது,
2. சமூக அளவில் சுதந்திரத்தை உணர்ந்துகொள்வது,
3. சமூகத்திலிருந்து பிரபஞ்சம் வரை
4. பிரபஞ்சத்திலிருந்து முடிவிலிக்கு ஆகும்

என ஒரு நபர் வாழ்க்கையின் பொருள் மற்றும் உலகப் பார்வையில் இருந்து தன்னைத் தனிமைப்படுத்தத் தொடங்கும் போது இது சாத்தியமாகும் என விளக்குகிறார். உடைமையுள்ள தனித்துவம் என்ற கருத்து என்பது தனிமனிதன் தன்னை, சமூகத்தின் பிணைப்பிலிருந்து விடுவித்து, தன் பார்வையை விரிவுபடுத்த வேண்டும் என்பதாகும்.

தேசியவாதம்

தேசியவாதத்தின் கருத்து உண்மையான சுதந்திரத்தின் கருத்துக்கு எதிரானது என்றும் தேசியவாதத்தின் சிந்தனை ஐரோப்பாவின் நவீன அறிவியல் மற்றும் தொழில்நுட்ப முன்னேற்றத்தின் விளைவாக உருவானது. தொழில்துறை புரட்சியின் காரணமாக இந்த கண்டுபிடிப்பின் பலன்களை அதிகரிக்க பலர் ஒன்றிணைகிறார்கள். இத்தகைய இயந்திரத்தனமான தார்மீக மற்றும் சமூக விழுமியங்கள் இல்லை என்றால், இது அவர்களின் தேசியவாதத்தை இயற்கையில் ஆக்ரோஷமாக ஆக்குகிறது. தேசியவாதத்தில் ஐரோப்பிய யோசனை என்பது அரசியல் மற்றும் பொருளாதார நோக்கத்திற்காக உருவானது. இத்தகைய யோசனை மனிதகுலத்தின் பெரிய நலன்களுக்கு எதிரானது. எனவே, தேசியவாத அதிகாரம் என்பது பணத்தின் மீது தீவிரமான மற்றும் முடிவில்லாத காமமாக அவர் கூறியுள்ளார். மக்களில் ஒருவருடைய அரசியல் மற்றும் பொருளாதார பலம் அவரது சமூக நிலையை

தீர்மானிக்கிறது. அது அந்த பிராந்தியத்தின் பொருள் வளங்களை ஆராய்ந்து சுரண்ட வேண்டும் என்ற உந்துதலை ஒரு குழுவில் உருவாக்குகிறது. இத்தகைய தேசியவாத காலனித்துவம் என்பது ஏகாதிபத்தியத்தின் வடிவத்தை எடுக்கிறது. இறுதியில் இதன் பொருள் தேசியவாதம் போர், தேசியவாத ஆயுதங்கள் மற்றும் தேசியவாத வன்முறையை பிறப்பிக்கிறது. இது இறுதியில் மனிதகுலத்திற்கு பெரிதாக எதுவும் செய்யாது. தாகூர் தேசியவாதத்தின் ஐரோப்பிய யோசனைக்கு எதிரானவர், ஆனால் அவர் பிரிட்டிஷ் காலனித்துவத்திலிருந்து இந்தியாவின் சுதந்திரத்தை விடுவிப்பதில் முக்கியமாக கவனம் செலுத்திய அவரது காலத்தின் தேசியவாத சுதந்திரத்தின் பங்கு மிகவும் அதிகம்.

மகாத்மா காந்தி

மகாத்மா காந்தி, மோகன்தாஸ் கரம்சந்த் காந்தி என அறியப்படுகிறார். இவர் பிறப்பு அக்டோபர் 2, 1869, போர்பந்தரிலும், இறப்பு ஜனவரி 30, 1948, அன்று டெல்லியிலும் நிகழ்ந்தது. மகாத்மா காந்தி இந்திய வழக்கறிஞர், அரசியல்வாதி, சமூக ஆர்வலர் மற்றும் எழுத்தாளர், ஆங்கிலேயருக்கு எதிரான தேசியவாத இயக்கத்தின் தலைவரானார். எனவே, அவர் நமது இந்திய நாட்டின் தந்தை என்று கருதப்படுகிறார். அரசியல் மற்றும் சமூக முன்னேற்றத்தை அடைய அகிம்சை வழி எதிர்ப்பு அதாவது சத்தியாகிரகம் கோட்பாட்டிற்காக காந்தி சர்வதேச அளவில் மதிக்கப்படுகிறார்.

“மகாத்மாக்களின் துயரங்கள் மகாத்மாக்களுக்கு மட்டுமே தெரியும்” என்று எழுதினார். அவர் வாழ்ந்த காலத்தில் அவரது புகழ் உலகம் முழுவதும் பரவியது மற்றும் அவரது மரணத்திற்குப் பிறகு அதிகரித்தது. மகாத்மா காந்தி என்ற பெயர் இப்போது உலகில் மிகவும் அங்கீகரிக்கப்பட்ட ஒன்றாகும்.

காந்தியின் முக்கிய படைப்புகள்

- ✓ ஹிந்த் ஸ்வராஜ் -1909
- ✓ தி ஸ்டோரி ஆஃப் மை எக்ஸ்பெரிமென்ட்ஸ் வித் ட்ரூத் -1929
- ✓ ஆரோக்கியத்தின் திறவுகோல் -1948
- ✓ யங் இந்தியா ஆங்கில வார இதழ் 1919-1932ல் பம்பாயிலிருந்து வெளியிடப்பட்டது.

ஸ்வராஜ்

ஸ்வராஜ் அல்லது சுய ஆட்சி என்பது ஒரு நடத்தை முறை. இது தனிநபர்களுக்கு அவர்களின் கடமையின் பாதையை சுட்டிக்காட்டுகிறது. ஆசைகள் மீதான கட்டுப்பாட்டின் பாதை, மனித மனம் மற்றும் உணர்ச்சிகளின் மீது தேர்ச்சி ஆகியவற்றை விளக்குகிறது. இது ஒரு தனிப்பட்ட தார்மீக வாழ்வின் உயர்வை மறைமுகமாக மட்டுப்படுத்துவதைக் குறிக்கிறது. மகிழ்ச்சியை பெரும்பாலும் ஒரு மனநிலையாகப் பார்க்கிறது. இந்த நிலையை அடைய ஸ்வராஜ் ஒரு எளிமையான வாழ்க்கை வாழ வேண்டும் என்றும் செல்வம், அதிகார பேராசை கூடாது என்றும் கூறுகிறது. காந்தி ஏன் ஜட வாழ்வின் நாட்டங்களுக்கு எதிரானவர்? என்றால், காந்திக்கு உயர்ந்த சிந்தனை என்பது பொருள். அடிப்படையில், தனிநபர் விவசாயத் தொழிலாளிகளைப் பின்பற்றி, சுதந்திரமாக வாழும் ஒரு உலகத்தை உருவாக்க அவர் விரும்பினார். ஸ்வராஜ் பின்வரும் வழிகளில் வரையறுக்கப்பட்டது;

- ✓ தேசிய சுதந்திரம்;
- ✓ தனிநபரின் அரசியல் சுதந்திரம்
- ✓ தனிநபரின் பொருளாதார சுதந்திரம் மற்றும்
- ✓ தனிநபரின் ஆன்மீக சுதந்திரம் அல்லது சுயராஜ்யம்.

உண்மையான ஸ்வராஜ்ஜியம், ஒரு சிலர் அதிகாரத்தைப் பெறுவதன் மூலம் அல்ல, ஆனால் அதிகாரத்தை துஷ்பிரயோகம் செய்யும் போது எதிர்க்கும் திறனை அனைவரும் பெறுவதன் மூலம் வரும் என்று அவர் உணர்ந்தார். அதிகாரத்தை ஒழுங்குபடுத்தும் மற்றும் கட்டுப்படுத்தும் திறனைப் பற்றிய உணர்வை மக்களுக்குக் கற்பிப்பதன் மூலம் சுயராஜ்ஜியத்தை அடைய வேண்டும். தனிமனிதனின் பொருளாதார சுதந்திரம் சுயராஜ்ஜியத்தின் மூன்றாவது பரிமாணம் ஆகும். பொருளாதார ஸ்வராஜ்ஜியம் சமூக நீதிக்காக நிற்கிறது. அது பலவீனமானவர்கள் உட்பட அனைவரின் நன்மையையும் சமமாக ஊக்குவிக்கிறது மற்றும் கண்ணியமான வாழ்க்கைக்கு இன்றியமையாதது. காந்திஜியைப் பொறுத்தவரை, இந்தியாவின் பொருளாதார எதிர்காலம் சர்க்கா மற்றும் காதி அதாவது ஹோம்ஸ்பன் பருத்தி ஜவுளி ஆகியவற்றில் உள்ளது.

கிராமப்புற நாகரிகம், "சர்க்கா இல்லாமல் சாத்தியமற்றது, அதாவது கிராம கைவினைகளின் மறுமலர்ச்சி" என்று வாதிட்டார்.

காந்தியின் பஞ்சாயத்து மாதிரி

இந்த அமைப்பு காந்தியால் பரவலாக்கப்பட்ட அதிகாரத்திற்காக உருவாக்கப்பட்டது. தனிநபர் வளர்ச்சியின் அலகாக இருக்கும் கீழ்-மேல் அமைப்பை அவர் பயன்படுத்தினார். எனவே காந்தி ஒரு பொது அமைப்பிற்கு அதிகாரம் வழங்கப்படும் அரசியலை முழுவதுமாக மறுகட்டமைக்கக் செயல்பட்டார். இந்த பொதுக்குழு கிராமசபை முதல் பாராளுமன்றம் வரை, சட்டமன்றத்தின் வெவ்வேறு அடுக்குகளில் இருக்கும். ஒவ்வொரு பஞ்சாயத்திலும் கிராமத்தைச் சேர்ந்த ஐந்து ஆண்கள் அல்லது பெண்கள் அல்லது கிராமத்தின் வளர்ச்சிக்கு அர்ப்பணிப்புள்ள நபர்கள் இருக்க வேண்டும். அத்தகைய இரண்டு உடனடி பஞ்சாயத்துகள் அவற்றிலிருந்து தேர்ந்தெடுக்கப்பட்ட ஒரு தலைவரின் கீழ் செயல்படும் கட்சியை உருவாக்க வேண்டும் என்ற மாதிரியை முன்வைத்தார். அத்தகைய நூறு பஞ்சாயத்துகளின் குழுவிலிருந்து தரமான தலைவர்கள் தேர்ந்தெடுக்கப்பட வேண்டும். இதேபோன்ற முறையில், முதல் தர தலைவர்களின் பணியை மேற்பார்வையிடும் இரண்டாம் தரத் தலைவர்கள் தேர்ந்தெடுக்கப்பட வேண்டும். அனைத்து இரண்டாம் தரத் தலைவர்களும் இந்தியா முழுமைக்கும் கூட்டாகவும், அந்தந்தப் பகுதிகளுக்காகவும் பணியாற்ற வேண்டும். இரண்டாம் தரத் தலைவர்கள் தங்களுக்குத் தேவை என்று கருதும் போதெல்லாம், அனைத்து குழுக்களையும் ஒழுங்குபடுத்தும் மற்றும் கட்டளையிடும் ஒரு தலைவரைத் தேர்ந்தெடுக்க வேண்டும். சமகால பாராளுமன்றமும் தற்போதுள்ள அரசியல் அமைப்பும் அரசியல் மறுசீரமைப்பை நோக்கிய மாற்றத்தை எளிதாக்குவதற்காகவே இருகிறது.

இங்கிலாந்தில்

காந்தி தனது படிப்பை தீவிரமாக மேற்கொண்டார். மேலும் லண்டன் பல்கலைக்கழக மெட்ரிகுலேஷன் தேர்வின் தனது ஆங்கிலம் மற்றும் லத்தீன் மொழி அறிவை மேம்படுத்த முயன்றார். ஆனால், அவர் இங்கிலாந்தில் கழித்த மூன்று ஆண்டுகளில், அவரது முக்கிய கூர்நோக்கு கல்வி லட்சியங்களைக் காட்டிலும் தனிப்பட்ட, தார்மீக

பிரச்சினைகளில் இருந்தது. ராஜ்கோட்டில், கிராமப்புற சூழ்நிலையிலிருந்து லண்டனின் காஸ்மோபாலிட்டன் வாழ்க்கைக்கு மாறுவது அவருக்கு எளிதானது அல்ல. மேற்கத்திய உணவு, உடை, ஆசாரம் ஆகியவற்றுக்கு ஏற்ப தன்னை மாற்றிக் கொள்ள அவர் வேதனையுடன் போராடியபோது, சங்கடமாக உணர்ந்தார். அவரது சைவ உணவு அவருக்குத் தொடர்ந்து சங்கடத்தை ஏற்படுத்தியது.

அது அவரது படிப்பையும், உடல்நிலையையும் கெடுக்கும் என்று அவரது நண்பர்கள் எச்சரித்தனர். சைவ சமயத்திற்காக அவர் வளர்த்தெடுத்த மிஷனரி ஆர்வம், பரிதாபமாக கூச்ச சுபாவமுள்ள ஒரு இளைஞரை லண்டன் சைவ சங்கத்தின் நிர்வாகக் குழுவில் உறுப்பினராக்கியது. அதன் மாநாடுகளில் கலந்து கொண்டார் மற்றும் அதன் பத்திரிகைக்கு கட்டுரைகளை வழங்கினார். இங்கிலாந்தின் போர்டிங்ஹவுஸ் என்று அழைக்கப்படும் சைவ உணவகங்களில், காந்தி உணவு விரும்பிகளை மட்டுமல்ல, ஆர்வமுள்ள சில ஆண்களையும் பெண்களையும் சந்தித்தார். அவர்களுக்கு பைபிளையும், அதைவிட முக்கியமாக பகவத்கீதையையும் அவர் ஆங்கில மொழிபெயர்ப்பில் முதன்முறையாகப் படித்து காட்டினார். பகவத்கீதை என்பது மகாபாரதத்தின் பெரும் காவியத்தின் ஒரு பகுதியாகும், மேலும் ஒரு தத்துவ கவிதை வடிவில், இந்து மதத்தின் மிகவும் பிரபலமான வெளிப்பாடாகும் என்று எடுத்துரைத்தார்.

ஆங்கிலேய சைவ உணவு உண்பவர்களில். ஜார்ஜ் பெர்னார்ட் ஷா போன்ற ஃபேபியன்கள், அன்னி பெசண்ட் போன்ற தியோசோபிஸ்டுகள் போன்றோர்களும் அடங்குவர். அவர்களில் பெரும்பாலோர் இலட்சியவாதிகளாக இருந்தனர். பிற்பகுதியில் விக்டோரியா ஸ்தாபனத்தின் நடைமுறையில் இருந்த விழுமியங்களை நிராகரித்து, முதலாளித்துவ மற்றும் தொழில்துறை சமூகத்தின் தீமைகளைக் கண்டித்து, எளிய வாழ்க்கையின் வழிபாட்டைப் பிரசங்கித்து, பொருள் மதிப்புகளை விட ஒழுக்கத்தின் மேன்மையையும், மோதலுக்கு எதிரான ஒத்துழைப்பையும் வலியுறுத்திய கிளர்ச்சியாளர்கள் சிலரும் இருந்தனர். இவர்கள் காந்தியின் ஆளுமையை வடிவமைப்பதற்கும், இறுதியில் அவரது அரசியலுக்கும் பெரும் பங்களிப்பாக இருந்தனர்.

ஜூலை 1891 இல் காந்தி இந்தியா திரும்பியபோது அவருக்கு வேதனையான ஆச்சரியங்கள் காத்திருந்தன. அவர் இல்லாத

நேரத்தில் அவரது தாயார் இறந்துவிட்டார், மேலும் பாரிஸ்டர் பட்டம் இலாபகரமான வாழ்க்கைக்கு உத்தரவாதம் இல்லை என்பதை அவர் கண்டுபிடித்தார். வக்கீல் தொழில் ஏற்கனவே நிரம்பி வழியத் தொடங்கியது, காந்தி அதற்குள் முழக்கமிட முடியாத அளவுக்கு மிகவும் சிரமப்பட்டார். அவர் பம்பாயில் நீதிமன்றத்தில் சேர்ந்தார். பின்னர் பம்பாய் உயர்நிலைப் பள்ளியில் பகுதிநேர ஆசிரியராகப் பணிபுரிவதற்காகக்கூட நிராகரிக்கப்பட்ட அவர், வழக்கறிஞர்களுக்கான மனுக்களை வரைவதன் மூலம் சுமாரான வாழ்க்கையை நடத்துவதற்காக ராஜ்கோட்டிற்குத் திரும்பினார். உள்ளூர் பிரிட்டிஷ் அதிகாரியின் அதிருப்திக்கு ஆளானதால் அந்த வேலை கூட அவருக்கு பறிபோனது. எனவே, 1893 ஆம் ஆண்டில் தென்னாப்பிரிக்காவின் “நடால்” என்ற இடத்தில் உள்ள ஒரு இந்திய நிறுவனத்திடமிருந்து ஒரு வருட ஒப்பந்தத்தின் மூலம் ஒரு வேலையை அவர் ஏற்றுக்கொண்டார்.

தென்னாப்பிரிக்காவில்

காந்திக்கு அவர் கருத்திற்கொள்ள முடியாத சவால்களையும் வாய்ப்புகளையும் ஆப்பிரிக்கா முன்வைத்தது. இறுதியில் அவர் இரண்டு தசாப்தங்களுக்கும் மேலாக அங்கேயே கழித்தார். 1896-97 இல் குறுகிய காலத்திலேயே இந்தியா திரும்பினார். தென்னாப்பிரிக்க சூழ்நிலை, அரசியல் மற்றும் சமூக ஆர்வலராக அவரை வெளிப்படுத்தியது. தென்னாப்பிரிக்காவில் நடைமுறையில் இருந்த இனப் பாகுபாட்டை காந்தி விரைவில் வெளிப்படுத்தினார். டர்பன் நீதிமன்றத்தில் அவர் தனது தலைப்பாகையைக் கழற்றுமாறு ஐரோப்பிய மாஜிஸ்திரேட்டால் கேட்கப்பட்டார், ஆனால் அவர் மறுத்து நீதிமன்றத்தை விட்டு வெளியேறினார். சில நாட்களுக்குப் பிறகு, பிரிட்டோரியாவுக்குப் பயணித்தபோது, அவர் முதல் வகுப்பு ரயில் பெட்டியிலிருந்து எதிர்பாராத விதமாகத் தூக்கி எறியப்பட்டார். அந்த பயணத்தின் அடுத்த போக்கில், அவர் ஒரு ஐரோப்பிய பயணிக்கு இடமளிக்க ரயிலில் ஸ்டேஜ்கோச்சின் வெள்ளை ஓட்டுனரால் தாக்கப்பட்டார், இறுதியாக அவர் “ஐரோப்பியர்களுக்கு மட்டும்” ஒதுக்கப்பட்ட ஹோட்டல்களில் இருந்தும் தடை செய்யப்பட்டார்.

இந்த அவமானங்கள் அனைத்தும் நேட்டோலில் வாழ்ந்துவரும் இந்திய வர்த்தகர்கள் மற்றும் தொழிலாளர்களின் அன்றாடப்

பகுதியில் நடக்கும் ஒரு பெரும் நிகழ்வாகும். அவர் இதுவரை சுய உறுதிப்பாடு அல்லது ஆக்கிரமிப்பு ஆகியவற்றில் குறிப்பிடத்தக்கவராக இல்லை. ஆனால் அவர் மீது சுமத்தப்பட்ட அவமானங்களின் கீழ் அவர் புத்திசாலித்தனமாக இருந்தபோது அவருக்கு பல பிரச்சினைகள் மேலோங்கியது. பின்னோக்கிப் பார்க்கையில், டர்பனிலிருந்து பிரிட்டோரியாவிற்குப் பயணம் அவரது வாழ்க்கையின் மிகவும் ஆக்கப்பூர்வமான அனுபவங்களில் ஒன்றாக அவருக்கு அமைந்தது. இனிமேல் அவர் தென்னாப்பிரிக்காவில் இயற்கையான அல்லது இயற்கைக்கு மாறான ஒழுங்கின் ஒரு பகுதியாக அநீதியை ஏற்கமாட்டார். அவர் ஒரு இந்தியராகவும், ஒரு மனிதராகவும் தனது கண்ணியத்தைப் பாதுகாப்பார்.

பிரிட்டோரியாவில் இருந்தபோது, காந்தி தென்னாப்பிரிக்காவில் தனது சக தெற்காசியர்கள் வாழ்ந்த நிலைமைகளைப் படித்தார் மற்றும் அவர்களின் உரிமைகள் மற்றும் கடமைகளைப் பற்றி அவர்களுக்குக் கற்பிக்க முயன்றார். ஆனால் அவருக்கு தென்னாப்பிரிக்காவில் தங்கும் எண்ணம் இல்லை. உண்மையில், ஜூன் 1894 இல், அவரது ஆண்டு ஒப்பந்தம் முடிவடையும் போது, அவர் மீண்டும் டர்பனில் இருந்தார், இந்தியாவுக்கு பயணம் செய்யத் தயாராக இருந்தார். அவருக்கு மரியாதை செலுத்தும் ஒரு பிரியாவிடை விருந்தில், நடால் சட்டமன்றம் இந்தியர்களின் வாக்குரிமையைப் பறிக்கும் மசோதாவைப் பரிசீலித்து வருவதாக அறிந்தார். "இது எங்கள் சவப்பெட்டியில் அடிக்கப்பட்ட முதல் ஆணி" என்று காந்தி தனது புரவலர்களிடம் கூறினார். அவர்கள் மசோதாவை எதிர்க்க இயலாமையையும், காலனி அரசியலைப் பற்றிய அவர்களின் அறியாமையையும் வெளிப்படுத்தினார். மேலும் அவர்கள் சார்பாக போராட்டத்தில் ஈடுபடுமாறு காந்தியிடம் கெஞ்சினார்கள்.

18 வயது வரை, காந்தி செய்தித்தாளைப் படித்ததில்லை. இங்கிலாந்தில் ஒரு மாணவராகவோ அல்லது இந்தியாவில் வளரும் பாரிஸ்டராகவோ அவர் அரசியலில் அதிக ஆர்வம் காட்டவில்லை. உண்மையில், ஒரு சமூகக் கூட்டத்தில் ஒரு உரையைப் படிக்க அல்லது நீதிமன்றத்தில் ஒரு வாடிக்கையாளரைப் பாதுகாக்க அவர் எழுந்து நிற்கும் போதெல்லாம் அவர் ஒரு பயங்கரமான மேடை பயத்தால் சமாளிக்கப்பட்டார். ஆயினும்கூட, ஜூலை 1894 இல், அவருக்கு 25 வயதாக இருந்தபோது, அவர் ஒரு திறமையான

அரசியல் பிரச்சாரகராகக் கிட்டத்தட்ட ஒரே இரவில் மலர்ந்தார். அவர் நடால் சட்டமன்றத்திற்கும் பிரிட்டிஷ் அரசாங்கத்திற்கும் வரைவு மனுக்களை தயாரித்து நூற்றுக்கணக்கான தோழர்களோடு கையெழுத்திட்டார். அவரால் மசோதா நிறைவேறுவதை தடுக்க முடியவில்லை, ஆனால் நடால், இந்தியா மற்றும் இங்கிலாந்தில் உள்ள பொதுமக்கள், பத்திரிகைகளின் கவனத்தை நடால் இந்தியர்களின் குறைகளை ஈர்ப்பதில் வெற்றி பெற்றார்.

டர்பனில் வக்கீல் பயிற்சி செய்யவும், இந்திய சமூகத்தை ஒழுங்கமைக்கவும் அவர் செயல்பட்டார். 1894 இல் அவர் நடால் இந்தியக் காங்கிரஸை நிறுவினார், அதில் அவரே சளைக்க முடியாத செயலாளராக ஆனார். அந்த பொதுவான அரசியல் அமைப்பின் மூலம், அவர் பன்முகத்தன்மை கொண்ட இந்தியச் சமூகத்தில் ஒற்றுமை உணர்வை ஊட்டினார். அவர் அரசாங்கம், சட்டமன்றம் பற்றி பத்திரிகைகளில் இந்திய குறைகளை நெருக்கமான நியாயமான அறிக்கைகளாக எழுதினார். தி டைம்ஸ் ஆஃப் லண்டன் மற்றும் தி ஸ்டேட்ஸ்மேன் போன்ற முக்கியமான செய்தித்தாள்கள், இந்தியர்களின் குறைகள் குறித்து தலையங்கமாக கருத்து தெரிவித்தது அவரது வெற்றியின் அளவுகோலாகும்.

1896 இல் காந்தி முக்கிய தலைவர்களைச் சந்தித்து, நாட்டின் முக்கிய நகரங்களில் பொதுக் கூட்டங்களில் உரையாற்றும்படி அவர்களை வற்புறுத்தினார். ஜனவரி 1897 இல் டர்பனில் தரையிறங்கியபோது, அவர் ஒரு வெள்ளைக் கும்பலால் கிட்டத்தட்ட அடித்துத் தாக்கப்பட்டார். பிரிட்டிஷ் அமைச்சரவையில் காலனித்துவ செயலாளராக இருந்த ஜோசப் சேம்பர்லைன், குற்றவாளிகளை சட்டத்தின் முன் நிறுத்த நடால் அரசாங்கத்தை அணுகினார். ஆனால் காந்தி அவரைத் தாக்கியவர்கள் மீது வழக்குத் தொடர மறுத்துவிட்டார். தனிப்பட்ட தவறுக்கு நீதிமன்றத்தில் பரிகாரம் தேடக் கூடாது என்பது தம்மிடம் உள்ள கொள்கை என்று அவர் கூறினார்.

மத தேடல்

காந்தியின் மதத் தேடலானது அவரது குழந்தைப் பருவத்திலிருந்தே தொடங்கியது. ஆனால் அவர் தென்னாப்பிரிக்காவிற்கு வந்த பிறகு அது பெரும் உத்வேகத்தைப் பெற்றது. பிரிட்டோரியாவில் உள்ள

அவரது குவாக்கர் நண்பர்கள் அவரை கிறிஸ்தவ மதத்திற்கு மாற்றத் தவறிவிட்டனர், ஆனால் அவர்கள் மதப் படிப்புக்கான அவரது பசியை விரைவுபடுத்தினர். லியோ டால்ஸ்டாயின் கிறித்துவம் பற்றிய எழுத்துக்களால் கவரப்பட்டார், குரானை மொழிபெயர்ப்பில் படித்தார், மேலும் இந்து மத நூல்களின் தத்துவங்களில் ஆழ்ந்தார். சமயத்தை ஒப்பிட்டுப் பார்த்தல், அறிஞர்களுடனான பேச்சுக்கள் மற்றும் இறையியல் படைப்புகளை அவர் சொந்தமாகப் படித்தல் ஆகியவை எல்லா மதங்களும் உண்மையானவை, இன்னும் அவை ஒவ்வொன்றும் அபூர்வமானவை என்ற முடிவுக்கு அவரைக் கொண்டு வந்தன.

ஸ்ரீமத் ராஜ்சந்திரா, ஒரு சிறந்த இளம் ஜெயின் தத்துவஞானி, காந்தியின் ஆன்மீக வழிகாட்டியாக மாறினார். அவர் பிறந்த மதமான இந்து மதத்தின் நுணுக்கத்தையும் ஆழத்தையும் அவர் காந்திக்கு புகட்டினார். காந்தி முதன் முதலில் லண்டனில் படித்த பகவத்கீதையே அவரது “ஆன்மீக அகராதி” ஆனது மற்றும் அவரது வாழ்க்கையில் மிகப்பெரிய தாக்கத்தை ஏற்படுத்தியது. கீதையில் உள்ள இரண்டு சமஸ்கிருத வார்த்தைகள் அவரை மிகவும் கவர்ந்தன. ஒன்று அபரிகிரஹா அதாவது உடைமையற்றது, இது பணம் மற்றும் சொத்துக்களின் பிணைப்புகளை விடுதல் என்பதைக் குறிக்கிறது. மற்றொன்று சமபாவா அதாவது சமத்துவம், இது மக்கள் வலி, இன்பம், வெற்றி அல்லது தோல்வி ஆகியவற்றால் குழப்பமடையாமல் இருக்கவும், வெற்றியின் நம்பிக்கை அல்லது தோல்வியின் பயம் இல்லாமல் செயல்படவும் மக்களை அறிவுறுத்துகிறது.

1893 இல் காந்தியின் தென்னாப்பிரிக்க சிவில் வழக்கில், அவர் எதிரிகளை நீதிமன்றத்திற்கு வெளியே தங்கள் கருத்து வேறுபாடுகளைத் தீர்த்துக் கொள்ளும்படி வற்புறுத்தினார். அவர் விரைவில் தனது வாடிக்கையாளர்களை தனது சேவைகளை வாங்குபவர்களாகக் கருதாமல் நண்பர்களாக கருதினார். சட்டச் சிக்கல்கள் மட்டுமின்றி, குழந்தை வளர்ப்பு அல்லது குடும்ப வரவு செலவுத் திட்டத்தை சமநிலைப்படுத்துவது போன்ற விஷயங்களிலும் அவரிடம் ஆலோசனை நடத்தினர். ஞாயிற்றுக்கிழமைகளில் கூட வாடிக்கையாளர்கள் வருவார்கள் என்று ஒரு கூட்டாளி எதிர்ப்பு தெரிவித்தபோது அதற்கு, துக்கத்தில் இருக்கும் ஒரு மனிதன் ஞாயிற்றுக்கிழமை ஓய்வெடுக்க முடியாது என்று கூறினார்.

காந்தியின் சட்டப்பூர்வ வருமானம் ஆண்டுக்கு 5,000 பவுண்டுகள் என்ற உச்சநிலையை எட்டியது. ஆனால் அவருக்குப் பணம் சம்பாதிப்பதில் அதிக ஆர்வம் இல்லை, மேலும் அவரது பொது நடவடிக்கைகளில் அவரது சேமிப்புகள் பெரும்பாலும் செலவாகின. 1904 இல் - ஜான் ரஸ்கின் அவர்களின் "அன்டு திஸ் லாஸ்ட்" புத்தகத்தில் முதலாளித்துவத்தின் விமர்சனத்தை படித்த பிறகு, அவர் டர்பனுக்கு அருகிலுள்ள பீனிக்ஸ் என்ற இடத்தில் ஒரு குழுவை அமைத்தார். தென்னாப்பிரிக்கா காந்தியை அரசியல் நடவடிக்கைக்கான ஒரு புதுமையான நுட்பத்தை உருவாக்கத் தூண்டியது மட்டுமல்லாமல், பெரும்பாலான மக்களை அஹிம்சைவாதிகளாக மாற்றியது, அவரை மனிதர் குல தலைவராக மாற்றியது.

இந்தியாவுக்குத் திரும்புதல்

1914 ஆம் ஆண்டு கோடையில் தென்னாப்பிரிக்காவை விட்டு வெளியேற காந்தி முடிவு செய்தார். முதல் உலகப் போர் வெடிப்பதற்கு சற்று முன்பு, அவரும் அவரது குடும்பத்தினரும் முதலில் லண்டனுக்குச் சென்றனர், அங்கு அவர்கள் பல மாதங்கள் இருந்தனர். இறுதியாக, அவர்கள் டிசம்பரில் இங்கிலாந்திலிருந்து புறப்பட்டு, ஜனவரி 1915 தொடக்கத்தில் பம்பாய்க்கு வந்தனர். பிரிட்டிஷ் அதிகாரிகளை எந்த ஒரு உயர்ந்த செயல்களுக்காக விமர்சிப்பதிலிருந்தும் அல்லது பீகார் மற்றும் குஜராத்தில் நீண்டகாலமாக துன்பப்படும் விவசாயிகளின் குறைகளை எடுத்துக் கூறுவதிலிருந்தும் அவர் தயங்கவில்லை.

எவ்வாறாயினும், பிப்ரவரி 1919 வாக்கில், பிரிட்டிஷ் கடுமையான இந்திய எதிர்ப்பின் பக்கம் ரௌலட் சட்டங்களை வலியுறுத்தியது. இது தேசத்துரோக குற்றம் சாட்டப்பட்டவர்களை விசாரணையின்றி சிறையில் அடைக்க அதிகாரிகளுக்கு அதிகாரம் அளித்தது. ஆத்திரமடைந்த காந்தி இறுதியாக ஆங்கிலேய அரசிடம் இருந்து பிரிவு உணர்வை வெளிப்படுத்தி சத்தியாகிரகப் போராட்டத்தை அறிவித்தார். இதன் விளைவாக 1919 வசந்த காலத்தில் துணைக் கண்டத்தை உலுக்கியது ஒரு மெய்நிகர் அரசியல் பூகம்பம். அதைத் தொடர்ந்து வன்முறை வெடிப்புகள் குறிப்பாக அமிர்தசரஸ் படுகொலை, இது பிரிட்டிஷ் தலைமையிலான 400 இந்தியர்களை கொன்றது.

1920 இலையுதிர்காலத்தில், காந்தி அரசியல் மேடையில் ஆதிக்கம் செலுத்தும் நபராக இருந்தார். இந்தியாவிலோ அல்லது வேறு எந்த நாட்டிலோ இதுவரை எந்த அரசியல் தலைவரும் அடையாத செல்வாக்கைக் அடைந்தார். அவர் 35 ஆண்டுக்கால இந்திய தேசிய காங்கிரஸை இந்திய தேசியவாதத்தின் ஒரு பயனுள்ள அரசியல் கருவியாக மறுவடிவமைத்தார். இந்தியர்களின் குறைபாடுகள் தங்கள் நாட்டை அடிமைத்தனத்தில் வைத்திருந்தன. எனவே அவரது திட்டமான, பிரிட்டிஷ் அரசாங்கத்திற்கு எதிரான வன்முறையற்ற ஒத்துழையாமை இயக்கம், பிரிட்டிஷ் உற்பத்தியாளர்களை மட்டும் புறக்கணிப்பதை உள்ளடக்கியது. ஆனால் இந்தியாவில் ஆங்கிலேயர்களால் இயக்கப்படும் அல்லது உதவும் நிறுவனங்களான சட்டமன்றங்கள், நீதிமன்றங்கள், அலுவலகங்கள், பள்ளிகள் போன்றவைகள் நாட்டையே ஆங்கிலேயர் வசமாக்கியது. இது அந்நிய ஆட்சியின் பயத்தின் மந்திரத்தை உடைத்தது. மேலும் சட்டங்களை மீறி மகிழ்ச்சியுடன் சிறைக்கு வரிசையாக நின்ற ஆயிரக்கணக்கான சத்தியாகிரகிகளைக் கைது செய்ய வழிவகுத்தது.

பிப்ரவரி 1922 இல், இந்த இயக்கம் எழுச்சி அலையின் உச்சத்தில் இருப்பதாகத் தோன்றியது. ஆனால், கிழக்கு இந்தியாவின் தொலைதூர கிராமமான சௌரி சௌராவில் வன்முறை வெடித்ததால் பீதியடைந்த காந்தி, வெகுஜன ஒத்துழையாமையை கைவிட முடிவு செய்தார். காந்தியே மார்ச் 10, 1922 இல் கைது செய்யப்பட்டு, தேசத்துரோக குற்றத்திற்காக விசாரணை செய்யப்பட்டு, ஆறு ஆண்டுகள் சிறைத்தண்டனையும் பெற்றார். அவர் பிப்ரவரி 1924 இல் குடல் அழற்சிக்கான அறுவை சிகிச்சைக்குப் பிறகு விடுவிக்கப்பட்டார். அவர் இல்லாததால் அரசியல் களம் மாறிவிட்டது. காங்கிரஸ் கட்சி இரண்டு பிரிவுகளாகப் பிரிந்தது, ஒன்று சித்த ரஞ்சன் தாஸ் மற்றும் மோதிலால் நேரு ஆகியோர் காங்கிரஸ்கட்சி சட்டமன்றங்களில் நுழைவதை ஆதரித்தனர். மற்றொன்று ராஜகோபாலாச்சாரி மற்றும் வல்லபாய் படேல் ஆகியோரின் அணியாகும்.

எல்லாவற்றிற்கும் மேலாக, 1920-22 ஒத்துழையாமை இயக்கத்தின் உச்சக்கட்டத்தில் இந்துக்களுக்கும் முஸ்லிம்களுக்கும் இடையிலான ஒற்றுமை கலைக்கப்பட்டது. காந்தி போராடும் சமூகங்களை, அவர்களின் சந்தேகம் மற்றும் வெறித்தனத்திலிருந்து

பகுத்தறிவு மற்றும் வற்புறுத்தலின் மூலம் வெளியேற்ற முயன்றார். இறுதியாக, கடுமையான வகுப்புவாத அமைதியின்மை வெடித்த பிறகு, அவர் 1924ல் மூன்று வார உண்ணாவிரதத்தை மேற்கொண்டார். டிசம்பர் 1924 இல் அவர் காங்கிரஸ் கட்சியின் தலைவராக நியமிக்கப்பட்டு ஒரு வருடம் பணியாற்றினார்.

1920 களின் நடுப்பகுதியில் காந்தி தீவிர அரசியலில் ஆர்வம் காட்டவில்லை, மேலும் அவர் ஒரு செலவழிக்கப்பட்ட சக்தியாகக் கருதப்பட்டார். இருப்பினும், 1927 ஆம் ஆண்டில், ஆங்கிலேய வழக்கறிஞர் மற்றும் அரசியல்வாதியான சர் ஜான் சைமனின் கீழ் ஒரு அரசியலமைப்பு சீர்திருத்தக் குழுவை பிரிட்டிஷ் அரசாங்கம் நியமித்தது, அதில் ஒரு இந்தியரும் இல்லை. காங்கிரஸ் மற்றும் பிற கட்சிகள் கமிஷனை புறக்கணித்ததால், அரசியல் வேகம் உயர்ந்தது. 1928 டிசம்பரில் கல்கத்தாவில் நடந்த காங்கிரஸ் மாநாட்டில் காந்தி ஒரு வருடத்திற்குள் பிரிட்டிஷ் அரசாங்கத்திடம் ஆதிக்க அந்தஸ்து கோரும் முக்கியமான தீர்மானத்தை முன்வைத்தார்.

காந்தி மீண்டும் காங்கிரஸ் கட்சியின் முன்னணிக் குரலாகத் திரும்பினார். 1930 ஆம் ஆண்டு மார்ச் மாதம் அவர் உப்பு அணிவகுப்பு என்ற சத்தியாகிரகத்தைத் தொடங்கினார். இது பிரிட்டிஷாரால் உப்பு மீது விதிக்கப்பட்ட வரிக்கு எதிராக, சமூகத்தின் ஏழைப் மக்களை பாதுகாக்கும் பொருட்டு தொடங்கப்பட்ட செயல்பாடாகும். பிரிட்டிஷ் ராஜ்ஜியத்திற்கு எதிரான காந்தியின் அகிம்சைப் போரில் மிகவும் வெற்றிகரமான பிரச்சாரங்களில் ஒன்றான, இதன் விளைவாக 60,000 க்கும் மேற்பட்ட மக்கள் சிறையில் அடைக்கப்பட்டனர். ஒரு வருடம் கழித்து, வைஸ்ராய், லார்ட் இர்வின் உடன் நடந்த பேச்சுக்களுக்குப் பிறகு, காந்தி-இர்வின் ஒப்பந்தம் கையெழுத்தானது. பின்னர் சிவில் ஒத்துழையாமையை நிறுத்தி லண்டனில் நடந்த வட்ட மேசை மாநாட்டில் காந்தி பங்கேற்க ஒப்புக்கொண்டார்.

ஆங்கிலேயர்களிடம் இருந்து அதிகாரத்தை மாற்றுவதை விட இந்தியச் சிறுபான்மையினரின் பிரச்சனையை மையமாக வைத்து நடத்தப்பட்ட மாநாடு இந்தியத் தேசியவாதிகளுக்கு பெரும் ஏமாற்றத்தை அளித்தது. மேலும், 1931 டிசம்பரில் காந்தி இந்தியாவுக்குத் திரும்பியபோது, தேசியவாத இயக்க வரலாற்றில் மிகக் கடுமையான அடக்குமுறையைக் கட்டவிழ்த்துவிட்ட

வைஸ்ராய், லார்ட் வில்லிங்டன், லார்ட் இர்வினின் ஆகியோரின் அனைத்துத் தாக்குதலையும் தனது கட்சி எதிர்கொண்டதைக் கண்டார். காந்தி மீண்டும் சிறையில் அடைக்கப்பட்டார். மேலும் அரசாங்கம் அவரை வெளி உலகத்திலிருந்து தனிமைப்படுத்தவும் அவரது செல்வாக்கை அழிக்கவும் முயன்றது. ஆனால் அது எளிதான காரியமாக இருக்கவில்லை.

செப்டம்பர் 1932 இல், கைதியாக இருந்தபோதே, தீண்டத்தகாதவர்களுக்காக பிரித்தானிய அரசாங்கத்தின் முடிவுக்கு எதிர்ப்புத் தெரிவிக்க அவர் உண்ணாவிரதத்தைத் தொடங்கினார். புதிய அரசியலமைப்பில் அவர்களுக்கு தனித் தொகுதிகளை ஒதுக்குவதன் மூலம், பிரிவினையை ஏற்படுத்தும் என்பதற்கான உண்ணாவிரதம் நாட்டில் ஒரு உணர்ச்சிகரமான எழுச்சியை உருவாக்கியது. மேலும் ஒரு மாற்றுத் தேர்தல் ஏற்பாடு இந்து சமூகம் மற்றும் தலித்துகளின் தலைவர்களால் கூட்டாகவும் விரைவாகவும் வகுக்கப்பட்டு பிரிட்டிஷ் அரசாங்கத்தால் அங்கீகரிக்கப்பட்டது. ஹரிஜனங்கள் அல்லது "கடவுளின் குழந்தைகள்" என்று காந்தி குறிப்பிட்ட தலித்துகளின் தனித்த வாக்குரிமையை அகற்றுவதற்கான தீவிர பிரச்சாரத்தின் தொடக்கப் புள்ளியாக இந்த உண்ணாவிரதம் அமைந்தது.

1934-ல் காந்தி காங்கிரஸ் கட்சியின் தலைவர் பதவியை மட்டுமல்ல, உறுப்பினர் பதவியையும் ராஜினாமா செய்தார். அரசியல் நடவடிக்கைக்குப் பதிலாக, தேசத்தை "கீழிருந்து மேல்" கட்டியெழுப்புவதற்கான தனது ஆக்கபூர்வமான வேலைத்திட்டத்தில் கவனம் செலுத்தினார். 85 சதவீத மக்கள்தொகை கொண்ட கிராமப்புற இந்தியாவில் கல்வி, தீண்டாமைக்கு எதிரான தனது போராட்டத்தைத் தொடர்வது, கை நூற்பு, நெசவு, பிற குடிசைத் தொழில்களை ஊக்குவித்தல், வேலையில்லாத விவசாயிகளின் வருமானத்திற்கு துணைபுரிதல் மற்றும் மக்களின் தேவைகளுக்கு ஏற்ற கல்வி முறையை உருவாக்குதல் போன்றவைகளுக்காக போராடினார். காந்தி தானே மத்திய இந்தியாவில் உள்ள சேவாகிராம் என்ற கிராமத்திற்குச் சென்றார், இது அவரது சமூக மற்றும் பொருளாதார மேம்பாட்டிற்கான திட்டத்தின் மையமாக மாறியது. காந்தியுடனான ஆங்கிலேயரின் அணுகுமுறை அபிமானம், கேளிக்கை, திகைப்பு, சந்தேகம் மற்றும் வெறுப்பு ஆகியவை கலந்த ஒன்றாக இருந்தது.

1920-22, 1930-34, மற்றும் 1940-42 ஆகிய ஆண்டுகளில் அவரது மூன்று முக்கிய பிரச்சாரங்களான சுய-சந்தேகம், கேள்விக்குரிய செயல்முறையை உருவாக்கும் வகையில் நன்கு வடிவமைக்கப்பட்டன. இது அவரது எதிரிகளின் தார்மீக பாதுகாப்பைக் குறைமதிப்பிற்கு உட்படுத்தி புறநிலை உண்மைகளுடன் பங்களிக்கிறது. போருக்குப் பிந்தைய உலகம், 1947 இல் ஆதிக்க அந்தஸ்தை உருவாக்கியது. இந்தியாவில் பிரிட்டன் அரசிற்கு எதிரான இயக்க செயல்பாடுகள் ஆசியா, ஆப்பிரிக்கா கண்டங்களில் பிரிட்டிஷ் பேரரசை கலைப்பதற்கான முதல் படியாகும். ஒரு கிளர்ச்சியாளர் மற்றும் எதிரியாக காந்தியின் உருவம் கடுமையாக இருந்தது. ஆனால், பிரிட்டனில் ஜார்ஜ் வாஷிங்டனின் நினைவாக, காந்தியின் பிறந்த நூற்றாண்டு 1969 இல், அவரது நினைவாக ஒரு சிலை நிறுவப்பட்டது.

காந்திக்கு அவரது சொந்த நாட்டிலும் உண்மையில் அவரது சொந்தக் கட்சியிலும் விமர்சகர்கள் இருந்தனர். அவர் மிக வேகமாக செயல்படுகிறார் என்று தாராளவாத தலைவர்கள் எதிர்ப்பு தெரிவித்தனர். இளம் தீவிரவாதிகள் அவர் போதுமான வேகத்தில் செல்லவில்லை என்று புகார் கூறினர். இடதுசாரி அரசியல்வாதிகள் அவர் ஆங்கிலேயர்களை வெளியேற்றுவது போன்ற இந்திய நலன்களை கலைப்பதில் தீவிரமாக இல்லை என்று குற்றம் சாட்டினர். தலித்துகளின் தலைவர்கள் ஒரு சமூக சீர்திருத்தவாதி என்ற அவரது நல்ல நம்பிக்கையை சந்தேகித்தார்கள். முஸ்லீம் தலைவர்கள் அவர் தனது சொந்த சமூகத்திற்குப் பாரபட்சம் காட்டுவதாக குற்றம் சாட்டினர்.

20 ஆம் நூற்றாண்டின் இரண்டாம் பாதியில் நடந்த ஆராய்ச்சிகள் காந்தி ஒரு சிறந்த மத்தியஸ்தராகவும், சமரசம் செய்பவராகவும் இருப்பதை நிறுவியது. அந்த திசையில் அவரது திறமைகள் பழைய மிதவாத அரசியல்வாதிகள், இளம் தீவிரவாதிகள், முஸ்லிம்கள், இந்தியர்கள், ஆங்கிலேயர்கள், அரசியல் பயங்கரவாதிகள், பாராளுமன்ற உறுப்பினர்கள், நகர்ப்புற அறிவுஜீவிகள், கிராமப்புற மக்கள், பாரம்பரியவாதிகள், நவீனத்துவவாதிகள், சாதி இந்துக்கள், தலித்துகள், இந்துக்கள் மற்றும் இந்துக்களுக்கு இடையிலான மோதல்களில் பயன்படுத்தப்பட்டன.

ஒரு அரசியல் தலைவராக காந்தியின் சிண்டனைமற்றும் செயல்பாடு பொதுமக்களின் கற்பனையில் பெரிதாக இருப்பது தவிர்க்க முடியாதது. ஆனால் அவரது வாழ்க்கையின் முக்கிய ஆதாரம் அரசியலில் அல்ல, மதத்திலிருந்தது. அவருக்கு மதம் என்பது சம்பிரதாயம், கோட்பாடு, சடங்கு அல்லது மதவெறி ஆகியவற்றைக் குறிக்கவில்லை. "இந்த முப்பது வருடங்களாக நான் பாடுபடுவதும், முயற்சிப்பதும் கடவுளை நேருக்கு நேர் பார்ப்பதுதான்" என்று அவர் தனது சுயசரிதையில் எழுதினார். அவரைப் பொறுத்தவரை உண்மை என்பது ஒருவரின் தனிப்பட்ட வாழ்க்கையின் அந்தரங்கத்தில் கண்டறியப்பட வேண்டிய ஒன்றல்ல; சமூக மற்றும் அரசியல் வாழ்க்கையின் சவாலான சூழல்களில் அது நிலைநாட்டப்பட வேண்டியிருந்தது.

காந்தி பெரியவர்கள் மற்றும் இளைஞர்கள், வித்தியாசமான திறமைகள் மற்றும் குணநலன்கள் கொண்ட திறமையான ஆண்கள், பெண்களின் பாசத்தையும் விசுவாசத்தையும் வென்றார். அவரது அரசியல் சகாக்களில் சிலரே அவருடன் சென்று அகிம்சையை ஒரு மதமாக ஏற்றுக்கொண்டனர்.

இரண்டாம் உலகப் போர் வெடித்தவுடன், இந்தியாவில் தேசியவாதப் போராட்டம் அதன் கடைசி முக்கியமான கட்டத்தில் நுழைந்தது. காந்தி பாசிசம் மற்றும் போரையும் வெறுத்தார். மறுபுறம், இந்திய தேசிய காங்கிரசு அமைதிவாதத்தில் ஈடுபடவில்லை. மேலும் இந்திய சுயராஜ்யம் உறுதி செய்யப்பட்டால் பிரிட்டிஷ் அரசின் போர் முயற்சியை காங்கிரஸ் ஆதரிக்க தயாராக இருந்தது. மீண்டும் காந்தி அரசியலில் தீவிரம் காட்டினார். முஸ்லீம்களுக்கும் இந்துக்களுக்கும் இடையே முரண்பாட்டை ஊக்குவிக்கும் பழமைவாத மற்றும் வகுப்புவாத சக்திகள் காந்தியை 1942 ல் இந்தியாவிலிருந்து உடனடியாக வெளியேறுமாறு கோருவதற்கு தூண்டியது. இது வெள்ளையனே வெளியேறு இயக்கம் என்று அறியப்பட்டது.

1945 இல் பிரிட்டனில் தொழிற்கட்சியின் வெற்றி இந்திய-பிரிட்டிஷ் உறவில் ஒரு புதிய அத்தியாயம் உருவாக உதவியது. அடுத்த இரண்டு ஆண்டுகளில், காங்கிரஸ் தலைவர்கள், முகமது அலி ஜின்னாவின் முஸ்லீம் லீக் மற்றும் பிரிட்டிஷ் அரசாங்கத்திற்கு

இடையே நீண்ட முக்கோண பேச்சுவார்த்தைகள் நடந்தன. ஜூன் 3, 1947 இல் மவுண்ட்பேட்டன் திட்டம் உச்சக்கட்டத்தை எட்டியது. மேலும் ஆகஸ்ட் 1947 இன் நடுப்பகுதியில் இந்தியா மற்றும் பாகிஸ்தானின் இரண்டு புதிய ஆதிக்கங்களை உருவாக்கியது. காந்தி ஒரு மதப் பழமைவாதியாகத் தோன்றினாலும், அவர் உண்மையில் சமதர்மத்தை கடைபிடிப்பவராக இருந்தார்.

இந்திய ஒருமைப்பாடு இல்லாமல் இந்தியச் சுதந்திரம்அடைவது என்பது காந்தியின் வாழ்க்கையில் ஏற்பட்ட மிகப்பெரிய ஏமாற்றங்களில் ஒன்றாகும். காந்தியும் அவரது நண்பர்களும் சிறையில் இருந்தபோது முஸ்லீம் பிரிவினைவாதம் பெரும் ஊக்கத்தைப் பெற்றது. மேலும் 1946-47 இல், இறுதி அரசியலமைப்பு ஏற்பாடுகள் பேச்சுவார்த்தை நடந்து கொண்டிருந்தபோது, இந்துக்களுக்கும் முஸ்லீம்களுக்கும் இடையே வகுப்புவாத கலவரங்கள் வெடித்தது எதிர்மறையான சூழ்நிலையை உருவாக்கியது.

வங்காளத்திலும் பீகாரிலும் கலவரத்தால் பாதிக்கப்பட்ட பகுதிகளில் சுற்றுப்பயணம் செய்தது மட்டும் அல்லாமல் மதவாதிகளுக்கு அறிவுரையும் வழங்கினார். பாதிக்கப்பட்டவர்களுக்கு ஆறுதலும் கூறினார். காந்தி மீது இரு சமூகத்தினரும் குற்றம் சாட்டினார்கள். வற்புறுத்தல் தோல்வியடைந்ததால், அவர் உண்ணாவிரதம் இருந்தார். அவர் குறைந்தது இரண்டு அற்புதமான வெற்றிகளை பெற்றார், ஒன்று செப்டம்பர் 1947 இல் அவரது உண்ணாவிரதம் கல்கத்தாவில் கலவரத்தை நிறுத்தியது, ஜனவரி 1948 இல் அவர் டெல்லி நகரத்தை வகுப்புவாத சண்டையிலிருந்து மீட்டடுத்தார். சில நாட்களுக்குப் பிறகு, ஜனவரி 30 அன்று, அவர் டெல்லியில் மாலை பிரார்த்தனைக் கூட்டத்திற்குச் சென்று கொண்டிருந்தபோது, நாதுராம் கோட்சேவால் சுட்டுக் கொல்லப்பட்டார்.

சம்பரன் சத்தியாகிரகம் -1917

சுதந்திரப் போராட்டத்தில் காந்தியடிகளின் முதல் செயல்பாடாக இருப்பது சட்ட மறுப்பு இயக்கம். இண்டிகோ பயிரிடும் கொத்தடிமைகளுக்காக காந்தி பீகாரில் உள்ள சம்பாரண் நகருக்குச் சென்று அங்குள்ள விவசாயிகளின் நிலைமைகளை ஆய்வு செய்தார். கடுமையான வரி மற்றும் சுரண்டல் முறையால் விவசாயிகள்

பாதிக்கப்பட்டனர். காந்தி இந்த விஷயத்தை விசாரிப்பதற்காக சம்பாரனுக்கு வந்தார். ஆனால் பிரிட்டிஷ் அதிகாரிகள் அவரை அந்த இடத்தை விட்டு வெளியேறுமாறு கேட்டுக் கொண்டும் அவர் மறுத்து விட்டார். விவசாயிகள் மற்றும் மக்களிடம் ஆதரவை திரட்டி, சம்மனுக்கு பதிலளிக்கும் விதமாக அவர் நீதிமன்றத்தில் ஆஜரானபோது, கிட்டத்தட்ட 2000 உள்ளூர்வாசிகள் அவருடன் சென்றனர்.

அவர் மீதான வழக்கு ரத்து செய்யப்பட்டு விசாரணை நடத்த அனுமதிக்கப்பட்டது. காந்தி தலைமையிலான தோட்டக்காரர்கள் மற்றும் நிலப்பிரபுக்களுக்கு எதிரான அமைதியான போராட்டங்களுக்குப் பிறகு, சுரண்டல் திங்காத்தியா முறையை ஒழிக்க அரசாங்கம் ஒப்புக்கொண்டது. அவர்களிடமிருந்து எடுக்கப்பட்ட பணத்தில் ஒரு பகுதியை விவசாயிகளும் இழப்பீடாகப் பெற்றனர். சம்பாரன் போராட்டம் காந்தியால் சத்தியாகிரகத்தின் முதல் சோதனை என்று அழைக்கப்படுகிறது. பின்னர் அகமதாபாத் மில் வேலைநிறுத்தம் மற்றும் கெடா சத்தியாகிரகம் ஏற்பட்டது. இக்காலத்தில்தான் காந்திக்கு மக்களால் ‘பாபு’, ‘மகாத்மா’ என்ற பெயர்கள் சூட்டப்பட்டன.

கேடா சத்தியாகிரகம் -1918

1918 ஆம் ஆண்டு குஜராத்தின் கெடா மாவட்டத்தில் வறட்சியால் பயிர்கள் பாதிக்கப்பட்ட சூழ்லையில், விளைபொருட்கள் சாதாரண உற்பத்தியில் நான்கில் ஒரு பங்கிற்குக் குறைவாக இருந்தால், விவசாயிகள் நிவாரணம் பெற சட்டத்தின் மூலம் முயற்ச்சி செய்தார்கள். ஆனால் நில வருவாய் செலுத்துவதிலிருந்து எந்த நிவாரணத்தையும் அரசாங்கம் மறுத்துவிட்டது. காந்தியின் வழிகாட்டுதலின் கீழ் சர்தார் வல்லபாய் படேல், பஞ்சத்தை அடுத்து வரி வசூலிப்பதை எதிர்த்து விவசாயிகள் போராட்டத்தில் ஈடுபட்டார். மாவட்டத்தின் அனைத்து சாதி மற்றும் இன மக்கள் இந்த இயக்கத்திற்கு தங்கள் ஆதரவை வழங்கினார்கள். போராட்டம் அமைதியாக நடத்தப்பட்டு தனிப்பட்ட சொத்துக்கள் பறிமுதல் மற்றும் கைது போன்ற துன்பங்களை எதிர்கொண்டாலும் மக்கள் இறுதியாக, தங்களுக்கு உரிய சலுகைகளை பெற்றனர்.

அகமதாபாத் மில் ஸ்டிரைக் -1918

அகமதாபாத்தில் உள்ள ஒரு பருத்தி ஆலையின் உரிமையாளர்களுக்கும் தொழிலாளர்களுக்கும் இடையே ஏற்பட்ட சம்பள தகராறில் காந்தி முதல் முறையாக சத்தியாகிரகத்தையும் உண்ணாவிரதத்தையும் பயன்படுத்தினார். தொழிலாளர்கள் தங்கள் ஊதியத்தை 35% உயர்த்தக் கோரியபோது உரிமையாளர்கள் தொழிலாளர்களுக்கு உரிய போனஸைத் திரும்பப் பெற விரும்பினர். காந்தி தலைமையில் நடந்த அமைதிப் போராட்டம் வெற்றியடைந்தது மட்டுமல்லாமல் தொழிலாளர்கள் விரும்பிய ஊதிய உயர்வு வழங்கப்பட்டது. இந்த அனைத்து இயக்கங்களிலும், விவசாயிகள், கைவினைஞர்கள் மற்றும் தாழ்த்தப்பட்ட சாதிகள் என்று அழைக்கப்படுபவர்கள் உட்பட வெகுஜனங்களை காந்தியால் ஈடுபடுத்த முடிந்தது. உயர்தர மற்றும் நடுத்தர வர்க்கத்தினருக்கு மட்டுமே பங்கேற்பு இருந்தபோது இது முந்தைய இயக்கங்களிலிருந்து மாற்றமாக இருந்தது.

தென்னாப்பிரிக்காவில் இருந்தாலும் சரி, இந்தியாவில் இருந்தாலும் சரி, பிளேக் நோயால் பாதிக்கப்பட்டவர்களுக்கு நிவாரணம் என்பது காந்திஜிக்கு எப்போதும் ஒரு சிறப்பு வேண்டுகோளாக இருந்தது. 1935 இல், போர்சாத் மற்றும் பிற குஜராத் கிராமங்கள் தொற்றுநோயால் பாதிக்கப்பட்டன. மொரார்ஜி தேசாய், சர்தார் படேல் மற்றும் பிற தோழர்களுடன் காந்திஜி அவர்கள் சுற்றுப்பயணம் செய்து அதன் மூலம் சுகாதாரத்தை வலியுறுத்தினார். மேலும் எலிகளின் ஒழிப்பு குறித்து மக்களுக்குக் கல்வி கற்பித்தார். கிராமப்புற இந்தியாவின் மறுசீரமைப்புக்கான அவரது ஆற்றல் மிக்க திட்டத்தில், நேரு மற்றும் ஆசாத் போன்ற அறிவுஜீவிகளின் ஆதரவு இருந்தது.

ஸ்ரீ அரவிந்தர்

ஆன்மீகத் தலைவர் ஸ்ரீ அரவிந்தரின் 150வது பிறந்தநாளை ஆகஸ்ட் 15, 2022 அன்று கொண்டாட இந்திய அரசு 53 பேர் கொண்ட குழுவை அமைத்தது. அரபிந்தோ கோஸ் 1872 ஆகஸ்ட் 15 அன்று கல்கத்தாவில் பிறந்தார். அவர் ஒரு யோகி, சீர்திருத்தவாதி, கவிஞர் மற்றும் இந்திய தேசியவாதி ஆவார். அவர் ஆன்மீக பரிணாமத்தின் மூலம் பூமியில் தெய்வீக வாழ்க்கையின் தத்துவத்தை முன்வைத்தார்.

கல்வி

அவரது கல்வி டார்ஜிலிங்கில் உள்ள ஒரு கிறிஸ்தவ கான்வென்ட் பள்ளியில் தொடங்கியது. அவர் கேம்பிரிட்ஜ் பல்கலைக்கழகத்தில் கல்வி பெற்று பல நவீன ஐரோப்பிய மொழிகளில் தேர்ச்சி பெற்றார். 1892 இல், பரோடா மற்றும் கல்கத்தா ஆகிய இடங்களில் பல்வேறு நிர்வாகப் பதவிகளை வகித்தார். அவர் யோகா மற்றும் பாரம்பரிய சமஸ்கிருதம் உட்பட இந்திய மொழிகளைப் படித்து தேர்ச்சி பெற்றார்.

இந்தியப் புரட்சி இயக்கம்

1902 முதல் 1910 வரை ஆங்கிலேயர்களிடம் இருந்து இந்தியாவை விடுவிக்கும் போராட்டத்தில் பங்கேற்றார். அவரது அரசியல் நடவடிக்கைகளின் விளைவாக, அலிபூர் வெடிகுண்டு வழக்கில் கைதாகி 1908 இல் சிறையில் அடைக்கப்பட்டார். இரண்டு ஆண்டுகளுக்குப் பிறகு, அவர் பிரிட்டிஷ் இந்தியாவை விட்டு வெளியேறி, பிரெஞ்சு காலனியான பாண்டிச்சேரியில் தஞ்சம்

அடைந்தார். அங்கு அவர் தனது ஒருங்கிணைந்த யோகாவின் வளர்ச்சிக்காக தனது வாழ்நாள் முழுவதும் தன்னை அர்ப்பணித்தார்.

ஆன்மீகம்

பாண்டிச்சேரியில் அவர் ஆன்மீக பற்றி தேடுபவர்களின் சமூகத்தை நிறுவினார், அது 1926 இல் ஸ்ரீ அரவிந்தோ ஆசிரமமாக உருவெடுத்தது. எல்லையற்ற மற்றும் வரையறுக்கப்பட்ட இரண்டு கோளங்களுக்கிடையில் ஒரு இடைநிலை சக்தியாக சூப்பர் மைண்ட் கொள்கை, நிலப்பரப்பு பரிணாமத்தின் மூலம் பொருள், வாழ்க்கை, மனம் ஆகியவற்றில் எப்படி வெற்றிபெறுவது என்றும் அவர் ஆராய்ச்சி செய்தார்.

இலக்கிய படைப்புகள்:

- ✓ வந்தே மாதரம் (1905 இல்) என்ற ஆங்கில பத்திரிகை.
- ✓ யோகாவின் அடிப்படைகள்
- ✓ பகவத்கீதையும் அதன் செய்தியும்
- ✓ மனிதனின் எதிர்கால பரிணாமம்
- ✓ மறுபிறப்பு மற்றும் கர்மா
- ✓ சாவித்திரி: ஒரு புராணம் மற்றும் சின்னம்
- ✓ கடவுளின் மணி

அரவிந்தோவின் ஒருங்கிணைந்த யோகாவின் அடிப்படையிலான பரிணாமத் தத்துவம் அவரது முக்கிய உரைநடை படைப்பான தி லைஃப் டிவைனில் (1939) ஆராயப்பட்டுள்ளது. வாழ்வின் மகிழ்ச்சியான, ஆழ்நிலை முக்தியை அடைவதற்கான வழிமுறையாக மோட்சத்திற்காகப் பாடுபடும் பாரம்பரிய இந்திய அணுகுமுறையை நிராகரித்த அரவிந்தோ, யதார்த்த வாழ்க்கையே அதன் உயர் பரிணாம நிலைகளில் உண்மையானது என்று கருதினார். படைப்பின் இலக்கு, எல்லையற்ற மற்றும் வரையறுக்கப்பட்ட இரண்டு கோளங்களுக்கிடையில் ஒரு இடைநிலை சக்தியாக சூப்பர் மைண்ட் கொள்கை மூலமும், நிலப்பரப்பு பரிணாமத்தின் மூலமும், பொருள், வாழ்க்கை மற்றும் மனம் ஆகியவற்றின் அடிப்படைக் கொள்கைகள் வெற்றி பெறும் என்று அவர் நம்பினார். இத்தகைய

எதிர்கால கனவானது படைப்பின் உயர்ந்த குறிக்கோளுடன், அன்பு, நல்லிணக்கம், ஒற்றுமை மற்றும் அறிவு போன்ற மதிப்புகளை வெளிப்படுத்தி மகிழ்ச்சியான வாழ்க்கையை உருவாக்க உதவும்.

சாதி அமைப்பு

அடக்குமுறை, சாதி அமைப்பு போன்ற சமூக தீமைகளின் நடைமுறையை அவர் கண்டித்தார். சாதி பற்றிய அரவிந்தரின் பார்வை, மகாத்மா காந்தியின் பார்வையைப் போலவே இருந்தது. பிறப்பிற்கும் பரம்பரைக்கும் எந்த தொடர்பும் இல்லாத ஒரு சமூகச் செயல்பாட்டுப் பிரிவாக சாதியைக் கருதினார். ஆனால் காலப்போக்கில் அது 'சமத்துவமின்மையின் கொள்கைகளை முன்வைக்க' தொடங்கியது. அமைப்பில் ஏற்பட்ட சீரழிவை அவர் ஏற்றுக்கொண்டாலும், மதமாற்றம் அல்லது அரசியல் நிறுவனங்களில் கீழ் சாதியினருக்கான தனிப் பிரதிநிதித்துவம் ஆகியவற்றை ஒரு தீர்வாக அவர் ஏற்கவில்லை. சாதியானது இந்து சமுதாயத்தில் நிரந்தர பிளவுக்கு மேலும் வழிவகுக்கும், இது இறுதியில் தேசிய இயக்கத்தைப் பலவீனப்படுத்தும் என விமர்சித்தார்.

அரசியலிலிருந்து ஆன்மீகத்திற்கு மாறுதல்

ஜூலை 1905 இல், இந்தியாவின் வைஸ்ராய், கர்சன் பிரபு வங்காளத்தைப் பிரித்தார். இது ஆங்கிலேயர்களுக்கு எதிராக பொதுமக்களின் கோபத்தை தூண்டியது, உள்நாட்டு அமைதியின்மையானது அரவிந்தர் உள்ளிட்ட புரட்சியாளர்களின் குழுக்களுக்கு தேசியவாத பிரச்சாரத்திற்கு வழிவகுத்தது. 1908 ஆம் ஆண்டில், குதிராம் போஸ் மற்றும் பிரஃபுல்லா சாகி ஆகியோர் தேசியவாதிகளுக்கு எதிராக குறிப்பாக கடுமையான தண்டனைகளை வழங்கிய நீதிபதி கிங்ஸ்ஃபோர்டைக் கொல்ல முயன்றனர். இருப்பினும், அவரது குதிரை வண்டியில் வீசப்பட்ட வெடிகுண்டு அதன் இலக்கைத் தவறவிட்டது, அதற்குப் பதிலாக மற்றொரு வண்டியில் தரையிறங்கி, இரண்டு பிரிட்டிஷ் பெண்களைக் கொன்றது. அவர்கள் பாரிஸ்டர் பிரிங்கிள் கென்னடியின் மனைவி மற்றும் மகள் ஆவார்கள். தாக்குதலைத் திட்டமிட்டு மேற்பார்வையிட்ட குற்றச்சாட்டின் பேரில் அரவிந்தர்

கைது செய்யப்பட்டு அலிப்பூரில் தனிமை சிறையில் அடைக்கப்பட்டார். அலிப்பூர் வெடிகுண்டு வழக்கின் விசாரணை ஒரு வருடம் நீடித்தது, ஆனால் இறுதியில், அவர் மே 6, 1909 அன்று விடுவிக்கப்பட்டார்.

அவரது தரப்பு வழக்கறிஞர் சித்தரஞ்சன் தாஸ் ஆவார். சிறையிலிருந்த இந்த காலகட்டத்தில், ஆன்மீக அனுபவங்கள் அதனைப் பற்றிய உணர்தல்கள் காரணமாக அவரது வாழ்க்கையைப் பற்றிய பார்வை தீவிரமாக மாறியது. இதன் விளைவாக, அவரது நோக்கம் நாட்டின் சேவை என்பது விடுதலைக்கு அப்பாற்பட்டது. அலிபூர் சிறையில் விவேகானந்தர் தன்னை பார்த்ததாக அரவிந்தோ கூறினார், அதாவது சிறையில் பதினைந்து நாட்கள் தனிமையில் தியானத்தில் இருந்த விவேகானந்தர் என்னுடன் பேசும் குரலை நான் தொடர்ந்து கேட்டுக் கொண்டிருந்தேன், அவருடைய இருப்பை உணர்ந்தேன் என்பது உண்மை.

தனது சுயசரிதைக் குறிப்புகளில், அரவிந்தோ இந்தியாவுக்குத் திரும்பியபோது ஒரு பரந்த அமைதியை உணர்ந்ததாகக் கூறினார். இதை அவரால் விளக்க முடியவில்லை, அவ்வப்போது இதுபோன்ற பல்வேறு அனுபவங்களைத் பகிர்ந்தார். அந்த நேரத்தில் அவருக்கு யோகா பற்றி எதுவும் தெரியாது என்ற போதிலும், ஒரு ஆசிரியர் இல்லாமலேயே தனது பயிற்சியைத் தொடங்கினார். சில விதிகளை அவர் கங்கா மடத்தைச் சேர்ந்த சுவாமி பிரம்மானந்தாவின் சீடரான சந்தோத் என்ற நண்பரிடம் இருந்து கற்றுக்கொண்டார். 1907ல் அரவிந்தோ மகாராஷ்டிர யோகியான விஷ்ணு பாஸ்கர் லேலேவிடம் இருந்து ஒரு உள் வழிகாட்டியை சார்ந்து இருக்குமாறு அரவிந்தருக்கு அறிவுறுத்திய யோகியின் வழிகாட்டுதலால் செல்வாக்கு பெற்றார். மேலும் எந்தவிதமான வெளிப்புற குரு அல்லது வழிகாட்டுதலும் தேவையில்லை எனவும் வலியுறுத்தினார்.

1910 ஆம் ஆண்டில் அரவிந்தோ அனைத்து அரசியல் நடவடிக்கைகளிலிருந்தும் விலகி சந்தன்நகரில் மோதிலால் ராயின் வீட்டில் தலைமறைவானார். பிரிட்டிஷ் காலனித்துவ அரசாங்கம் அவர் மீது தேசத்துரோக வழக்குத் தொடர முயன்றபோது, எனது நாட்டு மக்களுக்கு என்ற தலைப்பில் கையெழுத்திட்ட கட்டுரையை அவர் வெளியிட்டார். மேலும் 4 ஏப்ரல் 1910 அன்று ஒரு வாரண்ட்

பிறப்பிக்கப்பட்டது. ஆனால் அந்த தேதியில் அவர் பிரெஞ்சு காலனியாக இருந்த பாண்டிச்சேரியை அடைந்துவிட்டதால் அந்த வாரண்டைச் செயல்படுத்த முடியவில்லை. அரவிந்தர் மீதான வாரண்ட் வாபஸ் பெறப்பட்டது.

கலாச்சார தேசியவாதம்

இந்தியாவை தெய்வீக அம்சமாக கருதிய இவர், அதனை "சனாதன்" அல்லது அழியாதது என்று புரிந்துனர்கிறார். இந்தியா, அவரைப் பொறுத்தவரை, ஒரு அவதாரம், ஒரு நித்திய சக்தி மற்றும் கடவுள் கொடுத்த வேலையைச் செய்ய வேண்டிய தெய்வீகத்தால் நியமிக்கப்பட்ட சக்தி எனக் கூறினார். இது தெய்வீகமாக நியமித்த பணிகளைச் செய்த பின் உலகளாவிய ஆற்றலில் மூழ்கிவிடும். தேசியவாதம், அரவிந்தரைப் பொறுத்தவரை, அரசியல் நோக்கங்களுக்கான ஒரு 'வெறும்' அரசியல் இயக்கம் அல்ல, மாறாக அது ஒரு மதச் செயலாகும், ஏனெனில் அது கடவுளின் விருப்பத்திற்காக வேலை செய்வதாக இருந்தது. எனவே, காலனி ஆதிக்கத்தின் பிடியில் இருந்து விடுதலை பெறப் பாடுபடுவது கடவுளுக்குச் சேவை செய்வதைக் காட்டிலும் குறைந்ததல்ல என போதித்தார். எனவே, ஒரு தேசியவாதிக்கு கடவுள் நம்பிக்கை இருப்பது அவசியம் என்றும், அவர் கடவுளால் நியமிக்கப்பட்ட பணியை மட்டுமே செய்கிறார் என்ற உண்மையை எப்போதும் நினைவில் கொள்ள வேண்டும் என்றும் அவர் வாதிட்டார். மேலும் இது ஒரு தெய்வீக பணி என்பதால் அவருக்கு உண்மையான தேசியவாதி எந்த வகையான துன்புறுத்தலுக்கும் அஞ்சாமல் இருக்க வேண்டும். தேசத்துக்காக ஒவ்வொரு விஷயத்தையும் தியாகம் செய்ய எப்போதும் தயாராக இருக்க வேண்டும். அரவிந்தர் தேசியவாதத்தை பூமியில் தெய்வீகத்தின் வெளிப்பாடு என்று வரையறுத்தாலும், பிபின்சந்திரன் அதை 'விராட்புருஷா'வின் வெளிப்பாடு என்று விவரித்தார்.

மிர்ரா அல்ஃபாஸா (அம்மா)

ஸ்ரீ அரவிந்தோவின் நெருங்கிய ஆன்மிக ஒத்துழைப்பாளர், மிர்ரா அல்பாஸா அம்மா என்று அறியப்பட்டார். அவர் ஒரு பிரெஞ்சு நாட்டவர், 21 பிப்ரவரி 1878 இல் பாரிஸில் பிறந்தார். தனது 20

களில் அவர் மாக்ஸ் தியோனிடம் அமானுஷ்யத்தைப் பயின்றார். ஸ்ரீ அரவிந்தர் அவரை தனக்கு சமமானவராகவும் ஒத்துழைப்பவராகவும் கருதினார். சிறிது காலத்திற்குப் பிறகு, குழந்தைகளைக் கொண்ட குடும்பங்கள் ஆசிரமத்தில் சேர்ந்தபோது, அவர் ஸ்ரீ அரவிந்தோ இன்டர்நேஷனல் சென்டர் ஆஃப் எஜுகேஷன் என்ற கல்வித் துறையை நிறுவி மேற்பார்வை செய்தார். 1950 இல் அவர் இறந்தபோது, அம்மா சீடர்களின் துணையுடன் ஆசிரமத்தை வழிநடத்தினார்,

செயலற்ற எதிர்ப்பு

செயலில் உள்ள எதிர்ப்பு என்பதை விட 'செயலற்ற எதிர்ப்பு' என்ற கருத்தை அவர் பரிந்துரைத்தார்.' செயலில் உள்ள எதிர்ப்பு' என்பது படுகொலைகள், கலவரங்கள், வேலைநிறுத்தங்கள், விவசாய எழுச்சிகள் போன்றவற்றை உள்ளடக்கியது. ஆங்கிலேயருக்கு எதிராக ஆயுதமேந்திய கிளர்ச்சியை அவர் ஒருபோதும் ஆதரிக்கவில்லை. ஏனென்றால், பிரிட்டிஷ் ராணுவத்தை எதிர்த்துப் போரிடுவது கிட்டத்தட்டச் சாத்தியமற்றது என்பது அவருக்கு நன்றாக தெரியும். செயலற்ற எதிர்ப்பின் மூலம் அவர் 'அன்னிய ஆட்சிக்கு ஒழுங்கமைக்கப்பட்ட தற்காப்பு எதிர்ப்பை' அர்த்தப்படுத்தினார். வெளிநாட்டு அதிகாரத்துவத்தின் மீது தேசம் சார்ந்திருப்பதைக் குறைப்பதன் மூலம் விடுதலை என்பது மிகவும் சாத்தியம் என வினவினார்.

செயலற்ற எதிர்ப்பில் பள்ளிகளைத் திறப்பது, உள்ளூர் சமூக நீதிமன்றங்கள் போன்றவை மற்றும் அரசாங்கத்திற்கு இணையாக தேவைப்படும் நிறுவனங்களை உருவாக்குவது போன்ற ஆக்கபூர்வமான நடவடிக்கைகளை எடுக்க முயற்சி மேற்கொண்டார். இரண்டாவதாக வெளிநாட்டு பள்ளிகள் மற்றும் வெளிநாட்டு நீதிமன்றங்களுக்கு எதிர்ப்பு தெரிவித்தார். எனவே செயலற்ற எதிர்ப்பு என்பது சுதேசியின் நிறுவனம் மட்டுமல்ல, அதே நேரத்தில் விதேசியின் எதிர்ப்பையும் குறிக்கிறது. எல்லாவற்றிற்கும் மேலாக, காங்கிரஸும் பள்ளிகளைத் திறப்பது, கல்வியை வழங்குவதற்கான கல்லூரிகள் போன்ற ஆக்கபூர்வமான திட்டங்களில் ஈடுபட்டது. ஆனால் காங்கிரஸ் அன்னிய ஆட்சியாளரால் நடத்தப்படும் பள்ளிகள் மற்றும் கல்லூரிகளைப் புறக்கணித்தளில் ஈடுபடவில்லை.

எனவே சுய உதவி மற்றும் புறக்கணிப்பு என இரண்டு உத்திகளை, செயலற்ற எதிர்ப்பின் இயக்க முறைகளாக அமைந்தது.

ஆங்கிலேயர் சட்ட நடைமுறைகளைப் பயன்படுத்தத் தவறினால் வன்முறை நுட்பங்களைப் பயன்படுத்தவும் அவர் அறிவுறுத்தினார். அதாவது சட்ட விரோதமான வழிமுறைகள் மூலம் இயக்கங்களை வன்முறையை பயன்படுத்தி அடக்குவதில் அதிகாரத்துவம் ஈடுபட்டிருந்தால், செயலற்ற எதிர்ப்பாளர்களின் பதிலடி கொடுக்காதது கோழைத்தனமாக இருக்கும் என பறைசாற்றினார். அரசியல் என்பது அரிதான நபர்களைப் பற்றியது அல்ல, வெகுஜனங்களைப் பற்றியது' என்றும் அவர் கூறினார்.

பாண்டிச்சேரி (1910–1950)

பாண்டிச்சேரியில், ஸ்ரீ அரவிந்தர் தனது ஆன்மீக மற்றும் தத்துவ நோக்கங்களுக்காக தன்னை அர்ப்பணித்துக் கொண்டார். 1914 ஆம் ஆண்டில், நான்கு வருடங்கள் தனிமைப்படுத்தப்பட்ட யோகாவிற்குப் பிறகு, அவர் ஆர்யா என்ற மாதாந்திர தத்துவ இதழைத் தொடங்கினார். இந்த வெளியீடு 1921 இல் நிறுத்தப்பட்டது. பல ஆண்டுகளுக்குப் பிறகு, அவர் இந்த படைப்புகளில் சிலவற்றைப் புத்தக வடிவில் வெளியிடுவதற்கு முன்பு திருத்தினார். தி லைஃப் டிவைன், தி சின்தசிஸ் ஆஃப் யோகா, எஸ்ஸேஸ் ஆஃப் தி கீதை, தி சீக்ரெட் ஆஃப் தி வேதம், ஹிம்ஸ் டு தி மிஸ்டிக் ஃபயர், உபநிடதங்கள், இந்தியாவில் மறுமலர்ச்சி, போர் மற்றும் சுயநிர்ணயம் ஆகியவை இந்த வெளியீட்டில் இருந்து பெறப்பட்ட சில புத்தகங்கள் ஆகும். தி ஹ்யூமன் சைக்கிள், தி ஐடியல் ஆஃப் ஹ்யூமன் யூனிட்டி மற்றும் தி ஃப்யூச்சர் பொயட்ரி ஆகியவை இந்த இதழில் வெளியிடப்பட்டன.

பாண்டிச்சேரியில் அவர் கொள்கைகளை பின்பற்றுவர்களின் எண்ணிக்கை அதிகரித்தது. இதன் விளைவாக 1926 இல் ஸ்ரீ அரவிந்தோ ஆசிரமம் உருவானது. 1926 முதல் அவர் தன்னை ஸ்ரீ அரவிந்தர் என்று கையொப்பமிடத் தொடங்கினார். சில காலத்திற்குப் பிறகு அவரது முக்கிய இலக்கிய வெளியீடாக சீடர்களுடன் எற்ப்படுத்தி கொண்ட மிகப்பெரிய கடிதப் பரிமாற்றம் ஆகும். அவருடைய கடிதங்களில் பெரும்பாலானவை 1930 களில் எழுதப்பட்டவை. அவை பல ஆயிரம் எண்ணிக்கையில் இருந்தன.

பல அவரது சீடரின் குறிப்பேடுகளின் ஓரங்களில் அவர்களின் கேள்விகள் மற்றும் அவர்களின் ஆன்மீக பயிற்சி பற்றிய அறிக்கைகளுக்குப் பதிலளிக்கும் வகையில் சுருக்கமான கருத்துக்களாக இருந்தன. மற்றவை அவரது போதனைகளின் நடைமுறை அம்சங்களைப் பற்றிய கவனமாக இயற்றப்பட்ட விளக்கங்களின் பல பக்கங்களுக்கு நீட்டிக்கப்பட்டன. இவை பின்னர் சேகரிக்கப்பட்டு யோகா குறித்த கடிதங்கள் என்ற மூன்று தொகுதிகளாகப் புத்தக வடிவில் வெளியிடப்பட்டன.

1930களின் பிற்பகுதியில், அவர் முன்பு தொடங்கிய கவிதையின் பணியை மீண்டும் தொடங்கினார். அவர் தனது வாழ்நாள் முழுவதும் இந்த கவிதையை விரிவுபடுத்தவும் திருத்தவும் தொடர்ந்தார். இது அவரது மிகப்பெரிய இலக்கிய சாதனையாக கருதப்பட்டது. சாவித்ரி என்பது சுமார் 24,000 வரிகள் கொண்ட வெற்று வசனத்தில் ஒரு காவிய ஆன்மீக கவிதை ஆகும். ஆகஸ்ட் 15 1947ல், ஸ்ரீ அரவிந்தோ இந்தியப் பிரிவினையை கடுமையாக எதிர்த்தார். ஸ்ரீ அரவிந்தோ நோபல் பரிசுக்கு இரண்டு முறை பரிந்துரைக்கப்பட்டார். 1943 இல் இலக்கியத்திற்கான நோபல் விருதுக்கும், 1950 இல் அமைதிக்கான நோபல் விருதுக்கும் பரிந்துரைக்கப்பட்டார்.

ஸ்ரீ அரவிந்தர் 1950 டிசம்பர் 5 அன்று யுரேமியாவால் இறந்தார். அவரது உடலைக் காண சுமார் 60,000 பேர் கலந்து கொண்டனர். இந்திய பிரதமர் ஜவஹர்லால் நேரு மற்றும் குடியரசுத் தலைவர் ராஜேந்திர பிரசாத் ஆகியோர் யோக தத்துவம் மற்றும் சுதந்திர இயக்கத்தின் பங்களிப்பிற்காக ஸ்ரீ அரவிந்தர் பாராட்டினர். தேசிய, சர்வதேச செய்தித்தாள்கள் ஸ்ரீ அரவிந்தர் மரணத்தை நினைவு கூர்ந்தன.

தத்துவம் மற்றும் ஆன்மீக பார்வை

ஸ்ரீ அரவிந்தோவின் ஒருங்கிணைந்த யோகா அமைப்பு பற்றிய கருத்து, அவரது புத்தகங்களான யோகா மற்றும் தி லைஃப் டிவைனில் விவரிக்கப்பட்டுள்ளது. தி லைஃப் டிவைன் என்பது தொடராக வெளியிடப்பட்ட கட்டுரைகளின் தொகுப்பாகும். தெய்வீக பிரம்மம் லீலா அல்லது தெய்வீக விளையாட்டின் மூலம் அனுபவம் யதார்த்தமாக வெளிப்படுகிறது என்று ஸ்ரீ அரவிந்தர் வாதிடுகிறார். நாம் அனுபவிக்கும் உலகம் ஒரு மாயை என்று

முன்னிறுத்துவதற்குப் பதிலாக, அரவிந்தோ விலங்கினங்களுக்குப் பிறகு மனித இனம் உருவாகியதைப் போல, மனித இனத்தை விட உலகத்தில், புதிய உயிரினங்களைக் கொண்ட, புதிய உலகமாக மாற முடியும் என்று வாதிடுகிறார்.

ஆன்மிகப் பயிற்சியின் இறுதி இலக்கு உலகத்திலிருந்து சமாதிக்கு விடுதலையாக இருக்க முடியாது. ஆனால் அதை தெய்வீக இருப்பாக மாற்றுவதற்காக உலகிற்கு, தெய்வீகத்தின் வம்சாவளியாக இருக்கும் என்று அவர் வாதிட்டார். எனவே இது ஒருங்கிணைந்த யோகாவின் நோக்கமாக அமைந்தது.

ஸ்ரீ அரவிந்தோ டார்வினிசம் ஜடப்பொருளின் பரிணாம வளர்ச்சியின் ஒரு நிகழ்வை விவரிக்கிறது என்று நம்பினார். ஆனால் அதன் பின்னணியில் உள்ள காரணத்தை விளக்கவில்லை. அதே நேரத்தில் உயிர் ஏற்கனவே ஜடப்பொருளில் இருப்பதை அவர் கூறுகிறார். ஏனென்றால் இருப்பு அனைத்தும் பிரம்மத்தின் வெளிப்பாடு என்றும் இயற்கையானது உயிரைப் பொருளிலிருந்தும், மனம் உயிரிலிருந்தும் பரிணமித்துள்ளது என்று அவர் வாதிடுகிறார். இருப்பு அனைத்தும், சூப்பர் மைண்ட் நிலைக்கு வெளிப்படுத்த முயற்சிக்கிறது. பரிணாமத்திற்கு ஒரு நோக்கம் இருந்தது என்று அவர் வாதிடுகிறார். யதார்த்தத்தின் தன்மையைப் புரிந்து கொள்ளும் பணி கடினமானதாகவும், உடனடி உறுதியான முடிவுகளால் நியாயப்படுத்துவது கடினமாகவும் இருப்பதாக அவர் கூறினார்.

சூப்பர் மைண்ட் என்பது அரவிந்தோவின் மனோதத்துவ அமைப்பின் மையத்தில் உள்ளது. இது வெளிப்படுத்தப்படாத பிரம்மனுக்கும் வெளிப்பட்ட உலகத்திற்கும் இடையே உள்ள ஒரு இடைநிலை சக்தியாகும் என்கிறார். அரவிந்தோ, சூப்பர் மைண்ட் நமக்கு முற்றிலும் அந்நியமானது அல்ல என்றும், அது எப்போதும் மனதிற்குள் இருப்பதால் நமக்குள்ளேயே உணர முடியும் என்றும் கூறுகிறார். அரவிந்தோ சூப்பர் மைண்ட்டை தனது சொந்த கண்டுபிடிப்பாக சித்தரிக்கவில்லை. ஆனால் அதை வேதங்களில் காணலாம் என்றும் வேதக் கடவுள்கள் சூப்பர் மைண்ட் சக்திகளை பிரதிநிதித்துவப்படுத்துகிறார்கள் என்றும் நம்புகிறார். ஒருங்கிணைந்த யோகாவில் அவர் கூறுவது, மேற்பார்வை என்பது தெய்வீக இயற்கையின் முழு உண்மை உணர்வை குறிக்கிறது, அதில் பிரிவு மற்றும் அறியாமை கொள்கைக்கு இடமில்லை; அது

எப்போதும் ஒரு முழு ஒளியாக உள்ளதாகவும் எல்லா மனப் பொருட்களையும் விட மேலானது என்கிறார்.

இலக்கியம்

அரவிந்தரின் சேகரிக்கப்பட்ட படைப்புகளின் முதல் பதிப்பு 1972 இல் 30 தொகுதிகளில் வெளியிடப்பட்டது. அவையே, சேகரிக்கப்பட்ட கவிதைகள், சேகரிக்கப்பட்ட நாடகங்கள் மற்றும் கதைகள், கர்மயோகின், யோகாவின் பதிவுகள், வேத மற்றும் மொழியியல் ஆய்வுகள், வேதத்தின் ரகசியங்கள், மிஸ்டிக் நெருப்புக்கான பாடல்கள், ஈஷா உபநிஷத், கேனா மற்றும் பிற உபநிடதங்கள், கீதை பற்றிய கட்டுரைகள், இந்திய கலாச்சாரத்தின் பாதுகாப்புடன் இந்தியாவின் மறுமலர்ச்சி, தெய்வீக வாழ்க்கை, யோகாவின் தொகுப்பு, மனித சுழற்சி - மனித ஒற்றுமையின் இலட்சியம் - போர் மற்றும் சுயநிர்ணயம், எதிர்கால கவிதை, கவிதை மற்றும் கலை பற்றிய கடிதங்கள், யோகா பற்றிய கடிதங்கள், தாய், சாவித்திரி-ஒரு புராணம் மற்றும் ஒரு சின்னம், தன்னையும் ஆசிரமத்தையும் பற்றிய கடிதங்கள், சுயசரிதை குறிப்புகள் மற்றும் வரலாற்று ஆர்வமுள்ள பிற எழுத்துக்கள், மேற்கத்தியத் தத்துவத்துடன் தொடர்பு ஆகியவைகளைக் கொண்டது.

ஸ்ரீ அரவிந்தோ தனது எழுத்துக்கள், பேச்சுக்கள் மற்றும் கடிதங்களில் பல ஐரோப்பிய தத்துவஞானிகளின் அடிப்படைக் கருத்துக்களை பற்றிக் குறிப்பிட்டுள்ளார். மேலும் அவர் கிரேக்க தத்துவஞானி ஹெராக்ளிட்டஸைப் பற்றி ஒரு நீண்ட கட்டுரையை எழுதினார். குறிப்பாக பிளாட்டோ, புளோட்டினஸ், நீட்சே மற்றும் பெர்க்சன் ஆகியோறும் அவர் ஆர்வத்தை உருவாக்கிய சிந்தனையாளர்கள் எனக் குறிப்பிட்டார்.

பல அறிஞர்கள் ஸ்ரீ அரவிந்தர் மற்றும் ஹெகலின் சிந்தனையில் குறிப்பிடத்தக்க ஒற்றுமைகளைக் கண்டறிந்துள்ளனர். ஸ்டீவ் ஒடின் இந்த விஷயத்தை ஒரு ஒப்பீட்டு ஆய்வில் விரிவாக விவாதித்தார். அரவிந்தோ "ஹேகலின் முழுமையான ஆவியின் கருத்தைப் பயன்படுத்திக் கொண்டார், மேலும் சமகால அடிப்படையில் "பண்டைய இந்து வேதாந்த அமைப்பின் கட்டமைப்பை தீவிரமாக மறுகட்டமைக்க அதைப் பயன்படுத்தினார்" என்று ஒடின் எழுதுகிறார்.

சுய உணர்தலுக்கான பயணத்தில் உலகளாவிய முற்போக்கான சுய வெளிப்பாடு மற்றும் பரிணாம வளர்ச்சியாக உலக உருவாக்கத்தைக் கற்பனை செய்கிறார். எதிர்ப்பு-தொகுப்பு அல்லது உறுதி-மறுப்பு-ஒருங்கிணைப்பு என்று ஸ்ரீ அரவிந்தோ ஒரு ஆக்கப்பூர்வமான வெளிப்படும் பரிணாம வளர்ச்சி பற்றி வாதிடுகிறார். ஒடின் தனது குறிப்பில், ஸ்ரீ அரவிந்தர் பாரம்பரிய இந்து மதத்தின் வரலாற்று உலகப் பார்வையை முறியடித்து ஒரு உண்மையான முன்னேற்றத்தையும் புதுமையையும் ஏற்ப்படுத்தியுள்ளது என்ற கருத்தை முன்வைத்துள்ளார்.

உபநிடதங்களின் முக்கியத்துவம்

ஸ்ரீ அரவிந்தோ மேற்கத்தியத் தத்துவத்தின் மிக முக்கியமான சிந்தனைகளை நன்கு அறிந்திருந்தாலும், அவர் தனது சொந்த எழுத்துக்களில் அவற்றின் தாக்கத்தை ஒப்புக்கொள்ளவில்லை. அவர் தனது தத்துவம் முதலில் உபநிடதங்கள் மற்றும் கீதையின் ஆய்வு மூலம் உருவானது, அவை எனது முதல் யோகா பயிற்சியின் அடிப்படை என்று எழுதினார். அவரது வாசிப்புகளின் உதவியுடன் அவர் உண்மையான அனுபவத்திற்குச் செல்ல முயன்றார். இந்த அனுபவத்தில்தான், எனது தத்துவத்தை நான் நிறுவினேன், யோசனைகள் மீது அல்ல என்று கூறுகிறார்.

இந்தியாவின் மறுமலர்ச்சியில் ஒரு நீண்ட பத்தியில் தனது கடந்தகால பார்வையின் சில விவரங்களைத் தருகிறார். உபநிடதங்கள் பல ஆழமான தத்துவங்கள் மற்றும் மதங்களின் அங்கீகரிக்கப்பட்ட ஆதாரமாக உள்ளன என்று அவர் எழுதுகிறார். புத்த மதம் கூட அதன் அனைத்து வளர்ச்சிகளையும் ஒரு புதிய நிலைப்பாட்டில் புதிய விதிமுறைகளுடன் இருந்தது. மேலும், உபநிடதங்களின் கருத்துக்கள் பித்தகோரஸ் மற்றும் பிளாட்டோவின் சிந்தனையில் மீண்டும் கண்டுபிடிக்கப்பட்டு, நியோ-பிளாட்டோனிசம் போன்றவைகளில் ஆழமான பகுதியை உருவாக்குகின்றன. ஒருமுறை பிளேட்டோவின் சில யோசனைகள் இந்திய புத்தகங்களிலிருந்து கிடைத்ததா என்று ஒரு சீடரிடம் கேட்டபோது, இந்தியாவின் தத்துவத்தில் ஏதோ ஒன்று கிடைத்தது என்று பதிலளித்தார். பிதாகோரஸ் மற்றும் பிறர் மூலம் பிளேட்டோ தனது பெரும்பாலான கருத்துக்களை உள்ளுணர்விலிருந்து பெற்றதாக அவர் கருதினார்.

ரிக்வேதம், உபநிடதங்கள் மற்றும் பகவத்கீதையிலிருந்து அதிக எண்ணிக்கையிலான மேற்கோள்களை தி லைஃப் டிவைன் அத்தியாயத்தின் தொடக்கத்தில் வைப்பதன் மூலம் ஸ்ரீ அரவிந்தோவின் இந்திய பாரம்பரியத்திற்குக் கடன்பட்டிருப்பது தெளிவாகிறது. ஈஷா உபநிஷதத்தை ஸ்ரீ அரவிந்தரின் மிக முக்கியமான மற்றும் அணுகக்கூடிய எழுத்துக்களில் ஒன்றாக கருதப்படுகிறது. அவர் தனது இறுதி மொழிபெயர்ப்பு மற்றும் பகுப்பாய்வை வெளியிடுவதற்கு முன்பு, அவர் பத்து முழுமையற்ற வர்ணனைகளை எழுதினார்.

தொகுப்பு மற்றும் ஒருங்கிணைப்பு

சிசிர்குமார் மைத்ரா, ஸ்ரீ அரவிந்தரின் தத்துவத்தின் ஒரு முன்னணி விரிவுரையாளர் ஆவார். ஆனால் அவரது புத்தகங்களைப் படிக்கும்போது ஒருவர் எவ்வளவு முழுமையானவர் என்பதைக் கவனிக்க தவற முடியாது. தற்போதைய காலத்தின் சிறந்த மேற்கத்தியத் தத்துவஞானிகளின் மீதான அவரது பிடிப்பு அவர் இந்தியராக இருந்தாலும் அவர் மீது மேற்கத்திய சிந்தனையின் தாக்கத்தை குறைத்து மதிப்பிடக்கூடாது. அவர் மேற்கத்திய சிந்தனையை முழுமையாக பயன்படுத்தினார், ஆனால் அவர் தனது சொந்த அமைப்பைக் கட்டமைக்கும் நோக்கத்திற்காக அதைப் பயன்படுத்தினார். ஸ்டீவ் ஒடினைப் போலவே மைத்ராவும் ஸ்ரீ அரவிந்தர் இந்திய பாரம்பரியம் மற்றும் சூழலில் மட்டுமல்ல, மேற்கத்திய தத்துவத்திலும் அவர் தனது தொகுப்புக்காக பிந்தையவற்றிலிருந்து சில கூறுகளை ஏற்றுக் கொண்டிருக்கலாம் என்று கருதுகிறார்.

ஆர். புலிகண்டலா தனது இந்தியத் தத்துவத்தின் அடிப்படைகள் என்ற புத்தகத்தில் இந்தக் கண்ணோட்டத்தை ஆதரிக்கிறார். அவர் ஸ்ரீ அரவிந்தோவின் தத்துவத்தை "இந்திய மற்றும் மேற்கத்திய மரபுகளின் அசல் தொகுப்பு" என்று விவரிக்கிறார். இந்து மதத்தின் பண்டைய மற்றும் ஆழமான ஆன்மீக நுண்ணறிவுகளுடன் நவீன மேற்கின் சிறந்த சமூக, அரசியல் மற்றும் அறிவியல் சாதனைகளை அவர் ஒரு தனித்துவமான பாணியில் ஒருங்கிணைக்கிறார். ஸ்ரீ அரவிந்தரின் தெய்வீக வாழ்க்கைக்கு அதிகாரம் அளிக்கும் தரிசனம் அனைவரின் ஒற்றுமையின் உபநிடத பார்வையை தவிர வேறில்லை. புலிகண்ட்லா, ஸ்ரீ அரவிந்தோவின் முக்கியமான

நிலைப்பாட்டை சங்கரரிடம் விவாதிக்கிறார். மேலும் பிந்தையவரின் வேதாந்தம் உலகத்தை மறுக்கும் தத்துவம், உலகம் உண்மையற்றது மற்றும் மாயையானது என்று கற்பிக்கிறது. இது இந்து மற்றும் மேற்கத்திய சிந்தனை முறைகளை ஒருங்கிணைக்க ஸ்ரீ அரவிந்தரின் முயற்சியால் ஏற்பட்டிருக்கலாம். இது ஷங்கரரின் மாயவாதத்தை ஜார்ஜ் பெர்க்லியின் அகநிலை இலட்சியவாதத்துடன் அடையாளம் காட்டுகிறது.

யு.சி. துபே தனது ஒருங்கிணைப்பில் ஸ்ரீ அரவிந்தோவின் தத்துவத்தின் தனித்துவமான அம்சம் என்ற தலைப்பில் ஆதரித்தார். ஸ்ரீ அரவிந்தோவின் அமைப்பு யதார்த்தத்தின் ஒரு ஒருங்கிணைந்த பார்வையை முன்வைக்கிறது. அங்கு முழுமையான மற்றும் அதன் படைப்பு சக்திக்கு இடையே எந்த எதிர்ப்பும் இல்லை, ஏனெனில் அவை உண்மையில் ஒன்றுதான். மேலும், அவர் ஸ்ரீ அரவிந்தரின் சூப்பர் மைண்ட் பற்றிய கருத்தாக்கத்தை முழுமையான, வரையறுக்கப்பட்ட உலகத்திற்கு இடையேயான மத்தியஸ்தக் கொள்கையாகக் குறிப்பிடுகிறார். எஸ்.கே. மைத்ரா, இந்த கருத்தாக்கம் "ஸ்ரீ அரவிந்தரின் தத்துவம் முழுவதையும் நகர்த்தும் மையச் சுற்று" என்று கூறுகிறார். "உண்மையின் தன்மையை ஒன்று அல்லது பல, இருப்பது அல்லது மாறுதல் ஆகியவற்றை தீர்மானிக்க நாம் கட்டுப்பட்டுள்ளோம். ஆனால் ஸ்ரீ அரவிந்தோவின் ஒருங்கிணைந்த அத்வைதம், இருத்தலின் அனைத்து வெளிப்படையான அம்சங்களையும் தழுவிய ஒற்றுமையில் சமரசம் செய்கிறது. அடுத்ததாக, ஸ்ரீ அரவிந்தோவிற்கு ஒரு உயர்ந்த காரணம் இருக்கிறது என்று துபே விளக்குகிறார், எல்லையற்ற தர்க்கம் அவரது ஒருங்கிணைப்பு வேரூன்றியுள்ளது.

அவரது செல்வாக்கு பரந்த அளவில் இருந்தது. இந்தியாவில், எஸ். கே. மைத்ரா, அனில்பரன் ராய் மற்றும் டி.பி. சட்டோபாத்யாயா ஆகியோர் ஸ்ரீ அரவிந்தோவின் பணி குறித்து கருத்து தெரிவித்தனர். மிர்சா எளிஅடே, புல்புர்ந்டன், ரேனே கேனன் (Mircea Eliade, Paul Brunton, Rene Guenon) போன்றோர் எஸோடெரிசிசம் மற்றும் பாரம்பரிய ஞானம் பற்றிய எழுத்தாளர்கள் அனைவரும் அவரை இந்திய ஆன்மீக பாரம்பரியத்தின் உண்மையான பிரதிநிதியாகவே பார்த்தனர். ஸ்ரீ அரவிந்தோவின் எண்ணங்கள் அவரைப் பின்பற்றுபவர்கள் சிலரால் பயன்படுத்தப்பட்டதாகவும், அவருடைய பெயரில் வெளியிடப்பட்ட

சில படைப்புகள் பாரம்பரியமானவை அல்ல என்பதால் உண்மையானவை அல்ல என்றும் ரெனே குயெனான் நினைத்தார்.

ஹரிதாஸ் சௌதுரி மற்றும் ஃபிரடெரிக் ஸ்பீகல்பெர்க் ஆகியோர் சான் பிரான்சிஸ்கோவில் புதிதாக உருவாக்கப்பட்ட அமெரிக்கன் அகாடமி ஆஃப் ஏசியன் ஸ்டடீஸில் பணியாற்றிய அரவிந்தோவால் ஈர்க்கப்பட்டவர்களில் அடங்குவர். ஹரிதாஸ் சௌதுரி, அவரது மனைவி பினா கலாச்சார ஒருங்கிணைப்பு பெல்லோஷிப்பை நிறுவினர், அதில் இருந்து கலிபோர்னியா இன்ஸ்டிடியூட் ஆஃப் இன்டக்ரல் ஸ்டடீஸ் உருவானது.

ஸ்ரீ அரவிந்தர் சுபாஷ் சந்திர போஸை இந்தியத் தேசிய இயக்கத்திற்கு முழுநேரமாக அர்ப்பணிக்கும் முயற்சியில் ஈடுபட வைத்தார். அரபிந்தோ கோஷின் சிறந்த உதாரணம் என் பார்வைக்கு முன்னால் உள்ளது என்று போஸ் எழுதினார். மே 1968 இல் ஸ்ரீ அரவிந்தர் பற்றிய சத்பிரேமின் எழுத்துக்களால் கார்ல்ஹெய்ன்ஸ் ஸ்டாக்ஹவுசன் பெரிதும் ஈர்க்கப்பட்டார். மேலும் ஸ்ரீ அரவிந்தோவின் தத்துவங்கள் அவரது உணர்வுகளுக்குப் பொருத்தமானவையாக இருப்பதைக் கண்டார்.

ஜீன் கெப்ஸர், ஸ்ரீ அரவிந்தோவின் பணியின் மீதான தாக்கத்தை ஒப்புக்கொண்டார் மற்றும் அவரது எழுத்துக்களில் அவரைப் பற்றி பலமுறை குறிப்பிட்டார். எனவே, தி இன்விசிபிள் ஆரிஜினில் அவர் யோகாவின் ஒரு நீண்ட பகுதியை மேற்கோள் காட்டுகிறார். கெப்ஸர் ஸ்ரீ அரவிந்தோ வழியாக பரவும் சக்தியின் மிக சக்திவாய்ந்த ஆன்மீகத் துறையில் ஏதோ ஒரு வகையில் கொண்டு வரப்பட்டதாக நம்புகிறார். ஆசியா ஸ்மைல்ஸ் என்ற தலைப்பில் அவர் ஸ்ரீ அரவிந்தோ ஆசிரமத்திற்குச் சென்றதையும், அவர்களுடன் சந்தித்ததையும் வித்தியாசமாகத் தெரிவிக்கிறார்.

1915 இல் பாண்டிச்சேரியில் ஸ்ரீ அரவிந்தோவை சந்தித்த பிறகு, டேனிஷ் எழுத்தாளரும் கலைஞருமான ஜோஹன்னஸ் ஹோலென்பெர்க் ஐரோப்பாவில் முதல் யோகா தலைப்புகளில் ஒன்றை வெளியிட்டார். பின்னர் ஸ்ரீ அரவிந்தோவைப் பற்றி இரண்டு கட்டுரைகளை எழுதினார். டேனிஷ் மொழிபெயர்ப்பில் தி லைஃப் டிவைனிலிருந்து எடுக்கப்பட்ட பகுதிகளையும் அவர் வெளியிட்டார். வில்லியம் இர்வின் தாம்சன் 1972 இல் ஆரோவில்லுக்குச் சென்றார், அங்கு அவர் “அம்மாவை” சந்தித்தார்.

தாம்சன் ஆன்மிகம் பற்றிய ஸ்ரீ அரவிந்தோவின் போதனைகளை "தீவிரமான அராஜகம்" மற்றும் "மதத்திற்குப் பிந்தைய அணுகுமுறை" என்று குறிப்பிட்டார். மனித திறன்களின் பரிணாம வளர்ச்சி பற்றிய ஸ்ரீ அரவிந்தோவின் கருத்துக்கள் மைக்கேல் மர்பியின் சிந்தனையில் தாக்கத்தை ஏற்படுத்தியது.

அமெரிக்க தத்துவஞானி கென் வில்பர், ஸ்ரீ அரவிந்தோவை "இந்தியாவின் மிகச்சிறந்த நவீன தத்துவ ஞானி என்று அழைத்தார். மேலும் அவரது சில கருத்துக்களை தத்துவ பார்வையில் ஒருங்கிணைத்துள்ளார். அரவிந்தோ பற்றிய வில்பரின் விளக்கம் ராட் ஹெம்செல்லால் விமர்சிக்கப்பட்டது. புதிய வயது எழுத்தாளர் ஆண்ட்ரூ ஹார்வியும் ஸ்ரீ அரவிந்தோவை ஒரு முக்கிய உத்வேகமாக பார்க்கிறார்.

இயல் – பதினொன்று

ஈ.வி. ராமசாமி

ஈரோடு வெங்கடப்ப ராமசாமி பெரியார் அல்லது தந்தை பெரியாரின் காலம் 17 செப்டம்பர் 1879 - 24 டிசம்பர் 1973 ஆகும். சுயமரியாதை இயக்கம் மற்றும் திராவிடர் கழகத்தைத் தொடங்கிய இந்தியச் சமூக ஆர்வலர் மற்றும் அரசியல்வாதி ஆவார். இவர் 'திராவிட இயக்கத்தின் தந்தை' என்று அழைக்கப்படுகிறார். அவர் தமிழ்நாட்டில் பாலினம் மற்றும் சாதி சமத்துவமின்மைக்கு எதிராக கிளர்ச்சி செய்தார். 2021 முதல், தமிழ்நாடு அரசு அவரது பிறந்த நாளை 'சமூக நீதி தினமாக' கொண்டாடுகிறது.

ராமசாமி 1919 இல் இந்திய தேசிய காங்கிரஸில் சேர்ந்தார். ஆனால் கட்சி பிராமணர்களின் நலன்களுக்கு மட்டுமே சேவை செய்வதாக உணர்ந்தபோது 1925 இல் ராஜினாமா செய்தார். கலாச்சார மற்றும் மத விஷயங்களில் பிராமணர் அல்லாதவர்களுக்கு எதிராகப் பாகுபாடு காட்டப்படுவதாக எண்ணினார். 1924 இல், ராமசாமி திருவிதாங்கூரில் வைக்கம் நகரில் நடந்த அகிம்சைப் போராட்டத்தில் பங்கேற்றார். 1929 முதல் 1932 வரை ராமசாமி பிரிட்டிஷ், மலாயா, ஐரோப்பா மற்றும் சோவியத் யூனியன் சுற்றுப்பயணத்தை மேற்கொண்டார்.

1939 இல், ராமசாமி நீதிக்கட்சியின் தலைவராக ஆனார். 1944 ல் அவர் அதன் பெயரை திராவிடர் கழகம் என்று மாற்றினார். சி. என். அண்ணாதுரை தலைமையிலான ஒரு குழுவுடன் கட்சி பின்னர் பிளவுபட்டு 1949 இல் திராவிட முன்னேற்றக் கழகத்தை (DMK) உருவாக்கியது. சுயமரியாதை இயக்கத்தைத் தொடர்ந்த போது, அவர் சுதந்திர திராவிட நாடு அல்லது திராவிடர்களின் நிலம் என்று வாதிட்டார். ராமசாமி பகுத்தறிவு, சுயமரியாதை, பெண்கள் உரிமைகள் மற்றும் சாதி ஒழிப்பு கொள்கைகளை முன்னெடுத்தார். தென்னிந்தியாவில் பிராமணரல்லாத திராவிட மக்களைச் சுரண்டுவதையும் ஓரங்கட்டுவதையும் அவர் எதிர்த்தார்.

1929 பிப்ரவரியில் செங்கல்பட்டில் முதல் சுயமரியாதை இயக்கம் நடைபெற்றது. 1925-ல் குடியரசு என்ற தமிழ் வார இதழ் தொடங்கப்பட்டது. இதற்கு முன்பாகவே 1928-ல் தொடங்கப்பட்ட ஆங்கில இதழான ரேவோல்ட்(Revolt) ஆங்கிலக் கல்வி கற்ற மக்களிடையே மாற்றத்தை ஏற்ப்படுத்தியது. சுயமரியாதை இயக்கம் வேகமாக வளர ஆரம்பித்தது மற்றும் ஆரம்பத்திலிருந்தே நீதிக்கட்சியின் தலைவர்களின் அனுதாபத்தைப் பெற்றது. பிராமண மதம் மற்றும் கலாச்சாரத்தை நிராகரிப்பதே இயக்கத்தின் குறிக்கோளாக இருந்தது. பிராமண மேலாதிக்கத்தை ஒழிக்கவும், சமூகத்தில் பிற்படுத்தப்பட்டோர், பெண்களுக்கு சமஉரிமை, தெலுங்கு, தமிழ், கன்னடம், மலையாளம் போன்ற திராவிட மொழிகளின் மறுமலர்ச்சிக்காகவும் வாதிட்ட சமத்துவ இயக்கம் அது. தாழ்த்தப்பட்ட சாதியினர், கோவில்களுக்குள் நுழைவதைத் தடை செய்வதற்கும் மற்றும் பிற கட்டுப்பாடுகளுக்கும் எதிர்ப்புத் தெரிவிக்கும் வகையில் இந்தியா முழுவதும் பல சத்தியாகிரக இயக்கங்களை ஏற்பாடு செய்தனர்.

மிக முக்கியமாக, இயக்கத்தின் தலைவர்கள் கூறியது போல், இந்த இயக்கம் சமூகத்தில் சுயமரியாதை வேண்டும் என்று தாழ்த்தப்பட்ட சாதி மக்களுக்காக போராடியது. சுயமரியாதை இயக்கம் என்பது சமகால இந்து சமூக அமைப்பை முற்றிலுமாக அழித்து சாதி, மதம் மற்றும் கடவுள் இல்லாத புதிய பகுத்தறிவு சமுதாயத்தை நிறுவுவதை நோக்கமாகக் கொண்ட ஒரு ஆற்றல்மிக்க சமூக இயக்கமாகும்.

தமிழ் இலக்கியத்தில் தன்மானம் அல்லது சுயமரியாதை எனப்படும் சுயமரியாதைக்கு முக்கியத்துவம் கொடுத்ததன் மூலம் ஈர்க்கப்பட்டு, தனிமனிதர்களிடம் சுயமரியாதையை வளர்ப்பது சாதியப் பாகுபாட்டை முடிவுக்குக் கொண்டுவரும் என்ற தத்துவத்தை ராமநாதனும் பெரியார் ராமசுவாமியும் முன்வைக்க முயன்றனர். அன்னை மீனாம்பாள், வீரம்மாள் ஆகிய இருவர் இயக்கத்தின் பெண் தலைவர்கள்.

சுயமரியாதை இயக்கத்தின் நோக்கங்கள்

இந்த இயக்கம் முன்வைத்த மூன்று முக்கிய நோக்கங்கள் பிராமண ஆட்சியை கலைத்தல், பணியிடத்தில் நலிந்த பிரிவினருக்கும் பெண்களுக்கும் சம வாய்ப்பு, தெலுங்கு, மலையாளம், கன்னடம்,

தமிழ் உள்ளிட்ட திராவிட மொழிகளின் மறுமலர்ச்சி. இந்த இயக்கத்தினை முன்மொழிபவர்கள் "நமது குறிக்கோள்" எனத் துண்டுப்பிரசுரங்களில் நோக்கங்களை கோடிட்டுக் காட்டியுள்ளனர். அவை பின்வருமாறு,

- ✓ பிற்படுத்தப்பட்ட சாதியினரும் உயர் சாதியினருக்குச் சமமான அடிப்படை சிவில் உரிமைகளைக் கொண்ட சமூகத்தை உருவாக்குதல்.
- ✓ அனைத்து நபர்களுக்கும் வளர்ச்சி மற்றும் மேம்பாட்டிற்கான சம வாய்ப்புகளை வழங்குவதில் பணியாற்ற வேண்டும்.
- ✓ தீண்டாமையை முற்றிலுமாக ஒழித்து, நீதியும, நல்லிணக்கமும் கொண்ட சமுதாயத்தை நிறுவுதல்.
- ✓ இது ஒரு சமூக மாற்றத்தை நோக்கமாகக் கொண்டது, அதன் பிறகு நட்பு மற்றும் சொந்த உணர்வு அனைவருக்கும் இயல்பாகவே வருகிறது. ஆதரவற்றோர், அனாதைகள், விதவைகளுக்கு தங்குமிடம் வழங்குதல் மற்றும் பள்ளிகள் மற்றும் கல்லூரிகளை நிறுவுதல்.
- ✓ கூடுதல் கோவில்கள், மடங்கள், வேத பள்ளிகளை கட்டுவதில் இருந்து மக்களைத் தடுக்க, மக்கள் தங்கள் சாதிப் பெயர்களை தங்கள் பெயர்களில் பயன்படுத்துவதை தடுக்கவும், கண்மூடித்தனமாகப் பின்பற்றப்பட்ட பிற நடைமுறைகளையும் மட்டுப்படுத்த இந்த இயக்கம் விரும்பியது.

சுயமரியாதை இயக்கத்தின் முக்கியத்துவம்

ஈ.வெ.ரா. வின் முடிவில்லாத சம்பிரதாய எதிர்ப்புப் பிரச்சாரத்தைத் தொடர்ந்து பிராமணர்களின் ஏகபோக அதிகாரம் மற்றும் செல்வாக்கு படிப்படியாக அழிந்தது. பிராமணர்களால் தொடரப்பட்ட சமூக அநீதியை எதிர்கொள்ளத் தயாராக இருந்ததால், மக்கள் சுயமரியாதை உணர்வுடனும், எல்லாவற்றிற்கும் மேலாக தன்னம்பிக்கையுடனும் உற்சாகமடைந்தனர். இதன் விளைவாகச் சாதிகளுக்கிடையேயான மற்றும் மதங்களுக்கு இடையேயான திருமணங்கள் ஊக்குவிக்கப்பட்டன. அதே போல் பிராமண புரோகிதர் இல்லாத திருமணங்களை சட்டப்பூர்வமாக்கியது. சுதந்திரத்திற்குப் பிறகு பிராமணர்களை பயன்படுத்தாமல் இந்து திருமணங்களை

அனுமதிக்கும் சட்டத்தை அங்கீகரித்த முதல் மாநிலம் தமிழ்நாடு. ஹரிஜன உறுப்பினர்களுக்கு முனிசிபல் கவுன்சில்களில் தனி இடங்களை ஒதுக்கும் முறையும் ஒழிக்கப்பட்டது. ஓட்டல்களின் பெயர் பலகைகள் "பிராமின்ஸ் ஹோட்டல்" என்பதிலிருந்து "சைவ ஹோட்டல்" என்று மாற்றப்பட்டது. இயக்கத்தின் தளராத ஆதரவின் விளைவாக மக்கள் தங்கள் சாதிப் பெயரைக் கைவிடுவதில் பெருமிதம் கொள்ளத் தொடங்கினர்.

காசி யாத்திரை சம்பவம்

1904 ஆம் ஆண்டில், காசி விஸ்வநாதரின் புகழ்பெற்ற சிவன் கோவிலுக்குச் செல்வதற்காக ராமசாமி காசிக்கு யாத்திரை சென்றார். இந்து மதத்தின் புனிதத் தலங்களில் ஒன்றாகக் கருதப்பட்டாலும், பிச்சை எடுப்பது மற்றும் இறந்த உடல்கள் மிதப்பது போன்ற ஒழுக்கக்கேடான செயல்களைக் கண்டார். பிராமணச் சுரண்டல் என்று அவர் அழைக்கப்பட்டதை அவர் அனுபவித்தபோது அவரது விரக்திகள் அதிகமானது. இருப்பினும், காசியில் நடந்த ஒரு குறிப்பிட்ட சம்பவம் ராமசாமியின் சித்தாந்தம் மற்றும் எதிர்கால வேலைகளில் ஆழமான தாக்கத்தை ஏற்படுத்தியது. வழிபாட்டு தலத்தில் விருந்தினர்களுக்கு இலவச உணவு வழங்கப்பட்டது. ராமசாமிக்கு அதிர்ச்சியாக, பிராமணர்களுக்கு மட்டுமே உணவளிக்கும் கடைகளில் அவருக்கு உணவு மறுக்கப்பட்டது.

இந்த நேரத்தில், தனக்கு நுழைய மறுத்த உணவகம் தென்னிந்தியாவைச் சேர்ந்த பணக்கார பிராமணரல்லாத ஒருவரால் கட்டப்பட்டது என்பதை அவர் உணர்ந்தார். இந்த பாரபட்சமான அணுகுமுறை ராமசாமியின் இந்து மதத்தின் மீதான மதிப்பிற்கு ஒரு அடியாக இருந்தது, ஏனெனில் காசியில் அவர் கண்ட நிகழ்வுகள் அவர் மனதிலிருந்த காசியின் படத்திலிருந்து முற்றிலும் மாறுபட்டது, இது அனைவரையும் வரவேற்கும் புனித ஸ்தலமாக இருந்தது. ராமசாமி காசிக்கு வரும் வரை ஆஸ்திகராக இருந்தார். அதன் பிறகு அவருடைய கருத்துக்கள் மாறி நாத்திகராக மாறினார்.

காங்கிரஸ் கட்சி உறுப்பினர் (1919–1925)

ராமசாமி தனது தொழிலை விட்டுவிட்டு பொதுப் பதவிகளை ராஜினாமா செய்த பின்னர் 1919 இல் இந்திய தேசிய காங்கிரஸில்

சேர்ந்தார். ஈரோடு நகராட்சித் தலைவராகப் பதவி வகித்து, காதிப் பயன்பாட்டை பரப்புதல், கள்ளுக்கடை மறியல், அந்நிய துணி விற்கும் கடைகளைப் புறக்கணித்தல், தீண்டாமையை ஒழித்தல் போன்ற ஆக்கப்பூர்வமான திட்டங்களை முழு மனதுடன் மேற்கொண்டார். 1921ல் ஈரோட்டில் கள்ளுக்கடைகளை மறியல் செய்ததற்காக ராமசாமி சிறைத் தண்டனை பெற்றார். அவரது மனைவியும் அவரது சகோதரியும் போராட்டத்தில் இணைந்தபோது, அது வேகம் பெற்றது. மேலும் நிர்வாகம் ஒரு சமரசத்திற்கு வர வேண்டிய கட்டாயம் ஏற்பட்டது. ஒத்துழையாமை இயக்கத்தின் போது அவர் மீண்டும் கைது செய்யப்பட்டார்.

1922 ஆம் ஆண்டில், திருப்பூர் அமர்வின் போது, சென்னை மாகாண காங்கிரஸ் கமிட்டியின் தலைவராக ராமசாமி தேர்ந்தெடுக்கப்பட்டார். அங்கு அவர் அரசாங்க வேலைகள் மற்றும் கல்வியில் இடஒதுக்கீட்டிற்காக கடுமையாக வாதிட்டார். பாகுபாடு மற்றும் அலட்சியம் காரணமாக காங்கிரஸ் கட்சியில் அவரது முயற்சிகள் தோற்கடிக்கப்பட்டன. இது 1925 இல் அவர் கட்சியை விட்டு வெளியேற வழிவகுத்தது.

நீதிக்கட்சியின் தலைவராக (1938-1944)

சுதந்திரக் கூட்டமைப்பு பொதுவாக நீதிக்கட்சி எனக் குறிப்பிடப்படுகிறது. நீதிக்கட்சி என்பது ஒரு அரசியல் கட்சியாக 1916 இல் நிறுவப்பட்டது. முக்கியமாகப் பிராமண குழுக்களின் பொருளாதார மற்றும் அரசியல் அதிகாரத்தை எதிர்ப்பதற்காக, பிராமணர் அல்லாதவர்களுக்கு சமூக நீதியை வழங்குவதே கட்சியின் குறிக்கோளாக இருந்தது. வெகுஜனங்களின் ஆதரவைப் பெற, பிராமணரல்லாத அரசியல்வாதிகள் பிராமணரல்லாத சாதிகளிடையே சமத்துவக் கருத்தியலைப் பரப்ப தொடங்கினர். பிராமணர் அல்லாத சாதி குழுக்களிடையே ஏற்றத்தாழ்வுகள் இருப்பதற்குப் பிராமண புரோகிதம் மற்றும் சமஸ்கிருத சமூக வர்க்க மதிப்பு படிநிலை ஆகியவை என குற்றம் சாட்டப்பட்டு பரப்புரையும் மேற்கொள்ளப்பட்டன.

1937 ஆம் ஆண்டு, பள்ளிக்கல்வி அமைப்பில் இந்தி கற்பிக்கப்பட வேண்டும் என்று அரசாங்கம் கூறியபோது, ராமசாமி நீதிக்கட்சி மூலம் இந்தக் கொள்கைக்கு எதிர்ப்புத் தெரிவித்தார். 1937 க்குப் பிறகு, திராவிட இயக்கம் மாணவர் சமூகத்திலிருந்து

கணிசமான ஆதரவைப் பெற்றது. பிற்காலத்தில் தமிழ்நாட்டு அரசியலில் ஹிந்தி எதிர்ப்பு பெரும் பங்கு வகித்தது. தமிழர்களைப் பொறுத்தவரை பள்ளிக்கல்வியில் ஹிந்தியை ஏற்றுக்கொள்வது ஒரு வகையான அடிமைத்தனம் எனக் கருதப்பட்டது. மக்கள் ஆதரவு இல்லாததால் நீதிக்கட்சி வலுவிழந்தபோது, 1939 இல் இந்தியை எதிர்த்ததற்காகச் சிறையில் அடைக்கப்பட்ட ராமசாமி கட்சியின் தலைமைப் பொறுப்பை ஏற்றார். அவரது வழிகாட்டுதலின் கீழ் கட்சி செழித்தது, ஆனால் கட்சியின் பழமைவாத உறுப்பினர்கள், அவர்களில் பெரும்பாலோர் பணக்காரர்கள் மற்றும் படித்தவர்கள், ராமசாமியை பின்பற்ற தயக்கம் காட்டினர்.

திராவிடர் கழகத்தின் உருவாக்கம்

1944 இல் நடந்த ஒரு பேரணியில், நீதிக்கட்சியின் தலைவராக இருந்த ராமசாமி, கட்சி இனி திராவிடர் கழகம் என்று அழைக்கப்படும் என்று அறிவித்தார். இருப்பினும், ராமசாமியுடன் உடன்படாத ஒரு சிலர், அசல் நீதிக்கட்சி என்று கூறி, பிரிந்து குழுவைத் தொடங்கினர். இந்த கட்சி மூத்த நீதிக்கட்சி தலைவர் பி. டி. ராஜன் தலைமையில் 1957 வரை நீடித்தது. திராவிடர் கழகம் நகர்ப்புற சமூகங்கள் மற்றும் மாணவர்கள் மத்தியில் நன்கு அறியப்பட்டது. இந்தி மற்றும் பிராமண புரோகிதத்துடன் தொடர்புடைய சடங்குகள் தமிழ் கலாச்சாரத்திலிருந்து அகற்றப்பட வேண்டிய அன்னிய சின்னங்களாக அடையாளம் காணப்பட்டன. இத்தகைய சின்னங்களின் பாதுகாவலர்களாகக் கருதப்பட்ட பிராமணர்கள் வாய்மொழி தாக்குதலுக்கு ஆளாகினர்.

1949 முதல் திராவிடர் கழகம் சமூக சீர்திருத்தப் பணிகளைத் தீவிரப்படுத்தி திராவிடர்களின் சீரழிவுக்கு மூடநம்பிக்கைகளே காரணம் என்ற உண்மையை முன்வைத்தது. திராவிடர் கழகம் தலித்துகள் மத்தியில் தீண்டாமை ஒழிப்புக்காக தீவிரமாகப் போராடியது. பெண் விடுதலை, பெண் கல்வி, விருப்ப திருமணம், விதவைத் திருமணம், அனாதை இல்லங்கள் மற்றும் கருணை இல்லங்கள் ஆகியவற்றிலும் இது கவனம் செலுத்தியது.

1949 இல், ராமசாமியின் தலைமை லெப்டினன்ட், காஞ்சீவரம் நடராஜன், அண்ணாதுரை, திராவிட முன்னேற்றக் கழகம் (DMK) அல்லது திராவிட முன்னேற்றக் கூட்டமைப்பு என்று ஒரு தனி

சங்கத்தை நிறுவினார். இது இருவருக்கும் இடையேயான கருத்து வேறுபாடுகளால் ஏற்பட்டது, அதே நேரத்தில் ராமசாமி ஒரு தனி சுதந்திர திராவிடம் அல்லது தமிழ் மாநிலத்தை ஆதரித்தார். அண்ணாதுரை டெல்லி அரசாங்கத்துடன் சமரசம் செய்தார், அதே நேரத்தில் மாநில சுதந்திரத்தை அதிகரித்தார். இந்திய துணைக் கண்டத்தில் உள்ள சமூகக் கொடுமைகளை ஒழிக்கும் பணியை மேற்கொள்ளும் தனிமனிதர்களும் இயக்கங்களும் வழி தவறாமல், சமரசமற்ற வைராக்கியத்துடன், அர்ப்பணிப்புடனும் இலக்கைத் தொடர வேண்டும் என்பதில் ராமசாமி உறுதியாக இருந்தார். எனவே, அரசியல் அதிகாரத்தை கைப்பற்றும் நோக்கில் அவர்கள் தேர்தலில் போட்டியிட்டால், அவர்கள் வீரியத்தையும் நோக்க உணர்வையும் இழக்க நேரிடும். ஆனால், அவரைப் பின்பற்றுபவர்களில், அரசியலில் பிரவேசித்து, ஆட்சியை நடத்துவதில் பங்கு கொள்ள வேண்டும் என்று மாறுபட்ட கண்ணோட்டம் கொண்டவர்களும் இருந்தனர்.

இதனால் ராமசாமியை பிரிவதற்கான வாய்ப்பைத் தேடினர். இதனால், ராமசாமி 9 ஜூலை 1948 இல் மணியம்மையை மணந்தபோது, ராமசாமி கனகசபையின் மகளான மணியம்மையாரை 70 வயதில் மணந்ததாகக் கூறி திராவிடர் கழகத்தில் இருந்து விலகினார்கள். ராமசாமியுடன் பிரிந்தவர்கள் திமுகவில் இணைந்தனர். திராவிடர் கழகத்தில் இருந்து திமுக பிரிந்து சென்றாலும், ராமசாமியின் சுயமரியாதை இயக்கத்தை கிராம மக்கள் மற்றும் நகர்ப்புற மாணவர்களிடம் கொண்டு செல்ல அந்த அமைப்பு முயற்சிகளை மேற்கொண்டது. உள்ளடக்கத்தில் சமஸ்கிருதம் மற்றும் ஹிந்தியை விட தமிழ் மொழி மிகவும் செழுமை வாய்ந்தது, எனவே கற்க வேண்டிய பாடங்களுக்கு கதவு திறக்கும் திறவுகோலாக இருந்தது என்ற ஆய்வறிக்கையை திமுக ஆதரித்தது. திராவிடர் கழகம் தொடர்ந்து பிராமணியம், இந்தோ-ஆரியப் பிரச்சாரத்தை எதிர்த்து, திராவிடர்களின் சுயநிர்ணய உரிமையை நிலைநிறுத்தியது.

1956 ஆம் ஆண்டில், தமிழ்நாடு காங்கிரஸ் கமிட்டியின் தலைவரான பி. கக்கனின் எச்சரிக்கையை மீறி, ராமசாமி மெரினாவில் இந்துக் கடவுளான ராமரின் படங்களை எரிக்கும் ஊர்வலத்தை ஏற்பாடு செய்தார். ராமசாமி பின்னர் கைது செய்யப்பட்டு சிறையில் அடைக்கப்பட்டார். 1958ல் அகில இந்திய

அலுவல் மொழி மாநாட்டில் பங்கேற்பதற்காக பெங்களூரு சென்றபோது ராமசாமியின் செயல்பாடுகள் தொடர்ந்தன. இந்திக்குப் பதிலாக ஆங்கிலத்தை யூனியன் அலுவல் மொழியாக வைத்திருக்க வேண்டியதன் அவசியத்தை அவர் அங்கு வலியுறுத்தினார். ஐந்தாண்டுகளுக்குப் பிறகு, ராமசாமி வட இந்தியாவுக்குச் சென்று சாதியத்தை ஒழிக்க வேண்டும் என்று வாதிட்டார். டிசம்பர் 19, 1973 அன்று சென்னை தியாகராய நகரில் நடந்த தனது கடைசி கூட்டத்தில், சமூக சமத்துவத்தையும் கண்ணியமான வாழ்க்கை முறையையும் பெற நடவடிக்கை எடுக்க வேண்டும் என்று ராமசாமி அறிவித்தார். டிசம்பர் 24, 1973 இல், ராமசாமி தனது 94 வயதில் இறந்தார்.

வைக்கம் சத்தியாகிரகம் (1924–1925)

கேரளா மற்றும் இந்தியாவின் பிற பகுதிகளில் நிலவும் சாதி அமைப்பின் படி, தாழ்த்தப்பட்ட இந்துக்கள் கோவில்களுக்குள் நுழைய மறுக்கப்பட்டனர். கேரளாவில் கோவில்களுக்கு செல்லும் சாலைகளிலும் நடக்க அனுமதி மறுக்கப்பட்டது. 1923ஆம் ஆண்டு காங்கிரசு கட்சியின் காக்கிநாடா கூட்டத்தில், டி.கே. மாதவன் கேரளாவில் தாழ்த்தப்பட்ட சாதிகள் எதிர்கொள்ளும் பாகுபாடுகளை மேற்கோள் காட்டி ஒரு அறிக்கையை சமர்ப்பித்தார். அந்த அமர்வு தீண்டாமைக்கு எதிரான இயக்கங்களை ஊக்குவிக்க முடிவு செய்தது.

கேரளாவில், தீண்டாமைக்கு எதிராக போராடுவதற்காக பல்வேறு சாதிகளைச் சேர்ந்த மக்களைக் கொண்ட குழு ஒன்று அமைக்கப்பட்டது. குழுத் தலைவர் கே. கேளப்பன் தலைமை வகித்தார் மற்ற உறுப்பினர்களாக டி கே மாதவன், வேலாயுத மேனன், குரூர் நீலகண்டன் நம்பூதிரிபாட் மற்றும் டி ஆர் கிருஷ்ணசாமி ஐயர் ஆகியோர் இருந்தனர். பிப்ரவரி 1924 இல், அவர்கள் கோயில் நுழைவு மற்றும் சாதி அல்லது மத வேறுபாடு இல்லாமல் ஒவ்வொரு இந்துக்களுக்கும் பொது சாலைகளைப் பயன்படுத்துவதற்கான உரிமையைப் பெறுவதற்கு ஒரு ‘கேரளபர்யதானம்’ தொடங்க முடிவு செய்தனர்.

கேரள மாநிலத்தின் சிறிய நகரமான வைக்கம், பின்னர் திருவிதாங்கூர், கோயில் பகுதியிலும் அதைச் சுற்றியுள்ள பகுதிகளிலும் தீண்டாமைக் கொடுமைக்கான கடுமையான சட்டங்கள்

இருந்தன. ஹரிஜனங்கள் என்று அழைக்கப்படும் தலித்துகள், கோவிலுக்குச் செல்வதைத் தவிர, அதைச் சுற்றியுள்ள நெருங்கிய தெருக்களுக்குள் அனுமதிக்கப்படவில்லை. சாதிக்கு எதிரான உணர்வுகள் பெருகியதால், 1924ல் ஒரு ஒழுங்கமைக்கப்பட்ட சத்தியாகிரகத்திற்கு ஏற்ற இடமாக வைக்கம் தேர்ந்தெடுக்கப்பட்டது. அவரது வழிகாட்டுதலின் கீழ் அனைத்து சாதியினருக்கும் கோவில்களில் நுழையும் உரிமையை வழங்கும் நோக்கில் ஒரு இயக்கம் ஏற்கனவே தொடங்கப்பட்டது. இதனால் போராட்டங்களும், ஆர்ப்பாட்டங்களும் நடந்தன. ஏப்ரல் 14 அன்று ராமசாமியும் அவரது மனைவி நாகம்மாவும் வைக்கம் வந்தனர். பங்கேற்றதற்காக அவர்கள் உடனடியாக கைது செய்யப்பட்டு சிறையில் அடைக்கப்பட்டனர்.

வைக்கம் சத்தியாகிரக நிகழ்வுகள் பதிவு செய்யப்பட்ட விதம் அந்தந்த அமைப்பாளர்களின் உருவத்திற்கு ஒரு துப்பு வழங்குகிறது. காந்தியும் அம்பேத்கரும், தலைமைத்துவத்தில் ஒரு ஆய்வு என்ற தலைப்பில் எழுதிய கட்டுரையில், எலினோர் ஜெலியட் ‘வைகோம் சத்தியாகிரகம்’, நிகழ்வு தொடர்பாக கோவில் அதிகாரிகளுடன் காந்தி நடத்திய பேச்சுவார்த்தை உட்பட இடம் பெற்றது. மேலும், ராமசாமியின் பங்கேற்பு பற்றிய செய்திகளைப் பிராமணர்கள் வேண்டுமென்றே நசுக்கினார்கள் என்று ராமசாமியின் சிந்தனைகள் பத்திரிகையின் ஆசிரியர் கூறுகிறார். ஒரு முன்னணி காங்கிரஸ் பத்திரிகையான யங் இந்தியா, வைக்கம் பற்றிய விரிவான அறிக்கைகளில் ராமசாமியை பற்றி குறிப்பிடவே இல்லை.

இந்த இயக்கம் அகில இந்திய அளவில் முக்கியத்துவம் பெற்றது மற்றும் ஆதரவு வெகு தொலைவிலிருந்து வந்தது. பஞ்சாபின் அகாலிகள் சத்தியாகிரகிகளுக்கு உணவு வழங்குவதற்காகச் சமையலறைகளை அமைத்து தங்கள் ஆதரவை வழங்குகிறார்கள். கிறிஸ்தவ மற்றும் முஸ்லீம் தலைவர்கள் கூட ஆதரவளிக்க முன் வந்தனர். இந்த இயக்கம் ஒரு உள்-இந்து விவகாரமாக இருக்க விரும்பிய காந்தியால் இது புறக்கணிக்கப்பட்டது. காந்தியின் ஆலோசனையின் பேரில், ஏப்ரல் 1924 இல் இயக்கம் தற்காலிகமாக வாபஸ் பெறப்பட்டது. சாதி-இந்துக்களுடனான பேச்சுவார்த்தை தோல்வியடைந்ததை அடுத்து, தலைவர்கள் இயக்கத்தை மீண்டும் தொடங்கினர். தலைவர்கள் டி.கே. மாதவன், கே.பி. கேசவ மேனன் ஆகியோர் கைது செய்யப்பட்டனர். ராமசாமி தமிழ்நாட்டிலிருந்து வந்து ஆதரவு அளித்தார். அவரும் கைது செய்யப்பட்டார்.

1924ஆம் ஆண்டு அக்டோபர் 1 ஆம் தேதி சவர்ணக் குழு ஒன்று ஊர்வலமாகச் சென்று திருவிதாங்கூர் ரீஜண்ட் மகாராணி சேதுலட்சுமி பாயிடம், அனைவருக்கும் கோயில் நுழைவதற்கு சுமார் 25,000 கையெழுத்துகளுடன் ஒரு மனுவைச் சமர்ப்பித்தது. காந்தி ரீஜண்ட் மகாராணியையும் சந்தித்தார். இந்த சவர்ண ஊர்வலம் மன்னத் பத்மநாபன் நாயர் தலைமையில் நடைபெற்றது. வைக்கம்மில் சுமார் 500 பேருடன் தொடங்கிய ஊர்வலம் 1924 நவம்பரில் திருவனந்தபுரத்தை அடைந்தபோது சுமார் 5000 பேராக அதிகரித்தது.

இந்தி திணிப்புக்கு எதிர்ப்பு

1937 இல், சக்கரவர்த்தி ராஜகோபாலாச்சாரி மெட்ராஸ் பிரசிடென்சியின் முதலமைச்சராக ஆன போது, பள்ளிகளில் ஹிந்தியைக் கட்டாயப் படிப்பு மொழியாக அறிமுகப்படுத்தினார். தமிழ் தேசியவாதிகள், சர்.ஏ.டி. பன்னீர்செல்வம் மற்றும் ராமசாமியின் கீழ் நீதிக்கட்சி இந்தி எதிர்ப்புப் போராட்டங்களை 1938 இல் ஏற்பாடு செய்தனர், இது ராஜாஜி அரசாங்கத்தின் பல கைதுகளுடன் முடிவுக்கு வந்தது.

அதே ஆண்டில், பள்ளிகளில் இந்தி மொழி புகுத்தப்பட்டதற்கு எதிர்ப்புத் தெரிவிக்கும் வகையில், தமிழ்நாடு தமிழர்களுக்காக என்ற முழக்கம் முதன்முதலில் ராமசாமியால் பயன்படுத்தப்பட்டது. திராவிட கலாச்சாரத்திற்குள் ஊடுருவ ஆரியர்களால் பயன்படுத்தப்பட்ட ஒரு ஆபத்தான வழிமுறை இந்தி அறிமுகம் என்று அவர் கூறினார். ஹிந்தியை ஏற்றுக்கொள்வது தமிழர்களை இந்தி பேசும் வட இந்தியர்களுக்கு அடிபணியச் செய்யும் என்று அவர் நியாயப்படுத்தினார். ராமசாமி, இந்தி தமிழ் மக்களின் முன்னேற்றத்தைத் தடுத்து நிறுத்துவதோடு மட்டுமல்லாமல், அவர்களின் கலாச்சாரத்தை முற்றிலுமாக அழித்துவிடும் என்றும், சமீபத்திய தசாப்தங்களில் வெற்றிகரமாக தமிழ் மூலம் புகுத்தப்பட்ட முற்போக்குக் கருத்துகளை ரத்து செய்யும் என்றும் கூறினார். கட்சி வேறுபாடுகளைக் கடந்து, தென்னிந்திய அரசியல்வாதிகள் ஹிந்திக்கு எதிராக ஒன்று திரண்டனர். 1948, 1952 மற்றும் 1965 ஆம் ஆண்டுகளில் மீண்டும் இந்தி எதிர்ப்புப் போராட்டங்கள் நடந்தன.

கோட்பாடுகள் மற்றும் மரபு

ராமசாமி ஐம்பது ஆண்டுகளுக்கும் மேலாகச் சொற்பொழிவுகளை ஆற்றி, அனைவரும் சமமான குடிமக்கள் என்பதையும், ஜாதி, மதவேறுபாடுகள் சமூகத்தில் அப்பாவிகளையும் அறியாமையையும் பின்தங்கிய நிலையில் வைத்திருக்க மனிதனால் உருவாக்கப்பட்டவை என்பதை பிரச்சாரம் செய்தார். ராமசாமியின் பேச்சுக்கள் கல்வியறிவற்ற மற்றும் மிகவும் சாதாரணமான வெகுஜனங்களை இலக்காகக் கொண்டிருந்தாலும், ஏராளமான படித்தவர்களும் திசைதிருப்பப்பட்டனர். ராமசாமி பகுத்தறிவை ஒரு சிறப்புக் கருவியாகக் கருதினார். அவரைப் பொறுத்தவரை, அனைவரும் இந்த கருவியால் ஆசீர்வதிக்கப்பட்டனர். ஆனால் மிகச் சிலரே இதைப் பயன்படுத்தினர். இவ்வாறு ராமசாமி தனது பார்வையாளர்களுக்கு தனது விளக்கக்காட்சிகளில் சமூக ஆர்வமுள்ள விஷயங்களில் பகுத்தறிவை பயன்படுத்தினார்.

பகுத்தறிவுவாதம்

ராமசாமியின் கொள்கைகள் மற்றும் அவர் தொடங்கிய இயக்கங்களின் அடித்தளம் பகுத்தறிவுவாதம் ஆகும். சமுதாயத்தில் ஒரு சிறிய சிறுபான்மையினர் பெரும்பான்மையினரைச் சுரண்டுவதாகவும், அவர்களை எப்போதும் கீழ்நிலை நிலையில் வைத்திருக்க முயல்வதாகவும் அவர் நினைத்தார். சுரண்டப்படுபவர்கள் தங்கள் நிலையைப் பற்றி சிந்திக்க வேண்டும், மேலும் அவர்கள் ஒரு சிலரால் சுரண்டப்படுகிறார்கள் என்பதை உணர அவர்களின் காரணத்தைப் பயன்படுத்த அவர் விரும்பினார். அவர்கள் சிந்திக்கத் தொடங்கினால், மற்றவர்களைப் போலவே தாங்களும் மனிதர்கள் என்பதையும், பிறப்பால் மற்றவர்களை விட மேன்மையைக் கொடுக்கவில்லை, கொடுக்கக்கூடாது என்பதையும், தங்களைத் தாங்களே எழுப்பி தங்கள் நிலையை மேம்படுத்த முடிந்த அனைத்தையும் செய்ய வேண்டும் என்பதையும் அவர்கள் புரிந்துகொள்வார்கள் என்று கூறிவந்தார்.

அதேபோல், சிந்தனையில் ஞானம் உள்ளது என்றும், சிந்தனையின் ஈட்டித்தலை பகுத்தறிவு என்றும் ராமசாமி விளக்கினார். ஜாதியைப் பற்றி, வேறு எந்த உயிரும் தன் சொந்த வகுப்பிற்கு தீங்கு விளைவிப்பதில்லை அல்லது தாழ்த்துவதில்லை

என்று கூறினார். ஆனால் பகுத்தறிவு ஜீவி என்று சொல்லப்படும் மனிதன் இந்த தீமைகளைச் செய்கிறான். சமூகத்தில் இப்போது நிலவும் வேறுபாடுகள், வெறுப்பு, பகைமை, சீரழிவு, வறுமை, துன்மார்க்கம் ஆகியவை ஞானம் மற்றும் பகுத்தறிவு இன்மையால் உண்டானதே அன்றி கடவுளாலோ காலத்தின் கொடுமையினாலோ அல்ல. சுயராஜ்யத்தை விட பிரிட்டிஷ் ஆட்சி சிறந்தது என்று ராமசாமி தனது புத்தகங்கள் மற்றும் பத்திரிகைகளில் அதிக முறை பல்வேறு சந்தர்ப்பங்களில் எழுதியுள்ளார்.

முதலாளிகள் இயந்திரங்களை தங்கள் கட்டுப்பாட்டில் வைத்திருப்பதற்கும், தொழிலாளர்களுக்குச் சிரமங்களை உருவாக்குவதற்கும் ராமசாமி குற்றம் சாட்டினார். அவரது தத்துவத்தின்படி, அனைவருக்கும் அமைதியான வாழ்க்கைக்கு வழிவகுக்க வேண்டிய பகுத்தறிவுவாதம், ஆதிக்க சக்திகளால் மக்களுக்கு வறுமையையும் கவலையையும் ஏற்படுத்தியது. சுயமரியாதையோ, அறிவியல் அறிவோ இல்லாவிட்டால் வெறுமனே பட்டங்களை அடைவதாலோ, சொத்து குவிப்பதாலோ எந்தப் பயனும் இல்லை என்று அவர் கூறினார். ராமசாமி பிராமண சமூகத்தினருக்கு அனுப்பிய செய்தியில், “கடவுள், மதம், சாத்திரங்களின் பெயரால் எங்களை ஏமாற்றிவிட்டீர்கள். நாங்கள் ஆட்சி செய்தவர்கள். இந்த ஆண்டு முதல் எங்களை ஏமாற்றும் இந்த வாழ்க்கையை நிறுத்துங்கள். பகுத்தறிவு மற்றும் மனித நேயத்திற்கு இடம் கொடுங்கள்” என்று கூறியுள்ளார். பகுத்தறிவு, அறிவியல் அல்லது அனுபவத்தின் அடிப்படையில் இல்லாத எந்தவொரு திணிப்பும் ஒரு நாள் அல்லது இன்னொரு நாள், மோசடி, சுயநலம், பொய்கள் மற்றும் சதிகளை வெளிப்படுத்தும்” என்றும் அவர் கூறினார்.

பெண்களின் உரிமை

பகுத்தறிவாளர் மற்றும் தீவிர சமூக சீர்திருத்தவாதியாக, ராமசாமி தனது வாழ்நாள் முழுவதும் ஆணுக்கு நிகராக சமூகத்தில் பெண்களுக்கு அவர்களின் நியாயமான பதவியை வழங்க வேண்டும் என்றும் அவர்களுக்கு நல்ல கல்வி மற்றும் சொத்துரிமை வழங்கப்பட வேண்டும் என்றும் கடுமையாக வாதிட்டார். பெண்களைத் திருமணம் செய்து கொள்வதில் வயது மற்றும் சமூக பழக்கவழக்கங்கள் ஒரு பொருட்டல்ல என்று அவர் நினைத்தார். பெண்கள் தங்கள் உரிமைகளை உணர்ந்து தங்கள் நாட்டின்

தகுதியான குடிமக்களாக இருக்க வேண்டும் என்பதில் அவர் ஆர்வமாக இருந்தார்.

ராமசாமி தமிழ்நாட்டிலும் இந்தியத் துணைக் கண்டம் முழுவதிலும் பெண்களை ஒடுக்கும் மரபுவழி திருமண மரபுகளுக்கு எதிராகப் போராடினார். நிச்சயிக்கப்பட்ட திருமணங்கள் ஒரு ஜோடி வாழ்நாள் முழுவதும் ஒன்றாக வாழ வழிவகை செய்தாலும், அது பெண்களை அடிமைப்படுத்த கையாளப்பட்டது. அந்தக் காலத்தில் இந்தியா முழுவதும் நடைமுறைலியிருந்த குழந்தை திருமணங்கள் மிகவும் மோசமாக இருந்தது. பருவமடைந்த பிறகு திருமணம் செய்வது பாவம் என்று நம்பப்பட்டது. இன்று நடைமுறையில் உள்ள மற்றொரு நடைமுறை, வரதட்சணை முறை, மணமகளின் குடும்பம், மணமகளுக்கு கணவனுக்கு பெரும் தொகையைக் கொடுக்க வேண்டும். புதுமணத் தம்பதிகளுக்கு நிதி உதவி செய்வதே இதன் நோக்கம், ஆனால் பல சந்தர்ப்பங்களில் வரதட்சணை மணமகன்களால் தவறாகப் பயன்படுத்தப்பட்டது. இந்த துஷ்பிரயோகத்தின் விளைவு மணப்பெண்ணின் பெற்றோரின் செல்வத்தைச் சுரண்டுவதாக மாறியது, மேலும் சில சூழ்நிலைகளில் வரதட்சணை மரணங்களுக்கு வழிவகுத்தது. மணப்பெண்ணின் தந்தையால் கணவனுக்கு வரதட்சணை கொடுக்க முடியாத காரணத்தால் மனைவிகள் கொலை செய்யப்பட்டு, உடல் உறுப்புகள் சிதைக்கப்பட்டு, உயிருடன் எரிக்கப்பட்ட சம்பவங்கள் லட்சக்கணக்கில் நடந்துள்ளன. பெண்களுக்கு எதிரான இந்த கொடுமைக்கு எதிராக ராமசாமி கடுமையாகக் குரல் கொடுத்தார்

இந்தியாவில் உள்ள பெண்களுக்கும் தங்கள் குடும்பத்தின் அல்லது கணவரின் சொத்துக்களில் உரிமை இல்லை. ராமசாமி இதற்காகக் கடுமையாகப் போராடினார் மேலும் நியாயமான சூழ்நிலையில் கணவனைப் பிரிக்க அல்லது விவாகரத்து செய்யப் பெண்களுக்கு உரிமை வேண்டும் என்று வாதிட்டார். ராமசாமியின் காலத்தில் பிறப்புக் கட்டுப்பாடு சமூகத்தில் தடைசெய்யப்பட்ட நிலையில், அவர் பெண்களின் ஆரோக்கியம் மற்றும் மக்கள்தொகைக் கட்டுப்பாட்டிற்கு மட்டுமின்றி, பெண்களின் விடுதலைக்காகவும் வாதிட்டார்.

அவர் பெண்களுக்கான கற்பின் பாசாங்குத்தனத்தை விமர்சித்தார், மேலும் அது ஆண்களுக்கும் பொருந்தும் அல்லது இரு பாலினருக்கும் பொருந்தாது என்று வாதிட்டார். இதை எதிர்த்துப்

போராடிய ராமசாமி தேவதாசி முறையை ஒழிக்க வேண்டும் என்று வாதிட்டார். அவரது பார்வையில் இது பெண்களை இழிவுபடுத்தும் பட்டியலின் ஒரு எடுத்துக்காட்டு. மேலும் பெண்களின் விடுதலைக்காக, அவர்கள் கல்வி கற்கவும், ஆயுதப்படை மற்றும் காவல்துறையில் சேரவும் ராமசாமி அவர்களின் உரிமையை வலியுறுத்தினார். வாழ்க்கை வரலாற்றாசிரியர் எம். டி. கோபாலகிருஷ்ணனின் கூற்றுப்படி, ராமசாமியும் அவரது இயக்கமும் தமிழ் சமூகத்தில் பெண்களுக்கு ஒரு சிறந்த நிலையை எட்டியது. ராமசாமி, கல்வி, வேலை வாய்ப்பு விஷயங்களில் ஆண், பெண் வேறுபாடு இருக்ககூடாது. மாநிலத் துறைகளிலும், மத்தியிலும் கூட ராமசாமியின் செல்வாக்கு பெண்கள் காவல் துறைகளிலும் ராணுவத்திலும் சேர வழிவகுத்தது என்று கோபாலகிருஷ்ணன் கூறுகிறார். ராமசாமியும் குழந்தை திருமணத்திற்கு எதிராகக் குரல் கொடுத்தார்.

சமூக சீர்திருத்தம் மற்றும் சாதி ஒழிப்பு

ராமசாமி, சிந்திக்கும் மக்கள் தங்கள் சமூகத்தைப் பரிபூரணத்திலிருந்து வெகு தொலைவில் பார்க்க வேண்டும் மற்றும் சீர்திருத்தத்தின் அவசர தேவையில் இருக்க வேண்டும் என்று விரும்பினார். அரசாங்கம், அரசியல் கட்சிகள் மற்றும் சமூகப் பணியாளர்கள் சமூகத்தில் உள்ள தீமைகளைக் கண்டறிந்து அவற்றை அகற்றுவதற்கான நடவடிக்கைகளைத் தைரியமாக மேற்கொள்ள வேண்டும் என்று அவர் விரும்பினார். ராமசாமியின் தத்துவம், சமூக மற்றும் அரசியல் சேவையை வேறுபடுத்தவில்லை. அவரைப் பொறுத்தவரை ஒரு அரசாங்கத்தின் முதல் கடமை சமூக அமைப்பைத் திறம்பட நடத்துவதாகும். மேலும் மதத்தின் தத்துவம் சமூக அமைப்பை ஒழுங்கமைப்பதாகும். ராமசாமி, கிறிஸ்தவ மற்றும் இஸ்லாமிய மதங்கள் இந்தப் பாத்திரத்தை நிறைவேற்றும் போது, இந்து மதம் சமூக முன்னேற்றத்திற்கு முற்றிலும் பொருந்தாது என்று கூறினார். அரசாங்கம் மக்களுக்கானது அல்ல, ஆனால் மேலதிகமான முறையில், மக்கள் அரசாங்கத்திற்கானது என்று அவர் வாதிட்டார். ஒரு சிறிய குழுவின் நன்மைக்காக உருவாக்கப்பட்ட சமூக அமைப்பின் நிலைக்கு அவர் இந்த நிலைமையை காரணம் காட்டினார்.

ராமசாமியின் கவனத்தின் ஒரு பகுதி கிராமப்புற சமூகங்களின் மேம்பாட்டில் இருந்தது. கிராம எழுச்சி என்ற சிறு புத்தகத்தில்,

ராமசாமி கிராமப்புற சீர்திருத்தத்திற்காக வேண்டுகோள் விடுத்தார். அந்த நேரத்தில், நகரமயமாக்கல் நடந்து கொண்டிருந்தாலும், கிராமப்புற இந்தியா இன்னும் இந்திய துணைக் கண்டத்தின் மிகப்பெரிய பகுதியாக இருந்தது. எனவே, கிராமப்புறம் மற்றும் நகர்ப்புறம் என்ற வேறுபாடு கிராமப்புற மக்களுக்கு பொருளாதார மற்றும் சமூக சீரழிவைக் குறிக்கிறது. பெயர் அல்லது சூழ்நிலை அல்லது அதன் நிலைமைகள் மக்களிடையே வேறுபாடுகளைக் குறிக்காத ஒரு இருப்பிடத்திற்காக ராமசாமி வாதிட்டார். பள்ளிகள், நூலகங்கள், வானொலி நிலையங்கள், சாலைகள், பேருந்து போக்குவரத்து மற்றும் காவல் நிலையங்கள் போன்ற பொது வசதிகளை வழங்குவதன் மூலம் கிராமங்களை நவீனமயமாக்குவதற்கு அவர் மேலும் வாதிட்டார்.

ஒரு சிறிய எண்ணிக்கையிலான தந்திரமான மக்கள் இந்திய சமூகத்தில் ஆதிக்கம் செலுத்துவதற்காக சாதி வேறுபாடுகளை உருவாக்கினர் என்று ராமசாமி உணர்ந்தார், எனவே தனிநபர்கள் முதலில் சுயமரியாதையை வளர்த்துக் கொள்ள வேண்டும் மற்றும் முன்மொழிவுகளை பகுத்தறிவுடன் பகுப்பாய்வு செய்யக் கற்றுக்கொள்ள வேண்டும் என்று வலியுறுத்தினார். ராமசாமியின் கூற்றுப்படி, சுயமரியாதையுள்ள பகுத்தறிவாளர் சாதி அமைப்பு சுயமரியாதையை முடக்கி வருவதை உடனடியாக உணர்ந்து கொள்வார், எனவே அவர் அல்லது அவள் இந்த அச்சுறுத்தலில் இருந்து விடுபடப் பாடுபடுவார்கள் என்றார்.

தென்னிந்தியாவில் உள்ள சாதி அமைப்பு, இந்தோ-ஆரிய செல்வாக்கின் காரணமாக, வடக்கிலிருந்து பிராமணர்களின் வருகையுடன் இணைக்கப்பட்டுள்ளது என்று ராமசாமி கூறினார். பண்டைய தமிழ்நாடு நான்கு அல்லது ஐந்து பகுதிகளில் (திணை) சமூகத்தின் வேறுபட்ட அடுக்குமுறையைக் கொண்டிருந்தது. இது இயற்கை சூழல் மற்றும் போதுமான வாழ்க்கை முறைகளால் தீர்மானிக்கப்பட்டது. பகுத்தறிவு இல்லாததாகக் கருதப்படும் பறவைகள், விலங்குகள் மற்றும் புழுக்கள் ஆகியவை ஜாதிகளையோ அல்லது உயர் மற்றும் தாழ்ந்த வேறுபாடுகளையோ தங்கள் இனத்தில் உருவாக்காது என்றும் ராமசாமி வாதிட்டார். ஆனால் மனிதன், ஒரு பகுத்தறிவு உயிரினமாகக் கருதப்படுகிறான், மதம் மற்றும் பாகுபாடு காரணமாக இவற்றால் அவதிப்பட்டான். 1990களின் பிற்பகுதியில் தமிழ்நாடு அரசால் அறிமுகப்படுத்தப்பட்ட

சமத்துவபுரம் என்ற சமூக சமத்துவ அமைப்புக்கு ராமசாமியின் பெயரிடப்பட்டது.

திராவிட நாட்டின் சுயநிர்ணய உரிமை

திராவிட-ஆரிய மோதல், ஆரியர்கள் முதன்முதலில் திராவிட நிலங்களில் கால் பதித்தபோது தொடங்கிய தொடர்ச்சியான வரலாற்று நிகழ்வு என்று நம்பப்பட்டது. பிரிவினை எண்ணம் தோன்றுவதற்கு ஒரு தசாப்தத்திற்கு முன்பே, ஆரியமதம், இந்தோ-ஆரிய ஆதிக்கம், ஆரிய வேதங்களின் பிரச்சாரம் மற்றும் ஆரிய "வர்ணாசிரமம்" ஆகியவை இருக்கும் வரை, "திராவிட முன்னேற்ற இயக்கம் தேவை என்று ராமசாமி கூறினார். சுயமரியாதை இயக்கம் தென்னிந்தியாவில் வட இந்திய ஆதிக்கம் வளர்ந்து வருவதைப் பற்றி ராமசாமி மிகவும் கவலைப்பட்டார். அரசியல், பொருளாதாரம், தொழில்துறை, சமூகம், கலை மற்றும் ஆன்மீகம் போன்ற துறைகள் வட இந்தியர்களின் நலனுக்காக வடக்கான் ஆதிக்கம் செலுத்தப்பட்டன. இதனால், பிரிட்டனிடம் இருந்து சுதந்திரம் நெருங்கும் போது, வட இந்தியா பிரிட்டனின் இடத்தைப் பிடிக்கும் என்ற அச்சம் தென்னிந்தியாவின் ஆதிக்கம் மேலும் மேலும் தீவிரமடைந்தது.

மக்களின் மத, மொழி மற்றும் கலாச்சார சுதந்திரம் உள்ளிட்ட சிறுபான்மையினரின் பாதுகாப்புக்கு உத்தரவாதம் அளிக்கும் கூட்டமைப்பாக, அப்போதைய மெட்ராஸ் பிரசிடென்சியின் ஒரு பகுதியான தமிழ் பகுதிகளை உள்ளடக்கிய தனி நாடு என்ற கருத்தை ராமசாமி தெளிவாகக் கொண்டிருந்தார். ராமசாமி முன்மொழியப்பட்ட திராவிட நாடு வரைபடத்தை வெளியிட்டபோது 1940 ஜூன் மாதம் காஞ்சிபுரத்தில் பிரிவினைவாத மாநாடு நடத்தப்பட்டது, ஆனால் ஆங்கிலேயர் ஒப்புதல் பெற முடியவில்லை. மாறாக, காங்கிரஸைப் பற்றிய அவரது கருத்துக்களுக்காகவும், இந்தி மீதான எதிர்ப்பிற்காகவும் பீம்ராவ் ராம்ஜி அம்பேத்கர் மற்றும் முகமது அலி ஜின்னா போன்றவர்களிடமிருந்து ராமசாமி அனுதாபத்தையும் ஆதரவையும் பெற்றார். பின்னர் காங்கிரஸை எதிர்க்கும் இயக்கத்தைக் கூட்ட முடிவு செய்தனர்.

திராவிட நாடு என்ற கருத்து பின்னர் தமிழ்நாடு என மாற்றப்பட்டது. இது தென்னிந்தியாவில் மட்டுமல்ல. சிலோனையும்

உள்ளடக்கிய தமிழ் மக்களின் ஒன்றியத்திற்கான முன்மொழிவுக்கு வழிவகுத்தது. 1953ஆம் ஆண்டில், தமிழ்நாட்டின் தலைநகராக மெட்ராஸைப் பாதுகாக்க ராமசாமி உதவினார். பின்னர் அந்த பெயரை அவர் மிகவும் பொதுவான திராவிட நாடு என்று மாற்றினார். 1955 இல் ராமசாமி தேசியக் கொடியை எரிப்பதாக மிரட்டினார், ஆனால் இந்தி கட்டாயமாக்கப்படக் கூடாது என்று முதல்வர் காமராஜின் உறுதிமொழியின் பேரில், அவர் நடவடிக்கையை ஒத்திவைத்தார். 1957ல் சுதந்திர தமிழ்நாடு ஏன்? எதற்கு? என்ற கேள்வியின் மூலம் இந்திய அரசியலமைப்பை எரிக்க ஆயிரக்கணக்கான தமிழர்களை தூண்டி, இந்திய மத்திய அரசை விமர்சித்தார். இந்திய அரசியலமைப்பை எரித்ததற்காக ராமசாமிக்கு ஆறு மாத சிறைத்தண்டனை விதிக்கப்பட்டது.

1957 ஆம் ஆண்டில் பிரிவினைவாத கோரிக்கைகள் சட்டத்தால் தடைசெய்யப்பட்டபோது, அத்தகைய தேசத்தின் வாதங்கள் சட்டவிரோதமானது. இந்த நடவடிக்கைகள் எதுவாக இருந்தாலும், 17 செப்டம்பர் 1960 அன்று திராவிட நாடு பிரிவினை தினமாக அனுசரிக்கப்பட்டது, இதன் விளைவாக ஏராளமான கைதுகள் நடந்தன. இருப்பினும், ராமசாமி தனது பிரச்சாரத்தை 1968 இல் மீண்டும் தொடங்கினார். தமிழ்நாடு தமிழர்களுக்காக என்ற தலையங்கத்தில் அவர் எழுதினார், அதில் தேசியவாதத்தால் பிராமணர்கள் மட்டுமே செழித்தனர், தமிழர்களின் உரிமைகளை ஒழிக்க தேசியவாதம் வளர்ந்தது. தமிழ்நாடு சுதந்திரக் கழகம் அமைக்கப்பட வேண்டும் என்றும், அதற்காக செயல்படுவது அவசியம் என்றும் அவர் வலியுறுத்தினார்.

இயல் – பன்னிரண்டு

சர் முஹம்மது இக்பால்

சர் முஹம்மது இக்பால் அவர்களின் காலம் நவம்பர் 1877 முதல் 21 ஏப்ரல் 1938 ஆகும். இவர் ஒரு தெற்காசிய முஸ்லீம் எழுத்தாளர், தத்துவவாதி, அறிஞர் மற்றும் அரசியல்வாதி, உருது மொழியில் கவிஞராகவும் பங்களிப்பு செய்துள்ளார். அவர் பொதுவாக மரியாதைக்குரிய அல்லாமா மூலம் குறிப்பிடப்படுகிறார். பஞ்சாபின் சியால்கோட்டில் பிறந்து வளர்ந்த இக்பால் பி.ஏ., எம்.ஏ. போன்ற படிப்பினை லாகூர் அரசு கல்லூரியிலும், 1899 முதல் 1903 வரை லாகூரில் உள்ள ஓரியண்டல் கல்லூரியில் அரபு மொழியும் கற்பித்தார். இக்காலத்து உருது கவிதைகளில் பிரபலமாக இருக்கும் பரிந்தே கி ஃபர்யாத் அதாவது ஒரு பறவையின் பிரார்த்தனை, விலங்கு உரிமைகள் மற்றும் தாரானா-இ-ஹிந்தி என்ற இந்துஸ்தானின் பாடல், ஒரு தேசபக்தி கவிதை குழந்தைகளுக்காக இயற்றப்பட்ட கவிதைகள் போன்றவை போற்றத்தக்கது ஆகும்.

1905 இல், அவர் மேற்படிப்புக்காக, இங்கிலாந்து சென்றார். அங்கு அவர் கேம்பிரிட்ஜில் உள்ள டிரினிட்டி கல்லூரியில் பி.ஏ. முடித்தார். பின்னர் ஜெர்மனியின் பல்கலைக்கழகத்தில், "தத்துவத்தில்" முனைவர் பட்டம் பெற்றார். அரசியல், பொருளாதாரம், வரலாறு, தத்துவம் மற்றும் மதம் பற்றிய அறிவார்ந்த படைப்புகளை எழுதுவதில் கவனம் செலுத்தினார். அஸ்ரார்-இ-குடி உள்ளிட்ட அவரது கவிதைப் படைப்புகளுக்காக அவர் மிகவும் பிரபலமானர். அதன் வெளியீட்டிற்குப் பிறகு அவருக்கு நைட் பட்டம் வழங்கப்பட்டது. ஈரானில், அவர் இக்பால்-இ லாஹோரி (லாகூர் இக்பால்) என்று அழைக்கப்படுகிறார். அவர் தனது பாரசீக படைப்புகளுக்காக மிகவும் மதிக்கப்பெற்றார்.

இக்பால் ரூமியை தனது வழிகாட்டியாகவும், அஷ்ரஃப் அலி தன்வியை ரூமியின் போதனைகளின் விஷயத்தில் வாழும் மிகப்பெரிய ஆளுமையாகவும் கருதினார். அவர் உலகம் முழுவதும் இஸ்லாமிய நாகரிகத்தின் அரசியல் மற்றும் ஆன்மீக மறுமலர்ச்சிக்கு வலுவான ஆதரவாளராக இருந்தார். ஆனால் குறிப்பாக தெற்காசியாவில் இது தொடர்பாக அவர் ஆற்றிய தொடர் சொற்பொழிவுகள் இஸ்லாத்தில் மத சிந்தனையின் மறுசீரமைப்பு என்ற பெயரில் வெளியிடப்பட்டது. இக்பால் 1927 இல் பஞ்சாப் சட்ட சபைக்கு தேர்ந்தெடுக்கப்பட்டார் மற்றும் அகில இந்திய முஸ்லிம் லீக்கில் பல பதவிகளை வகித்தார். 1930ல் அலகாபாத்தில் நடைபெற்ற லீக்கின் ஆண்டுக் கூட்டத்தில் அவர் நிகழ்த்திய தலைமை உரையில், ஆங்கிலேயர் ஆட்சியில் இருந்த இந்தியாவில் முஸ்லிம்களுக்கான அரசியல் கட்டமைப்பை உருவாக்கினார்.

1947இல் பாகிஸ்தான் உருவாக்கப்பட்ட பிறகு, அவர் அங்கு தேசிய கவிஞராகப் பெயரிடப்பட்டார். அவர் “ஹக்கீம்-உல்-உம்மத்” அதாவது உம்மாவின் முனிவர் மற்றும் “முஃபாக்கிர்-இ-பாகிஸ்தான்” அதாவது பாகிஸ்தானின் சிந்தனையாளர் என்றும் அழைக்கப்படுகிறார். அவர் பிறந்த நாள் நவம்பர் 9, 2018 ஆண்டு வரை பாகிஸ்தானில் பொது விடுமுறையாக இருந்தது. அபுல் ஹசன், அலி ஹசனி, நத்வி போன்றோர் இக்பாலின் மகிமையை அரபு உலகிற்கு அறிமுகப்படுத்த எழுதினார்கள்.

புத்தகங்கள்

- ✓ உருதுவில் - இல்ம் உல் இக்திசாத் (1903)
- ✓ உருதுவில் - பாங்-இ-தாரா (1924)
- ✓ உருதுவில் பால்-இ-ஜிப்ரில் (1935)
- ✓ உருதுவில் ஜர்ப்-இ கலிம் (1936)
- ✓ ஆங்கிலத்தில் - பெர்சியாவில் மெட்டாபிசிக்ஸ் வளர்ச்சி (1908)
- ✓ இஸ்லாத்தில் மத சிந்தனையின் மறுசீரமைப்பு (1930)
- ✓ பாரசீகத்தில் - அஸ்ரார்-இ-குதி (1915)

- ✓ ருமுஸ்-இ-பெகுடி (1917)
- ✓ பயம்-இ-மஷ்ரிக் (1923)
- ✓ ஜபுர்-இ-அஜாம் (1927)
- ✓ ஜாவித் நாமா (1932)
- ✓ பாஸ் செஹ் பேயத் கார்ட் ஐ அக்வாம்-இ-ஷார்க் (193)
- ✓ ஹிஜாஸ் (1938)

அரசியல்

இக்பால் முதன்முதலில் தனது இளமைப் பருவத்தில் தேசிய விவகாரங்களில் ஆர்வம் காட்டினார். அவர் 1908 இல் இங்கிலாந்தில் இருந்து திரும்பிய பிறகு பஞ்சாபி உயரடுக்கினரிடமிருந்து கணிசமான அங்கீகாரத்தைப் பெற்றார். மேலும் அவர் மியான் முஹம்மது ஷாபியுடன் நெருக்கமாக தொடர்பு கொண்டிருந்தார். அனைத்திந்திய முஸ்லீம் லீக் மாகாண மட்டத்திற்கு விரிவாக்கப்பட்டதும், பஞ்சாப் முஸ்லீம் லீக்கின் கட்டமைப்பு அமைப்பில் ஷஃபி குறிப்பிடத்தக்க பங்கைப் பெற்றபோது, ஷேக் அப்துல் அஜீஸ் மற்றும் மௌலவி மஹ்பூப் ஆலம் ஆகியோருடன் இக்பால் முதல் மூன்று இணைச் செயலாளர்களில் ஒருவராக ஆக்கப்பட்டார். சட்டப் பயிற்சிக்கும், கவிதைக்கும் இடையில் தனது நேரத்தைப் பிரித்துக் கொண்டு, இக்பால் முஸ்லீம் லீக்கில் தீவிரமாக இருந்தார்.

அவர் முதலாம் உலகப் போரில் இந்தியத் தலையீட்டை ஆதரிக்கவில்லை. முகமது அலி ஜௌஹர், முகமது அலி ஜின்னா போன்ற முஸ்லிம் அரசியல் தலைவர்களுடன் நெருங்கிய தொடர்பில் இருந்தார். அவர் பிரதான இந்திய தேசிய காங்கிரஸின் விமர்சகராக இருந்தார். இது இந்துக்களால் ஆதிக்கம் செலுத்துவதாக அவர் கருதினார். மேலும் 1920களில் ஷாபி தலைமையிலான பிரிட்டிஷ் சார்பு குழுவிற்கும் மத்தியவாதக் குழுவிற்கும் இடையிலான பிரிவு பிளவுகளில் லீக் உறிஞ்சப்பட்ட போது ஏமாற்றமடைந்தார். கிலாபத் இயக்கத்தில் அவர் தீவிரமாக இருந்தார். மேலும் 1920 அக்டோபரில் அலிகாரில் நிறுவப்பட்ட ஜாமியா மில்லியா இஸ்லாமியாவின் ஸ்தாபகத் தந்தைகளில் ஒருவராக இருந்தார்.

நவம்பர் 1926 இல், நண்பர்கள் மற்றும் ஆதரவாளர்களின் ஊக்கத்துடன், இக்பால் முஸ்லிம் மாவட்டமான லாகூரில் இருந்து பஞ்சாப் சட்டப் பேரவையில் ஒரு இடத்திற்கான தேர்தலில் போட்டியிட்டார். மேலும் அவரது போட்டியாளரை விட 3, 177 வாக்குகள் வித்தியாசத்தில் வெற்றி பெற்றார். காங்கிரஸுடனான கூட்டணியில் முஸ்லிம் அரசியல் உரிமைகள் மற்றும் செல்வாக்கிற்கு உத்தரவாதம் அளிக்க, ஜின்னா முன்வைத்த அரசியலமைப்பு முன்மொழிவுகளை, அவர் ஆதரித்தார். மேலும் ஆகா கான் மற்றும் பிற முஸ்லீம் தலைவர்களுடன் இணைந்து கோஷ்டி பிளவுகளை சரிசெய்து முஸ்லீம் லீக்கில் ஒற்றுமையை அடைவதற்காக பணியாற்றினார். லாகூரில் இருந்தபோது அவர் அப்துல் சத்தார் ரஞ்சூரின் நண்பராக இருந்தார்.

பாகிஸ்தான் கருத்து

காங்கிரஸ் முஸ்லீம் தலைவர்களிடமிருந்து கருத்தியல் ரீதியாகப் பிரிந்த இக்பால், 1920களில் லீக்கில் ஏற்பட்ட கோஷ்டி மோதலால், முஸ்லீம் லீக்கின் அரசியல்வாதிகள் மீதும் வெறுப்படைந்திருந்தார். முஸ்லிம் அரசியல் அதிகாரமளிக்கும் லீக்கின் நோக்கங்களை நிறைவேற்றவும் ஒற்றுமையைக் காப்பாற்றவும் கூடிய அரசியல் தலைவர் ஜின்னா மட்டுமே என்று இக்பால் நம்பினார். ஜின்னாவுடன் வலுவான, தனிப்பட்ட கடிதப் பரிமாற்றத்தை உருவாக்கி, இந்தியாவில் லீக்கின் பொறுப்பை ஏற்கவும் ஜின்னாவை நம்ப வைப்பதில் இக்பால் செல்வாக்கு செலுத்தினார். இந்திய முஸ்லீம்களை லீக்கிற்கு இழுத்து, பிரிட்டிஷாருக்கும் காங்கிரஸுக்கும் முன்பாக கட்சி ஒற்றுமையைப் பேணக்கூடிய ஒரே தலைவர் ஜின்னா மட்டுமே என்று இக்பால் உறுதியாக நம்பினார்.

1930 இல் இக்பால் முஸ்லீம்கள் பெரும்பான்மையாக உள்ள மாகாணங்கள் பற்றிய கருத்தை முன்வைத்தபோது, ஜின்னா காங்கிரஸுடன் தொடர்ந்து பேச்சு வார்த்தைகளை நடத்தினார். மேலும் 1940 இல் மட்டுமே அதிகாரப்பூர்வமாக பாகிஸ்தானின் இலக்கை ஏற்றுக்கொண்டார். சில வரலாற்றாசிரியர்கள் ஜின்னா காங்கிரஸுடனான உடன்படிக்கைக்கு எப்போதும் நம்பிக்கையுடன் இருந்ததாகக் கூறுகின்றனர். இந்தியா பிரிவினையை ஒருபோதும் முழுமையாக விரும்பியதில்லை. ஜின்னாவுடன் இக்பாலின் நெருங்கிய

கடிதப் பரிமாற்றம், பாகிஸ்தான் என்ற கருத்தை ஜின்னா ஏற்றுக்கொண்டதற்குக் காரணமாக இருந்ததாக சில வரலாற்றாசிரியர்கள் ஊகிக்கிறார்கள்.

பஞ்சாப் முஸ்லீம் லீக்கின் தலைவராகப் பணியாற்றிய இக்பால், பஞ்சாபி தலைவர் சிக்கந்தர் ஹயாத் கானுடனான அரசியல் உடன்படிக்கை உட்பட, இக்பால் நிலப்பிரபுத்துவ வர்க்கங்களின் பிரதிநிதியாகக் கருதினார். ஆயினும்கூட, ஜின்னா மற்றும் லீக்கை ஆதரிக்க முஸ்லீம் தலைவர்களையும் வெகுஜனங்களையும் ஊக்குவிக்க இக்பால் தொடர்ந்து பணியாற்றினார். இந்தியாவில் உள்ள முஸ்லிம்களின் அரசியல் எதிர்காலம் குறித்து பேசிய இக்பால் கூறியதாவது, ஒரே ஒரு வழிதான் இருக்கிறது, முஸ்லிம்கள் ஜின்னாவின் கரங்களை வலுப்படுத்த வேண்டும். அவர்கள் முஸ்லிம் லீக்கில் சேர வேண்டும். இந்தியப் பிரச்சினை, இப்போது தீர்க்கப்படுவதைப் போல, இந்துக்கள் மற்றும் ஆங்கிலேயர்களுக்கு எதிரான நமது ஐக்கிய முன்னணியால் எதிர்கொள்ள முடியும். இல்லாவிட்டால் எங்களின் கோரிக்கைகள் ஏற்கப்படாது. எங்கள் கோரிக்கைகள் வகுப்புவாதத்தை அடிப்படையாக கொண்டு இருப்பதாக மக்கள் கூறுகிறார்கள். இது அப்பட்டமான பிரச்சாரம். இந்தக் கோரிக்கைகள் நமது தேசிய இருப்பைப் பாதுகாப்பது தொடர்பானவை. முஸ்லிம் லீக் தலைமையில் ஐக்கிய முன்னணி உருவாகலாம். ஜின்னாவால் மட்டுமே முஸ்லிம் லீக் வெற்றிபெற முடியும். இப்போது ஜின்னாவைத் தவிர வேறு யாரும் முஸ்லிம்களை வழிநடத்த முடியாது என்பது ஆகும்.

1930களின் பிற்பகுதியில் இக்பால் மற்றும் ஹுசைன் அகமது மதனி இடையே தேசியவாதம் பற்றிய ஒரு பிரபலமான விவாதம் நடைபெற்றது. மதனியின் நிலைப்பாடு முழுவதும், கலாச்சாரரீதியாக பன்மை, மதச்சார்பற்ற ஜனநாயகத்தை தழுவிய இஸ்லாமிய சட்டப்பூர்வமான தன்மையை வலியுறுத்துவதாக இருந்தது. இக்பால் மத ரீதியாக வரையறுக்கப்பட்ட, ஒரே மாதிரியான முஸ்லீம் சமூகத்தை வலியுறுத்தினார். மதனியின் கூற்றுப்படி, இந்தியாவின் சுதந்திரம் முதல் படியாக இருந்தது, அதற்கு ஒருங்கிணைந்த தேசியவாதம் அவசியம். இக்பாலின் கூற்றுப்படி, முஸ்லீம் பெரும்பான்மை நிலத்தில் முஸ்லீம்களின் சமூகத்தை உருவாக்குவது, அதாவது இந்தியாவிற்குள் ஒரு முஸ்லீம் இந்தியா என்பதாகும்.

இஸ்லாமியக் கொள்கையின் மறுமலர்ச்சி

இக்பாலின் ஆறு ஆங்கில விரிவுரைகள் 1930 இல் லாகூரில் வெளியிடப்பட்டன, பின்னர் 1934 இல் ஆக்ஸ்போர்டு பல்கலைக்கழக அச்சகத்தால் இஸ்லாமாபாத்தில் மதச் சிந்தனையின் மறுசீரமைப்பு என்ற புத்தகத்தில் வெளியிடப்பட்டது. மெட்ராஸ், ஹைதராபாத் மற்றும் அலிகார் ஆகிய இடங்களில் விரிவுரைகள் நிகழ்த்தப்பட்டன. இந்த விரிவுரைகள் நவீன யுகத்தில் இஸ்லாம் ஒரு மதமாகவும், அரசியல் மற்றும் சட்ட தத்துவமாகவும் வகிக்கிறது. இந்த விரிவுரைகளில் இக்பால் முஸ்லீம் அரசியல்வாதிகளின் அரசியல் அணுகுமுறைகள் மற்றும் நடத்தைகளை உறுதியாக நிராகரிக்கிறார். அவர்கள் தார்மீக ரீதியாக தவறானவர்கள், அதிகாரத்துடன் இணைந்தவர்கள் மற்றும் முஸ்லீம் மக்களுடன் எந்த நிலைப்பாட்டையும் கொண்டிருக்கவில்லை என்று நினைகிறார்.

மதச்சார்பின்மை இஸ்லாம் சமூகத்தின் ஆன்மீக அடித்தளத்தைப் பலவீனப்படுத்துவது மட்டுமல்லாமல், இந்தியாவின் பெரும்பான்மையான இந்து மக்கள் முஸ்லிம் பாரம்பரியம், கலாச்சாரம் மற்றும் அரசியல் செல்வாக்கை அழிக்கும் விதத்தில் உள்ளது என்று இக்பால் அச்சம் தெரிவித்தார். எகிப்து, ஆப்கானிஸ்தான், ஈரான் மற்றும் துருக்கி ஆகிய நாடுகளுக்கு அவர் மேற்கொண்ட பயணங்களில், அவர் அதிகமான இஸ்லாமிய அரசியல் ஒத்துழைப்பு, ஒற்றுமை பற்றிய கருத்துக்களை முன்வைத்து, தேசியவாத வேறுபாடுகளைக் களைவதற்கு அழைப்பு விடுத்தார். முஸ்லீம் அரசியல் அதிகாரத்தை உறுதிப்படுத்த பல்வேறு அரசியல் ஏற்பாடுகளையும் அவர் ஊகித்தார். டாக்டர். பி. ஆர். அம்பேத்கருடன் ஒரு உரையாடலில் இக்பால் இந்திய மாகாணங்களை பிரிட்டிஷ் அரசாங்கத்தின் நேரடிக் கட்டுப்பாட்டின் கீழ் மற்றும் மத்திய இந்திய அரசு இல்லாமல் தன்னாட்சி அலகுகளாகப் பார்க்க விரும்பினார் என்று குறிப்பிட்டார்.

இஸ்லாம் மத இலட்சியங்கள் சமூக ஒழுங்கிலிருந்து பிரிக்க முடியாதவையாகக் கருதப்படுகின்றன. எனவே இது இஸ்லாமிய கொள்கையின் இடப்பெயர்ச்சியைக் குறிக்கிறது. இக்பால் முஸ்லிம் சமூகங்களின் அரசியல் ஒற்றுமையின் அவசியத்தை மட்டும் வலியுறுத்தவில்லை. ஆனால் முஸ்லிம் மக்களை ஒரு பரந்த சமுதாயத்தில் கலப்பதன் தன்மையையும் வலியுறுத்தினார்.

இக்பாலின் வாழ்க்கையின் பிற்பகுதி அரசியல் நடவடிக்கைகளில் கவனம் செலுத்தியது. அவர் லீக்கிற்கு அரசியல் மற்றும் நிதி ஆதரவைப் பெற ஐரோப்பா மற்றும் மேற்கு ஆசியா முழுவதும் பயணம் செய்தார். மேலும் மூன்றாவது வட்ட மேசை மாநாட்டின் போது, அவர் காங்கிரசை எதிர்த்தார் மற்றும் முஸ்லிம் மாகாணங்களுக்குக் கணிசமான சுயாட்சி அல்லது சுதந்திரம் இல்லாமல் அதிகாரத்தை மாற்றுவதற்கான முன்மொழிவுகளை எதிர்த்தார்.

டோலு-இ-இஸ்லாமின்

பிரிட்டிஷ் இந்தியாவின் முஸ்லிம்களின் வரலாற்று, அரசியல், மத மற்றும் கலாச்சார இதழான டோலு-இ-இஸ்லாமின் முதல் புரவலர் இக்பால் ஆவார். நீண்ட காலமாக இக்பால் தனது கருத்துக்கள், அகில இந்திய முஸ்லீம் லீக்கின் நோக்கங்களைப் பிரச்சாரம் செய்ய ஒரு பத்திரிகையை விரும்பினார். 1935இல், அவரது அறிவுறுத்தலின்படி சையத் நசீர் நியாசி இக்பாலின் கவிதையான துலுயி இஸ்லாம் என்பதன் பெயரால் இதழைத் தொடங்கினார். முதல் இதழை நியாசி இக்பாலுக்கு அர்ப்பணித்தார். பாகிஸ்தான் இயக்கத்தில் இந்த இதழ் முக்கிய பங்கு வகித்தது. பின்னர், அதன் ஆரம்ப பதிப்புகளில் பல கட்டுரைகளை வழங்கிய குலாம் அஹ்மத் பர்வேஸால் இந்த இதழ் தொடர்ந்தது.

இலக்கியப் பணி

இக்பாலின் கவிதைப் படைப்புகள் உருதுவை விட பாரசீக மொழியில் எழுதப்பட்டவை. அவரது 12,000 கவிதைகளில், சுமார் 7,000 வசனங்கள் பாரசீக மொழியில் உள்ளன. 1915 இல், அவர் தனது முதல் கவிதைத் தொகுப்பான சீக்ரட் ஒப் சக்சஸ் (Secrets of the Self) பாரசீக மொழியில் வெளியிட்டார். கவிதைகள் ஒரு மத கண்ணோட்டத்தில் உயிர் மற்றும் சுயத்தை வலியுறுத்துகின்றன.

இக்பால் தனது ருமுஸ்-இ-பெகுடி என்ற கவிதையில் இஸ்லாமிய வாழ்க்கை முறையே ஒரு தேசத்தின் நம்பகத்தன்மைக்கான சிறந்த நடத்தை நெறிமுறை என்பதை நிரூபிக்க முயல்கிறார். ஒரு நபர் தனது குணாதிசயங்களை அப்படியே வைத்திருக்க வேண்டும் என

அவர் வலியுறுத்துகிறார். ஆனால் தேசத்தின் தேவைகளுக்காக அவர் தனது லட்சியங்களை தியாகம் செய்ய வேண்டும். சமூகத்திற்கு வெளியே சுயத்தை மனிதன் உணர முடியாது. 1917இல் வெளியிடப்பட்ட இந்தக் கவிதை தொகுப்பானது இலட்சிய சமூகத்தையே பிரதான கருப்பொருளாகக் கொண்டுள்ளது.

மேலும் கிழக்கு ஆன்மீக விழுமியங்களை உயிர்ப்பிக்க நம்பிக்கையின் செய்தியை வழங்கும் என்று கூறுகிறார். உணர்வு, தீவிரம், சுறுசுறுப்பு ஆகியவற்றை வளர்ப்பதன் அவசியத்தை அடிக்கோடிட்டுக் காட்டுவதன் மூலம் ஒழுக்கம், மதம் மற்றும் நாகரிகத்தின் முக்கியத்துவத்தை மேற்கத்திய நாடுகளுக்கு நினைவூட்டுவதாக இக்பால் தனது படைப்பை வடிவமைத்திருக்கிறார்.

1927இல் வெளியிடப்பட்ட குல்ஷன்-இ-ரஸ்-இ-ஜதீத் மற்றும் பண்டகிநாமா கவிதைகளை உள்ளடக்கியது. குல்ஷன்-இ-ராஸ்-இ-ஜதீத்தில், இக்பால் முதலில் கேள்விகளை முன்வைக்கிறார், பின்னர் பழங்கால மற்றும் நவீன நுண்ணறிவின் உதவியுடன் பதிலளிக்கிறார். இவரின் பந்தகி நாமா அடிமைத்தனத்தைக் கண்டிக்கிறது மற்றும் அடிமைப்படுத்தப்பட்ட சமூகங்களின் நுண்கலைகளுக்குப் பின்னால் உள்ள உணர்வை விளக்க முயற்சிக்கிறது.

இக்பாலின் 1932ல் ஜாவேத் நாம என்ற புத்தகமானது இபின் அரபி மற்றும் டான்டேயின் தி டிவைன் காமெடியின் படைப்புகளின் உதாரணங்களைப் பின்பற்றுகிறது. காலப்போக்கில் மாய, மிகைப்படுத்தப்பட்ட சித்தரிப்புகள் மூலம் பல்வேறு வானங்கள் மற்றும் கோளங்கள் வழியாக ரூமியால் வழிநடத்தப்படும் ஜிந்தா ரூட் என இக்பால் சித்தரிக்கிறார். ஜிந்தா ரூட் என்பதன் அர்த்தம் உயிர் நிறைந்த நீரோடை ஆகும். மேலும் தெய்வீகத்தை அணுகி தெய்வீக ஒளியுடன் தொடர்பு கொள்வதில் பெருமை கொள்கிறார். ஒரு வரலாற்று காலத்தை நினைவுகூரும் ஒரு பகுதியில், இக்பால் வங்காளத்தின் நவாப் சிராஜ்-உத்-தௌலா மற்றும் மைசூர் திப்பு சுல்தான் ஆகியோரின் தோல்விக்கும், மரணத்திற்கும் காரணமான முஸ்லிம்களை பிரிட்டிஷ் காலனித்துவவாதிகளின் நலனுக்காகக் காட்டிக்கொடுத்ததை மிகவும் வன்மையாகக் கண்டிக்கிறார். முசாஃபிர் என்பது கவிதையை உள்ளடக்கியது. மீண்டும் இக்பால் ரூமியை ஒரு பாத்திரமாக சித்தரித்து இஸ்லாமிய சட்டங்கள் மற்றும்

சூஃபி உணர்வுகளின் மர்மங்களை விளக்குகிறார். இந்திய முஸ்லீம்கள் மற்றும் முஸ்லீம் நாடுகளிடையே கருத்து வேறுபாடு மற்றும் ஒற்றுமையின்மை குறித்து இக்பால் பெரும் கவலை அடைந்தார். முசாஃபிர் என்பது இக்பாலின் ஆப்கானிஸ்தானுக்கான பயணத்தின் ஒரு விவரமாகும். இதில் பஷ்டூன் மக்கள் இஸ்லாத்தின் ரகசியத்தை கற்கவும், தங்களுக்குள் தன்னை வளர்த்துக் கொள்ளவும் அறிவுறுத்தப்படுகிறார்கள்.

இரு தேசக் கோட்பாடு

இக்பால் தனது ஆரம்பகால வாழ்க்கையில், சுதந்திரத்திற்குப் பிறகு நாட்டில் முஸ்லிம்களுக்கு உரிய பங்கு வழங்கப்படும் என்று நம்பினார். இருப்பினும், ஐரோப்பாவில் அவர் தங்கியிருந்த போது இஸ்லாமிய மதம் மற்றும் கலாச்சாரத்தின் கூறுகளை தகர்க்க சில முயற்சிகள் மேற்கொள்ளப்பட்டதைக் கண்டார். இந்தியா உட்பட பன்மை சமூகங்களில் உள்ள முஸ்லிம்களின் நல்வாழ்வை சந்தேகிக்க வைத்தது. 1929 வரை அவர் நாட்டைப் பிரிக்கக் கோரவில்லை. 1930 இல் முஸ்லிம் லீக்கின் அலகாபாத் அமர்வில் தனது தலைமை உரையின் போது, அவர் இந்தியாவை மறுசீரமைக்க முதல் முயற்சியை மேற்கொண்டார். அதில் சிறப்பாக உரையும் ஆற்றினார்.

ஜனநாயகம்

இக்பாலுக்கு, ஜனநாயகத்தில் நெறிமுறைகள் மிகவும் முக்கியமானதாகிறது. ஜனநாயகம் பற்றிய அவரது கருத்து நெறிமுறை ஜனநாயகத்தின் ஒரு கருத்தாக அமைகிறது. குடி என்பது அவரது ஜனநாயகத்தின் அடிப்படையாகும். ஒவ்வொருவருக்கும் சிறந்த சுயத்தை அணுகுவதற்கான உரிமைகள் உள்ளன. ஜனநாயகம் என்பது ஒரு ஒழுக்கமான சமுதாயத்தை உருவாக்குவது என்று அவர் நம்பினார். இஸ்லாம் சமத்துவத்தை கொண்டுள்ளது என்று அவர் நம்பினார். இக்பால் மற்றும் காந்தி இருவரும் தங்கள் பாரம்பரியத்தை அதாவது, இஸ்லாமிய மற்றும் இந்து மதம் வரைந்து நவீன/மேற்கத்திய நிறுவனங்களுக்கு மாற்று இருப்பதைத் தெரிவிக்க தட்டச்சு செய்தனர்.

மரணம்

1933 இல், ஸ்பெயின் மற்றும் ஆப்கானிஸ்தானுக்கான பயணத்திலிருந்து திரும்பிய பிறகு, இக்பால் தொண்டை நோயால் அவதிப்பட்டார். நோயினால் பல மாதங்களாக அவதிப்பட்டு வந்த இக்பால், லாகூரில் 21 ஏப்ரல் 1938 அன்று இறந்தார்.

இயல் – பதிமூன்று

எம்.என். ராய்

மனபேந்திர நாத் ராய், அவர்களின் இயற்ப்பெயர் நரேந்திரநாத் பட்டாச்சார்யா. அவர் வங்காளத்தில் பர்கானாஸ் மாவட்டத்தில் உள்ள அர்பெலியா என்ற கிராமத்தில் 1887 மார்ச் 21 அன்று பிறந்தார். இவரின் காலம் 1887 மார்ச் 21 முதல் 25 ஜனவரி 1954 வரை ஆகும். அவரது தந்தை, தினபந்து பட்டாச்சார்யா, உள்ளூர் பள்ளியின் தலைமை பண்டிட். அவருடைய தாயார் பெயர் பசந்த குமாரி. ராய் தனது தந்தை கற்பித்த ஹரினவி ஆங்கிலோ-சமஸ்கிருதப் பள்ளியில் 1905 வரை தனது படிப்பைத் தொடர்ந்தார். பின்னர் அவர் உயர்கல்விக்காக தேசிய கல்லூரியில் சேர்ந்தார். அவர் பெங்கால் தொழில்நுட்ப நிறுவனத்திற்கு அதாவது தற்போதைய ஜாதவ்பூர் பல்கலைக்கழகத்திற்கு மாறினார், அங்கு அவர் பொறியியல் மற்றும் வேதியியல் படித்தார். பட்டாச்சார்யாவின் பெரும்பாலான அறிவு சுய ஆய்வு மூலம் பெறப்பட்டது.

இவர் இந்தியப் புரட்சியாளர், தீவிர ஆர்வலர் மற்றும் அரசியல் கோட்பாட்டாளர், அத்துடன் 20 ஆம் நூற்றாண்டில் ஒரு குறிப்பிடத்தக்க தத்துவஞானி ஆவார். ராய் மெக்சிகன் கம்யூனிஸ்ட் கட்சி மற்றும் இந்திய கம்யூனிஸ்ட் கட்சி (தாஷ்கண்ட் குழு) ஆகியவற்றின் நிறுவனர் ஆவார். அவர் கம்யூனிஸ்ட் இன்டர்நேஷனல் காங்கிரஸின் பிரதிநிதியாகவும், சீனாவுக்கான ரஷ்யாவின் உதவியாளராகவும் இருந்தார். இரண்டாம் உலகப் போருக்குப் பிறகு ராய் மரபுவழி மார்க்சிசத்திலிருந்து விலகி தீவிர மனிதநேயத்தின் தத்துவத்தை வலியுறுத்தினார். தாராளவாதத்திற்கும் கம்யூனிசத்திற்கும் இடையில் மூன்றாவது போக்கை உருவாக்க முயன்றார்.

எம். என். ராயின் முக்கிய எழுத்துக்கள்

- ✓ மாற்றத்தில் இந்தியா-1922
- ✓ இந்திய அரசியலின் எதிர்காலம்-1929
- ✓ இஸ்லாத்தின் வரலாற்றுப் பங்கு-1939
- ✓ காட்டுமிராண்டித்தனத்திலிருந்து நாகரீகம் வரை 1940
- ✓ ஏழ்மை மற்றும் ஏராளமாக 1944
- ✓ சீனாவில் புரட்சி மற்றும் எதிர்- 1946
- ✓ புதிய நோக்கு நிலை- 1946
- ✓ கம்யூனிசத்திற்கு அப்பால்- 1947
- ✓ புதிய மனிதநேயம்-ஒரு அறிக்கை -1947
- ✓ காரணம் காதல் வாதம் மற்றும் புரட்சி-1952

சுதந்திரப் போராட்டத்தின் போது மிகவும் கற்றறிந்த ஆளுமைகளில் ஒருவர் இவர். நவீன இந்தியாவின் ஒரு சில தத்துவவாதிகளில் முக்கியமான ஒருவராக இவரைக் கருதலாம். 'தீவிர மனிதநேயம்' எனப்படும் அவரது தத்துவம்தான் அவரது மிகப்பெரிய பங்களிப்பு.

இவர் புரட்சிகர முறையே இந்தியா சுதந்திரம் அடைய வழி என்று நம்பினார். ஒரு புரட்சியாளரான அவர் ஆயுதம் வாங்குவதற்காக வெளிநாடுகளுக்கு அனுப்பப்பட்டார். அமெரிக்கா சென்ற அவர் அங்கு லாலா லஜபத் ராயின் சொற்பொழிவில் கலந்துகொள்ளும் வாய்ப்பைப் பெற்றார். இந்தியாவில் உள்ள மக்களின் பிரச்சனைகளைக் கையாள்வதில் காங்கிரஸின் அணுகுமுறை அவரை ஈர்க்கவில்லை.

இந்திய சுதந்திர இயக்கம்

19 ஆம் நூற்றாண்டின் இறுதியில் வங்காளத்தில் படித்த நடுத்தர வர்க்கத்தினரிடையே புரட்சிகர தேசியவாதம் பரவத் தொடங்கியது, இது பாங்கிம் மற்றும் விவேகானந்தரின் எழுத்துக்களால் ஈர்க்கப்பட்டது. நரேன் பட்டாச்சார்யா இந்த இயக்கத்தில் ஈர்க்கப்பட்டார், இந்த இரண்டு முன்னணி தலைவர்களையும்

பின்பற்றினார். திருப்திகரமான பதில்களைத் தேடியதால் அவர் மனம், மார்க்ஸை அறியச் செய்தது. மார்க்ஸை ஆழமாக அறிய, அவர் மெக்சிகோ சென்றார். 1920 முதல் 30 களுக்கு இடையில் அவர் மார்க்சின் ஆதரவாளராகவும் காந்தியின் விமர்சகராகவும் ஆனார். காங்கிரஸ் திட்டம் மக்களுக்கு எதிரானது, காந்தி முதலாளித்துவ தலைவர், காந்தி ஒரு பலவீனமான மனிதர், வைஸ்ராய் நியமனம் தேடும் காந்தியின் அகிம்சை திட்டம் உண்மையில் மக்களுக்கு எதிரான ஒரு செயல்பாடு என்று அவர் கூறினார். காந்தியின் மறுமலர்ச்சி போன்ற ஏழைகளின் முன்னேற்றத்திற்கான உத்தியை அவர் முற்றிலும் ஏற்கவில்லை. மதத்தை அரசியலுக்குக் கொண்டுவர முயற்சிக்கும் காந்தியை, இடைக்கால மனநிலை கொண்ட ஒரு பிற்போக்குவாதி என்றார். இந்த நேரத்தில் அவரது சிந்தனைகளிலும் மாற்றம் ஏற்பட்டது. ஆரம்பத்தில் மார்க்சின் அபிமானியாக இருந்த அவர் படிப்படியாக மார்க்சை விமர்சித்தார். அவர் மார்க்ஸை விமர்சிக்கும் போது கூட, அவர் தன்னை மார்க்சிஸ்ட் என்று கருதினார்.

தீவிர மனிதநேயம்

எம்.என். ராய் விவரிக்கும் தீவிர மனிதநேயம் என்பது சுதந்திரத்தின் தத்துவம். தீவிர மனிதநேயம் தற்போதுள்ள முக்கிய தத்துவங்களின் மீதான அதிருப்தியில் இருந்து வளர்ந்தது.

1. பாராளுமன்ற ஜனநாயகம் போதுமானதாக இல்லை, ஏனெனில் அது ஆட்சியில் நேரடியாக பங்கேற்பதற்கான வாய்ப்பை மக்களுக்கு வழங்கவில்லை. எனவே தீவிர ஜனநாயகம் இருக்கும் வரை உண்மையான சுதந்திரம் இல்லை.

2. பாசிசம் நிராகரிக்கப்பட வேண்டும், ஏனெனில் அது தேசத்தின் கூட்டு ஈகோவின் கீழ் மனிதனை உட்படுத்துகிறது.

3. கம்யூனிசமும் விடுதலையடையவில்லை, ஏனெனில் அது வர்க்கத்தின் கூட்டு ஈகோவின் கீழ் மனிதனை அடக்குகிறது. எனவே, மனிதனுக்கு ஒரு தனிமனிதனாக உண்மையான முக்கியத்துவத்தை அளித்து மனிதனின் சுதந்திரத்தை அடைவதை நோக்கமாகக் கொண்ட ஒரு தத்துவம் நமக்குத் தேவை.

தீவிர மனிதநேயத்தின் மூன்று கூறுகள்

ராயின் தத்துவம் ஏன் 'புதிய மனிதநேயம்' என்று அழைக்கப்படுகிறது?

மனிதநேயம் என்பது மறுமலர்ச்சியின் தத்துவம், ஆனால் எம்.என். ராயின் தத்துவம் புதிய மனிதநேயம் என்றழைக்கப்படுகிறது. ஏனெனில் அது யுகங்களின் அனுபவத்தை அடிப்படையாகக் கொண்ட மனிதநேயம். அது ஏன் தீவிர மனிதநேயம் என்று அழைக்கப்படுகிறது? இது மனிதர்களைத் மனிதத்தின் அடிப்படையில் பார்க்கிறது. அதாவது மனிதன் ஒரு மனிதனாக இருக்கிறான், சாதி, மதம், தேசியம் அல்லது வர்க்கத்தின் உறுப்பினராக அல்ல.

1. சுதந்திரம்

   தீவிர மனிதநேயத்தின் குறிக்கோள், இந்த வார்த்தையின் சாத்தியமான எல்லா அர்த்தத்திலும் சுதந்திரத்தை அடைவதாகும். பகுத்தறிவற்ற நடைமுறைகளை நிராகரிப்பதன் மூலம் விஞ்ஞான பகுத்தறிவின் அடிப்படையில் மட்டுமே அத்தகைய சுதந்திரம் சாத்தியமாகும்.

2. காரணம்

   மனிதனுக்கு பகுத்தறிவு இருப்பது இயற்கை. பகுத்தறிவு இல்லாமல் மனிதன் வாழ முடியாது. தீவிர மனிதநேயம் கலாச்சார மறுமலர்ச்சியின் அவசியத்தை அறிவுறுத்துகிறது. இது நிலையான ஆராய்ச்சியைப் பரிந்துரைக்கிறது. தீவிர மனிதநேயம் அறியாமை, குருட்டு நம்பிக்கை, கொடியவாதம் ஆகியவற்றை நிராகரிக்கிறது. தீவிர மனிதநேயம் இரண்டு அம்சங்களைக் கொண்டுள்ளது. ஒன்று விமர்சனம் மற்றோன்று ஆக்கப்பூர்வம். விமர்சனம் என்பது, தற்போதுள்ள பொருத்தமற்ற சிந்தனை மற்றும் ஆக்கப்பூர்வமான முறைகளை விமர்சிப்பதாகும், ஏனெனில் மனித சுதந்திரத்திற்கு அதிக முக்கியத்துவம் கொடுக்கும் ஒழுங்கை உருவாக்குகிறது. தீவிர மனித நேயத்தின் இறுதி நோக்கம், பகுத்தறிவு மற்றும் மனிதநேயத்துடன் ஒருவருக்கொருவர் இணைக்கப்பட்ட சுதந்திரமான நபர்களின் காஸ்மோபாலிட்டன் ஒன்றியத்தை உருவாக்குவதாகும்.

3. நெறிமுறைகள்

   சமூகம் மூடநம்பிக்கைகளை விட மதச்சார்பற்ற பகுத்தறிவு கொள்கைகளை அடிப்படையாகக் கொண்டது. எம் என் ராயின்

கூற்றுப்படி, தீவிர மனிதநேயம் இயற்கையின் கொள்கைகளுக்கு இசைவாக மனித சமுதாயத்தை நிறுவுவதை நோக்கமாகக் கொண்டுள்ளது. தீவிர மனிதநேயம் மனோதத்துவத்தை நிராகரிக்கிறது. அது அறிவியலை நம்புகிறது. தீவிர மனிதநேயம் பொருளுக்கும் யோசனைக்கும் இடையிலான இருமையை நிராகரிக்கிறது. அவரைப் பொறுத்தவரை, மனிதனின் உயிர்வாழ்விற்கான போராட்டத்தின் போது கருத்துக்கள் வெளிப்படுகின்றன, ஆனால் பின்னர் அது சுயாதீனமான யதார்த்தமாக மாறுகிறது.

தீவிர மனிதநேயம் அறிவுப் புரட்சியை ஆதரிக்கிறது. மனித மூளை உற்பத்தியின் மிக முக்கியமான சாதனம். இது மிக முக்கியமான விஷயங்களை அதாவது சிந்தனைகளை உருவாக்குகிறது. நவீன நாகரீகத்தின் நெருக்கடி மனிதனின் உள்ளார்ந்த பகுத்தறிவு மீதான நம்பிக்கையின்மை. புரோட்டகோரஸைப் போலவே, அவரும் மனிதன் எல்லாவற்றுக்கும் ஒரு அளவுகோல் என்று நம்புகிறார். சமுதாயத்தின் முன்னேற்றம் மனிதனுக்கு அளிக்கும் சுதந்திரத்தின் அளவைக் கொண்டு அளவிடப்படுகிறது.

கம்யுனிசம்

1917 ல், லெனின் தலைமையிலான ரஷ்ய/போல்ஷிவிக் புரட்சி வெற்றிகரமாக இருந்தது. லெனினும் அவரது ஆதரவாளரும் ஐரோப்பிய நாடுகளில் அதே புரட்சியை இலக்காகக் கொண்டனர். இருப்பினும், ஹங்கேரியைத் தவிர வேறு எந்த ஐரோப்பிய நாடும் எந்த வெற்றிகரமான புரட்சியையும் காணவில்லை, லெனின் ஏகாதிபத்திய கோட்பாட்டை உருவாக்கினார். அவர் ஏகாதிபத்திய கோட்பாடு என்பது சர்வதேச முதலாளித்துவ அமைப்பை புரிந்துகொள்வதற்கான ஒரு கோட்பாடு ஆகும் என்று கூறினார். பெருநகர நாடுகள் அதாவது பிரிட்டன் அவற்றின் காலனிகளுடன் ஆழமாக இணைக்கப்பட்டிருப்பதை அவர் கவனித்தார். ஏகாதிபத்தியம் என்பது முதலாளித்துவத்தின் மிக உயர்ந்த கட்டம் என்று லெனின் கருதினார்.

காலனிகளின் பகுப்பாய்வு

உலகில் முதலாளித்துவ கட்டமைப்பை காலனிகளின் பக்கத்திலிருந்து மட்டுமே உடைக்க முடியும், பெருநகர நாடுகளில் இருந்து அல்ல

என்று ராய் கருதினார். எனவே, புரட்சி முதலில் காலனி நாடுகளில் வர வேண்டும். மற்ற காலனிகளுடன் ஒப்பிடுகையில், இந்தியாவில் முதலாளித்துவம் மிகவும் வளர்ச்சியடைந்துள்ளது என்று ராய் வாதிட்டார். காங்கிரஸ் போன்ற முதலாளித்துவ அரசியல் குழு நிலப்பிரபுத்துவ ஏகாதிபத்திய நலன்களுடன் சமரசம் செய்து கொள்ளும் என்று ராய் எச்சரித்தார். ஏகாதிபத்தியத்திடம் சரணடைவார்கள் அதாவது ஏகாதிபத்தியத்திற்கு 'விற்றுவிடுவார்கள்' என்று கூறினார். மேலும் தேசிய இயக்கத்தைக் காட்டிக் கொடுப்பார்கள். பாட்டாளி வர்க்கமும் சிறு முதலாளித்துவ வர்க்கமும் மட்டுமே இந்தியாவில் உண்மையான சமூக புரட்சியைக் கொண்டுவரும் எனக் கூறிவந்தார்.

இந்திய சமூகத்தின் பகுப்பாய்வு

எம்.என். ராய் இந்திய வரலாற்றில் மார்க்சியப் பகுப்பாய்வைப் பயன்படுத்தினார். ஒருவேளை இது இந்திய வரலாற்றின் முதல் முறையான மார்க்சியப் பகுப்பாய்வாக இருக்கலாம். இந்த ஆய்வில் அவர் 1920களில் இந்திய வரலாறு குறித்த தேசிய சிந்தனையைக் கடுமையாக விமர்சித்தார். ஆனால் இந்திய மக்களின் சமூக வரலாற்றில் ஒரு சிறிய ஆய்வு இருந்தது. இந்திய சமூகத்தின் ஆய்வுக்கு, அவர் மார்க்சின் பகுப்பாய்வுகளைப் பயன்படுத்தினார். வகுப்பு பகுப்பாய்வு என்பது மார்க்சிஸ்டுகளுக்கு பொருந்தும் ஒரு முறையாகக் காணப்பட்டது.

எந்தவொரு சமூகத்தை பற்றிய இந்த வகையான பகுப்பாய்விற்கும், இவற்றைக் கருத்தில் கொள்ள வேண்டும். அவையே,

- ✓ அதன் பொருளாதார அமைப்பு என்ன?
- ✓ அதன் உற்பத்தி வடிவம் என்ன?
- ✓ அதன் முக்கிய சமூக வகுப்புகள் யாவை?
- ✓ மேலும் அவர்கள் எப்படி நடந்துகொள்ளலாம்?

ஆனால் இந்தியாவில் முதலாளித்துவம், சிறு முதலாளித்துவம், விவசாயிகள், பாட்டாளி வர்க்கம் என்ற அடிப்படையில் இருந்தது. இந்தியா, நிலப்பிரபுத்துவ அமைப்பின் கீழ் இல்லை என்று ராய் அறிவித்தார். நிலப்பிரபுத்துவம் ஒரு அமைதியான செயல்பாட்டில்

உள்ளூர் முதலாளித்துவத்தின் தோற்றம், பிரிட்டிஷ் முதலாளிகளால் ஒட்டுமொத்த பொருளாதாரத்தின் படிப்படியான ஆதிக்கத்தால் அழிக்கப்பட்டது. ஏனெனில் தொழில் மூலதனம் ஆங்கிலேயர் ஆட்சியின் கீழ் உருவானது.

1880களில் இருந்து, இந்திய முதலாளித்துவம் கீழ்த்தொழில்களுக்கு மட்டுப்படுத்தப்பட்டது. பிரிட்டிஷ் மூலதனத்தைச் செழிப்பதற்காக உருவாக்கப்பட்ட பிரிட்டிஷ் சட்டங்கள், இந்திய முதலாளித்துவத்தின் வளர்ச்சியை மேலும் தடுத்தன. சாதகமற்ற பிரிட்டிஷ் சட்டங்களுக்கு எதிராக தங்கள் மூலதன நலன்களைப் பாதுகாக்க மக்கள் வேண்டினார். அதனால்தான் INC யின் ஆரம்பகால மிதவாதிகள் ஏகாதிபத்தியத்தின் சட்டங்களை தங்கள் சொந்த நலன்களுக்காக மனு மூலம் மாற்ற முயற்சித்தார்கள் என்று சுட்டிக்காட்டினார். லெனினின், முதலாளித்துவ வர்க்கம் காலனிகளில் உண்மையான புரட்சிகர வர்க்கம் ஆகும். ராய்க்கு, காலனிகளில் முதலாளித்துவ வர்க்கம் தேசிய விடுதலைக்காக மட்டும் போராடவில்லை, அது ஏகாதிபத்திய முதலாளித்துவ வர்க்கத்தின் பொருளாதார, அரசியல் ஏகபோகத்திற்கு எதிரான போராட்டமாகும். வேறுவிதமாகக் கூறினால், இந்திய தேசிய காங்கிரஸும் அதன் தலைவர்களும் இந்தியாவில் முதலாளித்துவ வர்க்கமாக இருந்தனர்.

தீவிர மனிதநேயத்தின் பொருளாதார பரிமாணம்

புதிய மனிதநேயத்தின் பொருளாதார பரிமாணத்தைப் பொறுத்த வரையில், ராய் சமூகத்தின் பொருளாதார மறுசீரமைப்பை விரும்பினார். அத்தகைய சமூகம் ஒரு மனிதனை மற்றொரு மனிதனால் சுரண்டப்படுவதிலிருந்து விடுபடும். அத்தகைய சமூகம் கூட்டுறவு பொருளாதாரத்தை அடிப்படையாகக் கொண்டது. ஒத்துழைப்பு மற்றும் பரவலாக்கம் போன்ற நற்பண்புகளுடன் திட்டமிடப்பட்ட பொருளாதார வளர்ச்சியை அவர் பரிந்துரைத்தார். குறைந்தபட்ச பொருளாதார நடவடிக்கைகளை மட்டுமே அரசு ஒழுங்குபடுத்தும்.

ஒழுங்கமைக்கப்பட்ட ஜனநாயகம்; கட்சி இல்லாத ஜனநாயகம் போன்ற அம்சங்களை விரும்பினார். அவர் தாராளவாத ஜனநாயகத்தால் முன்மொழியப்பட்ட பாராளுமன்ற ஜனநாயகத்திற்கு எதிரானவர். அதே நேரத்தில், அவர் கம்யூனிஸ்டுகளால்

முன்மொழியப்பட்ட ஜனநாயக மத்தியத்துவ யோசனைக்கு எதிரானவர். ஜனநாயக அமைப்பின் வேரில் உள்நாட்டு மக்கள் குழுக்கள் நிறுவப்படும் முறையை அவர் முன்மொழிந்தார். மேலும், அவை ஜனநாயக நிறுவனங்களின் உயர்மட்டங்களுக்கு, அதிகாரமே ஆதாரமாக இருக்கும் என விமர்சித்தார். கட்சி அடிப்படையிலான அரசியலை அவர் விமர்சித்தார், ஏனெனில் இது மக்களுக்குச் சேவை செய்வதற்குப் பதிலாக பணம் வசூலிக்கும் தொழிலாகிவிட்டது. எனவே கட்சிகளில்லாத ஜனநாயகத்தை அவர் வலியுறுத்தினார்.

இயல் – பதினான்கு

விநாயக் தாமோதர் சாவர்க்கர்

விநாயக் தாமோதர் சவர்க்காரின் கலாம் 28 மே 1883 - 26 பிப்ரவரி 1966 ஆகும். இவர் இந்திய அரசியல்வாதி, ஆர்வலர் மற்றும் எழுத்தாளர் ஆவார். 1922 இல் ரத்னகிரி சிறையில் இருந்த போது சாவர்க்கர் இந்துத்துவாவின் இந்து தேசியவாத அரசியல் சித்தாந்தத்தை உருவாக்கினார். அவர் இந்து மகாசபையின் முன்னணி நபராக இருந்தார். அவர் தனது சுயசரிதையை எழுதியதில் இருந்து மரியாதையின் நிமித்தமாக வீர் என பயன்படுத்திக்கொண்டார். சாவர்க்கர் இந்து மகாசபையின் மூலம் இந்துத்துவா (இந்துத்துவம்) என்ற சொல்லை பிரபலப்படுத்தினார்.

1900 ஆம் ஆண்டில், சாவர்க்கர் மித்ரா மேளா என்ற ரகசிய புரட்சிகர சங்கத்தை நிறுவினார். ஒவ்வொரு வார இறுதியிலும் கூடி மேளா கூட்டங்களில் ஆயுதப் புரட்சி, அரசியல் சுதந்திரத்தை வலியுறுத்தும் திலகரின் முயற்சியில் நம்பிக்கை விதைத்தார். பூரண விடுதலைக்கு அது போதாது என்று உணர்ந்தார். 1902 இல், தனது பத்தொன்பதாவது வயதில், புனேவில் உள்ள பெர்குசன் கல்லூரியில் சேர்ந்தார். மேலும் தனது புரட்சிகர நடவடிக்கைகளைத் தொடர்ந்தார். 1904 ஆம் ஆண்டில் விநாயக் மித்ரா மேளாவிற்கு புதிய பெயராக "அபினவ் பாரத்" சூட்டப்பட்டு முழுமையான சுதந்திரத்திற்கு அழைப்பு விடுத்தது மட்டும் அல்லாமல் ஆயுத புரட்சியயையும் பின்பற்றியது. பின்னர் அவர் தனது தீவிரமான கருத்துக்களுக்காகவும், வெளிநாட்டு பொருட்கள் இயக்கத்தைப் புறக்கணிப்பதற்காகவும் கல்லூரியில் இருந்து வெளியேற்றப்பட்டார்.

புத்தகங்கள்

அவர் ஆங்கிலம் மற்றும் மராத்தியில் 38 புத்தகங்களை எழுதினார். பல கட்டுரைகள், மோப்லா கிளர்ச்சி, போக்குவரத்து எனப்படும் இரண்டு நாவல்கள், கவிதைகள், நாடகங்கள், அவரது வரலாற்று ஆய்வான இந்திய சுதந்திரப் போர், அவரது புத்தகங்களில் மிகவும் பிரபலமானவைகள். 1857ல் அவரது துண்டு பிரசுரமான "ஹிந்துத்வா: யார் இந்து?" என்பது ஆகும்.

அவர் "துணிச்சலானவர்" என்று பொருள்படும் வீர் என்ற கௌரவ முன்னொட்டு மூலம் அவரை பின்பற்றுபவர்கள் மத்தியில் அறியப்படுகிறார். அந்தமான் மற்றும் நிக்கோபாரின் தலைநகரான போர்ட் பிளேயரில் உள்ள விமான நிலையம் 2002இல் "வீர் சாவர்க்கர் சர்வதேச விமான நிலையம்" என்று பெயர் மாற்றப்பட்டது. இங்கிலாந்திற்கான வரலாற்றுக் கட்டிடம் மற்றும் நினைவுச்சின்னங்கள் ஆணையத்தால் பொருத்தப்பட்ட இந்தியா ஹவுஸின் நினைவு நீல நிற தகடுகளில் ஒன்றில் "விநாயக் தாமோதர் சாவர்க்கர், 1883-1966, இந்தியத் தேசபக்தர், தத்துவஞானி இங்கு வாழ்ந்தார்" என்று எழுதப்பட்டுள்ளது.

1970 இல் இந்திய அரசாங்கத்தால் ஒரு நினைவு அஞ்சல் தலை வெளியிடப்பட்டது. 2003 இல் இந்திய நாடாளுமன்றத்தில் சாவர்க்கரின் உருவப்படம் திறக்கப்பட்டது. இந்தியாவின் உயரிய விருதான "பாரத ரத்னா" விருதை அவருக்கு மரணத்திற்குப் பின் இந்திய அரசாங்கம் வழங்க வேண்டும் என்று சிவசேனா கட்சி கோரியது. சிவசேனா தலைவர் உத்தவ் தாக்கரே, 2017 இல் பாரத ரத்னா கோரிக்கையை வலியுறுத்தியபோது, மும்பையில் சாவர்க்கர் அடைக்கப்பட்டிருந்த சிறைச்சாலையின் பிரதியை கட்ட வேண்டும் என்றும், 'இந்து ராஷ்டிராவுக்கு சாவர்க்கரின் பங்களிப்பு குறித்து இளைஞர்களுக்கு கல்வி கற்பிக்க வேண்டும் என்றும் பரிந்துரைத்தார்.

இந்திய சுதந்திரப் போராட்டம் 1926 ஆம் ஆண்டில், சிறையில் இருந்து சாவர்க்கர் விடுவிக்கப்பட்ட இரண்டு ஆண்டுகளுக்குப் பிறகு, "பாரிஸ்டர் சாவர்க்கரின் வாழ்க்கை" என்ற தலைப்பில் ஒரு சுயசரிதை வெளியிடப்பட்டது. 1939 இல் இந்து மகாசபையின் இந்திர பிரகாஷினால் திருத்தப்பட்ட பதிப்பு வெளியிடப்பட்டது. புத்தகத்தின் இரண்டாவது பதிப்பு 1987 இல் சாவர்க்கரின் எழுத்துகளின் அதிகாரப்பூர்வ வெளியீட்டாளரான வீர் சாவர்க்கர்

பிரகாஷனால் வெளியிடப்பட்டது. அதன் முன்னுரையில், ரவீந்திர வாமன் ராம்தாஸ், "சித்ரகுப்தா வேறு யாருமல்ல, வீர் சாவர்க்கரே" என்று உணர்ச்சி மிக்க வாசகங்களும் இருந்தன.

சுதந்திரப் போராட்டத்திற்கான பங்களிப்பு, ஃபிரீ இந்தியா சொசைட்டி, அபினவ் பாரத் சொசைட்டி ஆகியவற்றுடன் வீர் சாவர்க்கர் தனது மூத்த சகோதரர் கணேஷ் தாமோதர் சாவர்க்கருடன் 1904 இல் "அபினவ் பாரத் சொசைட்டி" என்ற ரகசிய நிறுவனத்தை நிறுவினார். அவர் ஃப்ரீ இந்தியா சொசைட்டி போன்ற மாணவர் அமைப்புகளை நிறுவினார். இந்தியா ஹவுஸுடன் தொடர்பில் இருந்து பல சாதனைகளையும் செய்தார். 1905 ஆம் ஆண்டில், புனிதமான தசரா நாளில் அனைத்து வெளிநாட்டுப் பொருட்களையும் நெருப்பில் எரிக்க முடிவு செய்தார்.

பிரிட்டிஷ் அரசாங்கத்திற்கு எதிராக அவர் நடத்திய கிளர்ச்சியின் காரணமாக, 1909 ஆம் ஆண்டில் மோர்லி-மிண்டோ சீர்திருத்தத்திற்கு எதிராக ஆயுதமேந்திய கிளர்ச்சிக்கு சதி செய்த குற்றச்சாட்டில் கைது செய்யப்பட்டார். அவர் 1911 ஆம் ஆண்டில் காலா பானி தண்டனை என்று அழைக்கப்படும் அந்தமான் மற்றும் நிக்கோபார் தீவின் செல்லுலார் சிறையில் 50 ஆண்டுகள் இருந்ததை குறிக்கும் வகையில் இரண்டு ஆயுள் தண்டனைக்குள்ளானர். 1924 ஆம் ஆண்டில், பிரிட்டிஷ் அரசாங்கம் வீர் சாவர்க்கரை ஐந்தாண்டுகள் அரசியல் நடவடிக்கைகளில் பங்கேற்கக் கூடாது என்ற கடுமையான கட்டுப்பாடுகளின் கீழ் விடுதலை செய்தது. அவரது ஐம்பது ஆண்டுகால சிறைவாசத்தின் போது, வீர் சாவர்க்கர் சிப்பாய் கலகத்தில் பயன்படுத்தப்பட்ட கொரில்லா போர் திட்டங்களைப் பற்றி "இந்திய சுதந்திரப் போரின் வரலாறு" என்ற புகழ்பெற்ற புத்தகத்தை எழுதினார். அவர் ஏழு ஆண்டுகளுக்கும் மேலாக இந்து மகாசபையின் தலைவராகவும் செயல்பட்டார் மற்றும் இந்து ராஷ்டிரா (இந்து நாடு) என்ற கருத்தை ஆதரித்தார்.

அபினவ் பாரத் சொசைட்டி (யங் இந்தியா சொசைட்டி)

இது 1904 இல் விநாயக் தாமோதர் சாவர்க்கர் மற்றும் அவரது சகோதரர் கணேஷ் தாமோதர் சாவர்க்கர் ஆகியோரால் நிறுவப்பட்ட ஒரு ரகசிய சங்கமாகும். ஆரம்பத்தில் மித்ரா மேளா என நாசிக்கில் நிறுவப்பட்ட இந்த சங்கம், இந்தியா மற்றும் லண்டனின் பல்வேறு

பகுதிகளில் கிளைகளை கொண்ட பல புரட்சியாளர்கள் மற்றும் அரசியல் ஆர்வலர்களுடன் தொடர்புடையது.

கிலாபத் இயக்கம்

1920 இல் தொடங்கப்பட்டு காந்தியால் ஆதரிக்கப்பட்ட கிலாபத் இயக்கம், சாவர்க்கர் உட்பட பலரின் விமர்சனங்களை ஈர்த்தது. ஆகஸ்ட் 1921 இல், மலபாரில் அதாவது வடக்கு கேரளா மோப்லா கிளர்ச்சியில் கிலாபத் இயக்கம் முடிவுக்கு வந்தது. இது பெரிய அளவிலான வன்முறையை கண்டது. பல வீடுகள் மற்றும் கோவில்கள் அழிக்கப்பட்டன. ரத்னகிரி சிறையில் இருந்த கிலாபத் பதான்கள் கலவரம் செய்தனர், சாவர்க்கர் இந்த அனைத்து நிகழ்வுகளையும் கண்டார். ரத்னகிரி சிறையில் தான் சாவர்க்கர் தனது மிகவும் விவாதத்திற்குரிய ஹிந்துத்வா (1923) என்ற உரையை எழுதி ரகசியமாக அனுப்பினார். இது 'மஹரத்தா' என்ற புனைபெயரில் வெளியிடப்பட்டது.

பாசிசம்

ஆகஸ்ட் 1, 1938 அன்று புனேவில் 20,000 பலமான பார்வையாளர்கள் முன்னிலையில் ஆற்றிய உரையில், நாசிசத்திற்கான ஜெர்மனியின் உரிமையையும், பாசிசத்திற்கான இத்தாலியின் உரிமையையும் சாவர்க்கர் ஆதரித்தார். உலக அரங்கில் அவர்கள் முன்னோடியில்லாத பெருமையை அடைந்ததற்கு சான்றாக தேசிய ஒற்றுமையை வெற்றிகரமாக உள்வாங்கியது ஆகும். ஜெர்மனி மற்றும் இத்தாலியை நேருவைக் கண்டித்ததற்காக சாவர்க்கர் அவரை விமர்சித்தார். இந்தியாவில் உள்ள கோடிக்கணக்கான இந்து சங்கதானிஸ்டுகள் ஜெர்மனி, இத்தாலி, ஜப்பான் மீது எந்தவிதமான வெறுப்பும் இல்லை" என்று அறிவித்தார். அவர் ஜெர்மன் ஆக்கிரமிப்புக்கு தனது ஆதரவை அறிவித்தார்.

இரண்டாம் உலகப் போர் நெருங்கும் நிலையில், சாவர்க்கர் ஆரம்பத்தில் இந்தியாவின் புவிசார் மூலோபாய சமன்பாடுகளை மையமாகக் கொண்ட நடுநிலைக் கொள்கையை ஆதரித்தார். ஆனால் அவரது சொல்லாட்சி காலப்போக்கில் கடுமையாக வளர்ந்தது. யூதர்கள் பற்றிய ஹிட்லரின் கொள்கைக்கு அவர்

நிலையான ஆதரவை வெளிப்படுத்தினார். அக்டோபர் 14 அன்று ஒரு உரையில், இந்திய முஸ்லீம்களை கையாள்வதில் ஹிட்லரின் வழிகளைப் பின்பற்ற வேண்டும் என்று பரிந்துரைக்கப்பட்டது. டிசம்பர் 11 அன்று, அவர் யூதர்களை ஒரு வகுப்புவாத சக்தியாக வகைப்படுத்தினார். அடுத்த மார்ச் மாதம், ஜெர்மனியின் ஆரிய கலாச்சாரத்தின் மறுமலர்ச்சி, ஸ்வஸ்திகாவை மகிமைப்படுத்துதல், ஆரிய எதிரிகளுக்கு எதிரான "சிலுவைப்போர்" ஆகியவற்றை சாவர்க்கர் வரவேற்றார். ஜெர்மன் வெற்றி இறுதியாக இந்திய இந்துக்களை உற்சாகப்படுத்தும் என்று நம்பப்பட்டது.

1939 ஆம் ஆண்டு ஆகஸ்ட் 5 ஆம் தேதி, "சிந்தனை, மதம், மொழி மற்றும் கலாச்சாரம்" ஆகியவற்றின் பொதுவான கருத்து எவ்வாறு தேசியத்திற்கு இன்றியமையாதது என்பதை சாவர்க்கர் எடுத்துக்காட்டினார்.

மித்ரா மேளா மற்றும் தீண்டாமை நிறுவனம்

தனது டீன் ஏஜ் பருவத்தில், வீர் சாவர்க்கர் மித்ரா மேளா (நண்பர்கள் குழு) என்ற இளைஞர் நிறுவனத்தை உருவாக்கினார். இது புரட்சிகர தேசிய சிந்தனைகளை கொண்டு வருவதற்காக உழைத்தார். இது தவிர, இந்தியாவில் தீண்டாமைக்கு எதிராக மிகவும் செல்வாக்கு மிக்க சமூக சீர்திருத்தப் பிரச்சாரங்களில் ஒன்றை வீர் சாவர்க்கர் தொடங்கினார். தலித் சமூகத்தைச் சேர்ந்தவர்கள் உட்பட அனைத்து இந்துக்களும் நுழைய அனுமதிக்கும் வகையில் ரத்னகிரி மாவட்டத்தில் பதிட் பவன் கோயிலை உருவாக்கினார்.

கைது மற்றும் இந்தியாவிற்கு போக்குவரத்து

இந்தியாவில், கணேஷ் சாவர்க்கர் 1909 இன் மோர்லி-மிண்டோ சீர்திருத்தங்களுக்கு எதிராக ஆயுதமேந்திய கிளர்ச்சியை ஏற்பாடு செய்தார். பல்வேறு அதிகாரிகளின் கொலைகளை ஏற்பாடு செய்வதன் மூலம் இந்தியாவில் பிரிட்டிஷ் அரசாங்கத்தை கவிழ்க்கும் சதியில் பங்கேற்றதாக சாவர்க்கர் மீது குற்றம் சாட்டப்பட்டது. கைது செய்வதைத் தவிர்க்கும் நம்பிக்கையில், சாவர்க்கர் பாரிஸில் உள்ள பிகைஜி காமாவின் வீட்டிற்குச் சென்றார், ஆனால் அவரது நண்பர்களின் ஆலோசனைக்கு எதிராக,

லண்டனுக்கு திரும்பினார். 1910 ஆம் ஆண்டு மார்ச் 13 ஆம் தேதி, ஆயுதக் கொள்முதல், விநியோகம், அரசுக்கு எதிராகப் போர் தொடுத்தமை மற்றும் தேசத்துரோக உரைகளை நிகழ்த்துதல் உள்ளிட்ட பல்வேறு குற்றச்சாட்டுகளின் பேரில் அவர் லண்டனில் கைது செய்யப்பட்டார். அவர் கைது செய்யப்பட்ட போது, அவர் தனது சொந்த தடை செய்யப்பட்ட புத்தகங்களின் பிரதிகள் உட்பட பல புரட்சிகர நூல்களை வைத்திருந்தார். கூடுதலாக, அவர் 20 பிரவுனிங் கைத்துப்பாக்கிகளை இந்தியாவிற்குக் கடத்தியதற்கான ஆதாரங்கள் பிரிட்டிஷ் அரசாங்கத்திடம் இருந்தன. அவற்றில் ஒன்று பிரிட்டிஷ் அதிகாரி ஏ.எம்.டி. யை படுகொலை செய்யப் பயன்படுத்தியது.

அவர் செய்த குற்றங்கள் பிரிட்டனிலும், இந்தியாவிலும் செய்யப்பட்டிருந்தாலும், பிரிட்டிஷ் அதிகாரிகள் அவரை இந்தியாவில் விசாரிக்க முடிவு செய்தனர். அதன்படி மோரியா என்ற வணிகக் கப்பலில் அவரை இந்தியாவிற்கு கொண்டு செல்வதற்காக போலீஸ் துணையுடன் ஏற்றி சென்றனர். பிரெஞ்சு மத்திய தரைக்கடல் துறைமுகமான மார்சேயில் கப்பல் நின்றபோது, கப்பலின் ஜன்னலில் இருந்து குதித்து தப்பித்து, பிரெஞ்சுக் கரைக்கு நீந்திச் சென்று அரசியல் தஞ்சம் கேட்டார் சாவர்க்கர். பிரெஞ்சு துறைமுக அதிகாரிகள் அவரது வேண்டுகோளைப் புறக்கணித்து, அவரை பிரிட்டிஷ் சிறைபிடித்தவர்களிடம் ஒப்படைத்தனர். இந்த சம்பவத்தை பிரெஞ்சு அரசாங்கம் அறிந்ததும், அவர்கள் சாவர்க்கரை மீண்டும் பிரான்சுக்கு அழைத்து வருமாறு கேட்டு, நிரந்தர நடுவர் நீதிமன்றத்தில் மேல்முறையீடு செய்தனர்.

நிரந்தர நடுவர் நீதிமன்றத்தில் பிரெஞ்சு வழக்கு

மார்சேயில் சாவர்க்கர் கைது செய்யப்பட்டதால், பிரெஞ்சு அரசாங்கம் ஆங்கிலேயர்களுக்கு எதிராக எதிர்ப்பு தெரிவித்தது, சாவர்க்கரை பிரிட்டிஷார் தகுந்த சட்டப்பூர்வ நடவடிக்கைகளை எடுக்காத வரை அவரை மீட்க முடியாது என்று வாதிட்டனர். இந்த சர்ச்சை 1910 இல் சர்வதேச நடுவர் மன்றத்தின் முன் வந்தது, அது 1911 இல் அதன் முடிவை வழங்கியது. இந்த வழக்கு பிரெஞ்சு பத்திரிகைகளால் பரவலாக அறிவிக்கப்பட்டதால் பெரும் சர்ச்சையைக் கிளப்பியது.

முதலில், மார்சேயில் சாவர்க்கர் தப்பிச் செல்வதற்கான சாத்தியக்கூறுகள் குறித்து இரு நாடுகளுக்கும் இடையே ஒத்துழைப்பு முறை இருந்ததாலும், சாவர்க்கரை கைது செய்து இந்திய ராணுவ போலீஸ் காவலரிடம் ஒப்படைத்ததில் “முறைகேடு” நடந்திருப்பதாகவும் தீர்ப்பாயம் கவனித்தது.

இந்துத்துவா மற்றும் இந்து தேசியவாதம்

தயானந்த சரஸ்வதி, சுவாமி விவேகானந்தர் மற்றும் ஸ்ரீ அரவிந்தோ ஆகியோருக்கு மாறாக, சமூகத்தில் சீர்திருத்தங்களை அறிமுகப்படுத்தி இந்து மதத்தை உலகிற்கு முன் வைத்த தலைவர்கள் ஆவர். சாவர்க்கர் அரசியலையும் மதத்தையும் கலந்து இந்து தேசியவாதத்தின் தீவிர வடிவத்தை தொடங்கினார். அவரது சிறைவாசத்தின் போது, சாவர்க்கரின் பார்வைகள் இந்து கலாச்சார மற்றும் அரசியல் தேசியவாதத்தை நோக்கிப் பெருக தொடங்கின. மேலும் அவரது வாழ்க்கையின் அடுத்த கட்டம் இந்த நோக்கத்திற்காக அர்ப்பணிக்கப்பட்டது. சாவர்க்கர் ஒரு “இந்து”வை பாரதவர்ஷத்தின் தேசபக்தியுள்ள குடிமகனாக விவரிக்க தொடங்கினார், ஒரு மத அடையாளத்திற்கு அப்பாற்பட்ட முயற்சியில் ஈடுபட்டார். அனைத்து இந்து சமூகங்களின் தேசபக்தி மற்றும் சமூக ஒற்றுமையின் அவசியத்தை வலியுறுத்தும் அதே வேளையில், இந்து மதம், ஜைனம், சீக்கியம் மற்றும் பௌத்தம் அனைத்தும் ஒன்று என விவரித்தார்.

சுயமாக விவரிக்கப்பட்ட நாத்திகர், சாவர்க்கர் இந்து என்பதை ஒரு கலாச்சார மற்றும் அரசியல் அடையாளமாகக் கருதுகிறார். 6 ஜனவரி 1924 இல் சிறையிலிருந்து விடுதலையான பிறகு, சாவர்க்கர், இந்து பாரம்பரியம் மற்றும் நாகரிகத்தின் சமூக மற்றும் கலாச்சாரப் பாதுகாப்பிற்காக பணியாற்றுவதை நோக்கமாகக் கொண்டு ரத்னகிரி இந்து சபா அமைப்பை நிறுவ உதவினார்.

எழுத்தில் தனது ஆற்றலைக் குவித்து, சாவர்க்கர் இந்து பத்-பதா-ஷாஹி என்ற மராட்டிய சாம்ராஜ்யத்தை ஆவணப்படுத்தும் புத்தகத்தையும், வாழ்க்கைக்கான எனது போக்குவரத்து என்ற அவரது ஆரம்பகால புரட்சிகர நாட்கள், கைது, விசாரணை, சிறைவாசம் பற்றிய விவரம் அடங்கிய புத்தகத்தையும் வெளியிட்டார். கவிதைகள், நாடகங்கள் மற்றும் நாவல்களின்

தொகுப்பையும் எழுதி வெளியிட்டார். அந்தமான் சிறையில் தனது அனுபவத்தைப் பற்றி மாஜி ஜன்மதேப் என்ற புத்தகத்தையும் எழுதினார்.

விசாரணை மற்றும் தண்டனை

பம்பாய் வந்தடைந்த சாவர்க்கர் புனேவில் உள்ள எர்வாடா மத்திய சிறைக்குக் கொண்டு செல்லப்பட்டார். சிறப்பு நீதிமன்றத்தின் முன் விசாரணை 10 செப்டம்பர் 1910 அன்று தொடங்கியது. நாசிக் கலெக்டர் ஏ. எம். டி. ஜாக்சனை கொலை செய்ய தூண்டியது சாவர்க்கர் மீதான குற்றச்சாட்டுகளில் ஒன்று. இரண்டாவது இந்திய தண்டனைச் சட்டம் 121-A இன் கீழ் அரசர் பேரரசருக்கு எதிராக ஒரு சதித்திட்டம் தீட்டப்பட்டது. இரண்டு விசாரணைகளைத் தொடர்ந்து, அப்போது 28 வயதுடைய சாவர்க்கர், குற்றவாளி என தீர்ப்பளிக்கப்பட்டு 50 ஆண்டுகள் சிறைத்தண்டனை விதிக்கப்பட்டு, ஜூலை 4, 1911 அன்று அந்தமான் மற்றும் நிக்கோபார் தீவுகளில் உள்ள செல்லுலார் சிறைக்குக் கொண்டு செல்லப்பட்டார். பிரிட்டிஷ் அரசால் அரசியல் கைதியாகக் கருதப்பட்டார்.

வீர் சாவர்க்கரின் சித்தாந்தம் மற்றும் வெள்ளையனே வெளியேறு இயக்கம் பற்றிய கருத்துக்கள் வேகமாக வளர்ந்தன. இந்தியா சுதந்திரம் அடைவதற்கு முன்பு இந்து நாடு என்ற கருத்தை வளர்ப்பதில் வீர் சாவர்க்கர் முக்கிய பங்கு வகித்தார்.

இறப்பு

1964 ஆம் ஆண்டு வீர் சாவர்க்கர் சமாதி அடையும் தனது விருப்பத்தை வெளிப்படுத்தியபோது, பிப்ரவரி 1, 1966 அன்று உண்ணாவிரதப் போராட்டத்தைத் தொடங்கி மருந்துகள், உணவு மற்றும் தண்ணீரை துறந்தார். இந்தியா சுதந்திரம் அடைந்தவுடன் தனது வாழ்வின் இலக்கு நிறைவேறியதாக அவர் நம்பினார். அதை அவர் ஆத்மார்பன் அதாவது சாகும் வரை உண்ணாவிரதம் என்று அழைத்தார். அவர் இறப்பதற்கு முன், "ஆத்மஹத்ய நஹி ஆத்மார்பன்" என்ற தலைப்பில் ஒரு கட்டுரையை எழுதியுள்ளார். அதில் அவர் ஒருவரின் வாழ்க்கை நோக்கம் முடிந்து, சமூகத்திற்கு சேவை செய்யும் திறன் இல்லாமல் போனால், காத்திருப்பதை விட விருப்பப்படி வாழ்க்கையை முடிப்பது நல்லது என்று வாதிட்டார்.

26 பிப்ரவரி 1966 அன்று பம்பாயில் (இப்போது மும்பை) உள்ள அவரது இல்லத்தில் இறப்பதற்கு முன் அவரது உடல்நிலை “மிகவும் தீவிரமானதாக” இருந்ததாகவும், அவர் மூச்சு விடுவதில் சிரமத்தை எதிர்கொண்டதாகவும் விவரிக்கப்பட்டது; அவரை உயிர்ப்பிப்பதற்கான முயற்சிகள் தோல்வியடைந்து, அன்று காலை 11:10 மணிக்கு இறந்துவிட்டதாக அறிவிக்கப்பட்டது. அவர் இறப்பதற்கு முன், சாவர்க்கர் தனது இறுதிச் சடங்குகளை மட்டும் செய்யுமாறும், இந்து மதத்தின் 10வது மற்றும் 13வது நாள் சடங்குகளை அகற்றுமாறும் அவரது உறவினர்களிடம் கேட்டுக் கொண்டார்.

பீம்ராவ் ராம்ஜி அம்பேத்கர்

பீம்ராவ் ராம்ஜி அம்பேத்காரின் காலம் 14 ஏப்ரல் 1891 முதல் 6 டிசம்பர் 1956 வரை ஆகும். இவர் ஒரு இந்திய சட்ட நிபுணர், பொருளாதார நிபுணர், சமூக சீர்திருத்தவாதி மற்றும் அரசியல் தலைவர் ஆவார். அவர் அரசியலமைப்பு சபை விவாதங்களில் இருந்து இந்திய அரசியலமைப்பை உருவாக்கும் குழுவிற்குத் தலைமை தாங்கினார். முதல் அமைச்சரவையில் சட்டம் மற்றும் நீதி அமைச்சராக பணியாற்றினார். பம்பாய் பல்கலைக்கழகத்தின் எல்பின்ஸ்டோன் கல்லூரியில் பட்டம் பெற்ற பிறகு, அம்பேத்கர் கொலம்பியா பல்கலைக்கழகம், லண்டன் ஸ்கூல் ஆஃப் எகனாமிக்ஸில் பொருளாதாரம் பயின்றார். முறையே 1927 மற்றும் 1923 இல் முனைவர் பட்டம் பெற்றார். லண்டனில் உள்ள கிரேஸ் விடுதியில் சட்டப் பயிற்சியும் பெற்றார்.

அவரது ஆரம்ப வாழ்க்கையில், அவர் ஒரு பொருளாதார நிபுணர், பேராசிரியர் மற்றும் வழக்கறிஞர் ஆவார். அவரது பிற்கால வாழ்க்கை அவரது அரசியல் செயல்பாடுகளால் குறிக்கப்பட்டது. 1956 இல் அவர் பௌத்த மதத்திற்கு மாறினார், தலித்துகளை வெகுஜன மதமாற்றத்தை அடையச் செய்தார். 1990 ஆம் ஆண்டில், இந்தியாவின் மிக உயரிய விருதான பாரத ரத்னா விருது அம்பேத்கருக்கு மரணத்திற்குப் பின் வழங்கப்பட்டது. அவரைப் பின்பற்றுபவர்களால் பயன்படுத்தப்படும் “ஜெய் பீம்” என்பது வணக்கம் என்று அர்த்தம் ஆகும். அவர் பாபாசாஹேப் என்ற புனைபெயரால் குறிப்பிடப்படுகிறார், அதாவது “மதிப்பிற்குரிய தந்தை”.

தீண்டாமைக்கு எதிர்ப்பு

அம்பேத்கர் பரோடா சமஸ்தானத்தில் கல்வி பயின்றதால், அதற்குச் சேவை செய்ய கட்டுப்பட்டார். அவர் கெய்க்வாட்டின் இராணுவ

செயலாளராக நியமிக்கப்பட்டார். அதன்பிறகு, வளர்ந்து வரும் தனது குடும்பத்தை வாழ வழி தேட முயன்றார். அவர் ஒரு தனிப்பட்ட ஆசிரியராக, கணக்காளராக பணியாற்றினார். மேலும் முதலீட்டு ஆலோசனை வணிகத்தை நிறுவினார், 1918 இல், மும்பையில் உள்ள சிடன்ஹாம் வணிகவியல், பொருளாதாரக் கல்லூரியில் அரசியல் பொருளாதாரப் பேராசிரியரானார்.

சவுத்பரோ கமிட்டியின் முன் சாட்சியமளிக்க அம்பேத்கர் அழைக்கப்பட்டார். இந்த கமிட்டி இந்திய அரசாங்கச் சட்டம் 1919 ஐத் தயாரித்துக்கொண்டிருந்தது. இந்த விசாரணையில், அம்பேத்கர் தீண்டத்தகாதவர்கள் மற்றும் பிற மத சமூகங்களுக்குத் தனித் தனி தொகுதிகள் மற்றும் இட ஒதுக்கீடுகளை உருவாக்க வாதிட்டார். 1920 ஆம் ஆண்டில் ஷாஹு IV உதவியுடன் மும்பையில் வாராந்திர மூக்நாயக் என்ற பத்திரிக்கையை வெளியீட்டைத் தொடங்கினார்.

பின்னர் அம்பேத்கர் சட்ட வல்லுநராகப் பணியாற்றினார். 1926 ஆம் ஆண்டில், ஒரு வழக்கில் பிராமண சமூகம் இந்தியாவை நாசப்படுத்தியதாக குற்றம் சாட்டிய மூன்று பிராமணரல்லாத தலைவர்களை அவர் வெற்றிகரமாகப் பாதுகாத்தார். பம்பாய் உயர் நீதிமன்றத்தில் வழக்கறிஞராகப் பணிபுரிந்தபோது, ஒடுக்கப்பட்ட மக்களுக்கு கல்வியை மேம்படுத்தி அவர்களை உயர்த்த முயன்றார். அவரது முதல் ஒழுங்கமைக்கப்பட்ட முயற்சியானது மத்திய நிறுவனமான பஹிஷ்கிருத் ஹிதகாரிணி சபாவை நிறுவுவதாகும். இது கல்வி, சமூக-பொருளாதார மேம்பாடு மற்றும் நலிவடைந்த மக்களின் நலனை மேம்படுத்தும் நோக்கம் கொண்டது. தலித் உரிமைகளைப் பாதுகாப்பதற்காக, மூக் நாயக், பஹிஷ்கிருத் பாரத் மற்றும் சமத்துவ ஜந்தா போன்ற பல பத்திரிகைகளைத் தொடங்கினார். அவர் 1925 இல் அனைத்து ஐரோப்பிய சைமன் கமிஷனுடன் பணிபுரிய பம்பாய் பிரசிடென்சி கமிட்டிக்கு நியமிக்கப்பட்டார். இந்த ஆணையம் இந்தியா முழுவதும் பெரும் எதிர்ப்புகளைக் கிளப்பியது. மேலும் அதன் அறிக்கை பெரும்பாலான இந்தியர்களால் புறக்கணிக்கப்பட்ட நிலையில், அம்பேத்கர் அவர்களே எதிர்கால இந்திய அரசியலமைப்பிற்கான பரிந்துரைகளை எழுதினார்.

1927 வாக்கில், தீண்டாமைக்கு எதிராக தீவிர இயக்கங்களைத் தொடங்க அம்பேத்கர் முடிவு செய்தார். அவர் பொது இயக்கங்கள் மற்றும் பொது குடிநீர் ஆதாரங்களை திறக்க பேரணிகள்

தொடங்கினார். இந்துக் கோவில்களில் நுழையும் உரிமைக்கான போராட்டத்தையும் தொடங்கினார். தலித் சமூகத்தினருக்கு நகரத்தின் பிரதான தண்ணீர் தொட்டியில் இருந்து தண்ணீர் எடுப்பதற்கான உரிமைக்காக போராடுவதற்காக மஹத்தில் சத்தியாகிரகத்தை நடத்தினார். 1927 ஆம் ஆண்டின் பிற்பகுதியில் நடந்த ஒரு மாநாட்டில் அம்பேத்கர் சாதிய பாகுபாடு மற்றும் “தீண்டாமை” ஆகியவற்றை கருத்தியல் ரீதியாக நியாயப்படுத்தியதற்காக பாரம்பரிய இந்து நூலான மனுஸ்மிருதியை பகிரங்கமாகக் கண்டனம் செய்தார். மேலும் அவர் பண்டைய நூலின் பிரதிகளை எரித்தார். 25 டிசம்பர் 1927 இல், மனுஸ்மிருதியின் பிரதிகளை எரிக்க ஆயிரக்கணக்கான ஆதரவாளர்களை வழிநடத்தினார். இவ்வாறு ஆண்டுதோறும் டிசம்பர் 25 மனுஸ்மிருதி தஹன் தின் (மனுஸ்மிருதி எரியும் நாள்) என அம்பேத்கரியர்கள் மற்றும் தலித்துகளால் கொண்டாடப்படுகிறது.

1930 ஆம் ஆண்டில், அம்பேத்கர் மூன்று மாத தயாரிப்புக்குப் பிறகு காலாராம் கோயில் இயக்கத்தைத் தொடங்கினார். சுமார் 15,000 தன்னார்வலர்கள் காலாராம் கோயிலில் ஒன்றுகூடி சத்தியாகிரகத்தை நாசிக்கின் மிகப் பெரிய ஊர்வலமாக மாற்றினர். அணிவகுப்புக்கு இராணுவ இசைக்குழு, சாரணர்களின் குழு தலைமை தாங்கியது. பெண்களும் ஆண்களும் ஒழுக்கத்துடனும், ஒழுங்குடனும், உறுதியுடனும் முதன்முறையாக கடவுளைத் தரிசனம் செய்தனர்.

அம்பேத்கரின் படைப்புகள்

- ✓ இந்தியாவில் உள்ள சாதிகள்: அவர்களின் வழிமுறை, தோற்றம் மற்றும் வளர்ச்சி-1916
- ✓ மூக் நாயக் (வார இதழ்)-1920
- ✓ ரூபாய் பிரச்சனை: அதன் தோற்றம் மற்றும் அதன் தீர்வு-1923
- ✓ பஹிஷ்க்ருத் பாரத் -1927
- ✓ ஜந்தா (வார இதழ்)- 1930
- ✓ சாதி ஒழிப்பு-1936
- ✓ கூட்டமைப்பு வெர்சஸ் ஃப்ரீடம்-1939

- ✓ பாகிஸ்தான் பற்றிய சிந்தனைகள்- 1940
- ✓ ரானடே, காந்தி மற்றும் ஜின்னா- 1943
- ✓ திரு. காந்தி மற்றும் தீண்டத்தகாதவர்களின் விடுதலை1943
- ✓ காங்கிரசும் காந்தியும் தீண்டத்தகாதவர்களுக்கு என்ன செய்தார்கள்- 1945
- ✓ பாகிஸ்தான் அல்லது இந்தியப் பிரிவினை- 1945
- ✓ மாநிலம் மற்றும் சிறுபான்மையினர்-1947
- ✓ சூத்திரர்கள் யார்- 1948
- ✓ மகாராஷ்டிரா ஒரு மொழிவாரி மாகாணமாக- 1948
- ✓ தீண்டத்தகாதவர்கள்- 1948
- ✓ புத்தர் அல்லது கார்ல் மார்க்ஸ்- 1956
- ✓ புத்தர் மற்றும் அவரது தம்மம்- 1957
- ✓ இந்து மதத்தில் புதிர்கள்- 2008
- ✓ மனு மற்றும் சூத்திரர்கள்

பூனா ஒப்பந்தம்

1932 ஆம் ஆண்டில், பிரிட்டிஷ் காலனித்துவ அரசாங்கம் வகுப்புவாத விருதில் “தாழ்த்தப்பட்ட வகுப்பினருக்காக” தனி வாக்காளர் தொகுதியை உருவாக்குவதாக அறிவித்தது. மகாத்மா காந்தி தீண்டத்தகாதவர்களுக்கான தனி வாக்காளர் தொகுதியை கடுமையாக எதிர்த்தார். அத்தகைய ஏற்பாடு இந்து சமூகத்தை பிளவுபடுத்தும் என்று அவர் அஞ்சுவதாகக் கூறினார். பூனாவின் ஏர்வாடா மத்திய சிறையில் காந்தியடிகள் உண்ணாவிரதம் இருந்தார். உண்ணாவிரதத்தை தொடர்ந்து, மதன் மோகன் மாளவியா, பல்வான்கர் பாலு போன்ற காங்கிரஸ் அரசியல்வாதிகள் மற்றும் ஆர்வலர்கள் ஏர்வாடாவில் அம்பேத்காரும் அவரது ஆதரவாளர்களுடன் கூட்டுக் கூட்டங்களை ஏற்பாடு செய்தனர்.

25 செப்டம்பர் 1932 அன்று, பூனா ஒப்பந்தம் என்று அழைக்கப்படும் ஒப்பந்தம் அம்பேத்கர் தாழ்த்தப்பட்ட வகுப்பினர்

சார்பாகவும், மதன் மோகன் மாளவியா இந்துக்கள் சார்பாகம் இடையே கையெழுத்தானது. இந்த ஒப்பந்தம் தாழ்த்தப்பட்ட வகுப்பினருக்கு பொது வாக்காளர்களுக்குள் உள்ள தற்காலிக சட்டமன்றங்களில் இட ஒதுக்கீடு வழங்கியது. பிரதம மந்திரி ராம்சே மெக்டொனால்டின் காலனித்துவ அரசாங்கத்தால் முன்மொழியப்பட்ட வகுப்புவாத விருதில் ஒதுக்கப்பட்ட ஒப்பந்தத்தின் காரணமாகத் தாழ்த்தப்பட்ட வகுப்பினர் 71 இடங்களுக்குப் பதிலாக 148 இடங்களை பெற்றனர். 1935 ஆம் ஆண்டு இந்தியச் சட்டம் 1950 ஆம் ஆண்டின் பிற்கால இந்திய அரசியலமைப்பின் கீழ் இந்துக்களிடையே தீண்டத்தகாதவர்களைக் குறிக்க உரையில் தாழ்த்தப்பட்ட வகுப்புகள் என்ற வார்த்தையைப் பயன்படுத்தியது. பூனா ஒப்பந்தத்தில் ஒரு ஒருங்கிணைந்த வாக்காளர்கள் கொள்கையளவில் உருவாக்கப்பட்டது. ஆனால் முதன்மை மற்றும் இரண்டாம் நிலை தேர்தல்கள் நடைமுறையில் தலித்துகள் தங்கள் சொந்த வேட்பாளர்களைத் தேர்ந்தெடுக்க அனுமதித்தன.

இந்திய அரசியலமைப்பின் வரைவு

வரைவுக் குழுவின் தலைவர் அம்பேத்கர் ஆவார். 1949 நவம்பர் 25 அன்று இந்திய அரசியலமைப்பின் இறுதி வரைவை அரசியல் நிர்ணய சபையின் தலைவர் ராஜேந்திர பிரசாத்திடம் வழங்கினார். ஆகஸ்ட் 15, 1947 இல் இந்தியா சுதந்திரம் அடைந்தவுடன், புதிய பிரதமர் ஜவஹர்லால் நேரு அம்பேத்கரை இந்தியாவின் சட்ட அமைச்சராகப் பணியாற்ற அழைத்தார். இரண்டு வாரங்களுக்குப் பிறகு, அவர் எதிர்கால இந்தியக் குடியரசின் அரசியலமைப்பின் வரைவுக் குழுவின் தலைவராக நியமிக்கப்பட்டார். 25 நவம்பர் 1949 அன்று, அம்பேத்கர் அரசியல் நிர்ணய சபையில் தனது இறுதி உரையில், எனக்கு வழங்கப்பட்ட பெருமை உண்மையில் எனக்குச் சொந்தமானது அல்ல என்று கூறினார். இது அரசியலமைப்புச் சபையின் அரசியலமைப்பு ஆலோசகர் சர் பி.என். ராவுக்கு சொந்தமானது, அவர் வரைவுக் குழுவின் பரிசீலனைக்காக அரசியலமைப்பின் தோராயமான வரைவை தயாரித்தார். "மதச் சுதந்திரம், தீண்டாமை ஒழிப்பு மற்றும் அனைத்து வகையான பாகுபாடுகளையும் சட்டத்திற்கு புறம்பாகச் செய்தல் உள்ளிட்ட தனிப்பட்ட குடிமக்களுக்கான பரந்த அளவிலான சிவில் உரிமைகளுக்கு இந்திய அரசியலமைப்பு உத்தரவாதம் பாதுகாப்பு அளிக்கிறது.

பெண்களுக்கான விரிவான பொருளாதார மற்றும் சமூக உரிமைகளுக்காக வாதிட்ட அமைச்சர்களில் அம்பேத்கரும் ஒருவர். மேலும் தாழ்த்தப்பட்ட சாதிகள் மற்றும் பழங்குடியினர் மற்றும் பிற பிற்படுத்தப்பட்ட வகுப்பினருக்கான சிவில் சர்வீசஸ், பள்ளிகள் மற்றும் கல்லூரிகளில் வேலை வாய்ப்புகளில் இடஒதுக்கீடு முறையை அறிமுகப்படுத்த சட்டசபையின் ஆதரவைப் பெற்றார். இந்தியாவின் சட்டமியற்றுபவர்கள் இந்த நடவடிக்கைகளின் மூலம் இந்தியாவின் தாழ்த்தப்பட்ட வகுப்பினருக்கான சமூக-பொருளாதார ஏற்றத்தாழ்வுகள் மற்றும் வாய்ப்புகள் இல்லாமை ஆகியவற்றை ஒழிக்கும் என நம்பினர். ஜூலை 1918 இல், அம்பேத்கர் சவுத்பரோ கமிட்டியின் முன் சாட்சியமளிக்க அழைக்கப்பட்டார்.

தலித் பௌத்த இயக்கம்

1950 ஆம் ஆண்டில் அவர் புத்த மதத்தின் மீது தனது கவனத்தை செலுத்தத் தொடங்கினார். மேலும் உலக பௌத்தர்களின் கூட்டத்தில் கலந்து கொள்வதற்காக சிலோனுக்கு சென்றார். புனே அருகே ஒரு புதிய புத்த விகாரை அர்ப்பணிக்கும் போது, அம்பேத்கர் புத்த மதம் பற்றிய ஒரு புத்தகத்தை எழுதுவதாகவும், அது முடிந்ததும் முறையாக புத்த மதத்திற்கு மாறுவதாகவும் அறிவித்தார். அவர் 1954 இல் இரண்டு முறை பர்மாவுக்குச் சென்றார். ரங்கூனில் நடந்த உலக பௌத்தர்களின் மூன்றாவது மாநாட்டில் இரண்டாவது முறையாக கலந்துக் கொண்டார். 1955 இல் அவர் பாரதீய பௌத்த மகாசபை அல்லது இந்திய புத்த சங்கத்தை நிறுவினார். 1956 ஆம் ஆண்டில் அவர் தனது இறுதிப் படைப்பான புத்தர் மற்றும் அவரது தம்மாவை முடித்தார், இது மரணத்திற்குப் பின் வெளியிடப்பட்டது.

இலங்கை பௌத்தத் துறவி ஹம்மலாவா சத்தாதிஸ்ஸாவைச் சந்தித்த பிறகு, அம்பேத்கர் 14 அக்டோபர் 1956 அன்று நாக்பூரில் தனக்கும் தனது ஆதரவாளர்களுக்கும் ஒரு முறையான பொது விழாவை ஏற்பாடு செய்தார். பாரம்பரிய முறையில் ஒரு புத்த துறவியிடம் இருந்து மூன்று அடைக்கலங்களையும் ஐந்து கட்டளைகளையும் ஏற்றுக்கொண்டு அம்பேத்கர் நிறைவு செய்தார். பின்னர் அவர் தன்னை சுற்றித் திரண்டிருந்த அவரது ஆதரவாளர்களில் சுமார் 500,000 பேரை மதம் மாற்றத் தொடங்கினார். பின்னர் அவர் நான்காவது உலக பௌத்த மாநாட்டில் கலந்து கொள்வதற்காக காத்மாண்டு, நேபாளத்திற்கு சென்றார். புத்தர், கார்ல் மார்க்ஸ் மற்றும்

"பண்டைய இந்தியாவில் புரட்சி மற்றும் எதிர்ப்புரட்சி" பற்றிய அவரது படைப்புகள் முழுமையடையாமல் இருந்தன.

மதம்

அம்பேத்கர் 1935 இல் இந்துவாகப் பிறந்தேன் ஆனால் இந்துவாக இறக்க மாட்டேன் என்று கூறினார். அவர் இந்து மதத்தை ஒரு "அடக்குமுறை மதமாக" கருதினார் மற்றும் வேறு எந்த மதத்திற்கும் மாறுவதை கருத்தில் கொள்ளத் தொடங்கினார். சாதி ஒழிப்பில், சாஸ்திரங்களின் புனிதத்தன்மையின் நம்பிக்கையை அழித்து, அவற்றின் அதிகாரத்தை மறுப்பதே உண்மையான சாதியற்ற சமுதாயத்தை அடைய ஒரே நீடித்த வழி என்று அம்பேத்கர் கூறுகிறார். அம்பேத்கர் இந்து மத நூல்கள், இதிகாசங்களை விமர்சித்தார். 1954-1955 இல் இந்து மதத்தில் புதிர்கள் என்ற தலைப்பில் ஒரு படைப்பை எழுதினார். தனிப்பட்ட அத்தியாய கையெழுத்து பிரதிகளை இணைப்பதன் மூலம் இந்த படைப்பு மரணத்திற்குப் பின் வெளியிடப்பட்டது. அமெரிக்காவில் நீக்ரோக்களின் அடிமைத்தனத்தை முடிவுக்குக் கொண்டுவர கிறிஸ்தவம் போதாது என்பது மறுக்க முடியாத உண்மை மற்றும் நீக்ரோவுக்கு கிறிஸ்தவர்களால் மறுக்கப்பட்ட சுதந்திரத்தை வழங்க ஒரு உள்நாட்டுப் போர் அவசியம் என அவர் எழுதினார்.

அம்பேத்கர் இஸ்லாமியத்தில் உள்ள வேறுபாடுகளை விமர்சித்தார். முஸ்லிம்களுக்கும் முஸ்லிம் அல்லாதவர்களுக்கும் இடையே உள்ள வேறுபாடு மிகவும் உண்மையானது, மிகவும் நேர்மறையானது மற்றும் மிகவும் அந்நியப்படுத்தும் வேறுபாடும் உள்ளது என்று விவரித்தார். தாழ்த்தப்பட்ட வகுப்பினர் இஸ்லாம் அல்லது கிறிஸ்தவ மதத்திற்கு மாறுவதை எதிர்த்த அவர், அவர்கள் இஸ்லாம் மதத்திற்கு மாறினால் "முஸ்லீம் ஆதிக்கத்தின் ஆபத்தும் உண்மையாகிவிடும்" என்றும், அவர்கள் கிறிஸ்துவ மதத்திற்கு மாறினால் அது "நாட்டின் மீது பிரிட்டனின் பிடியை வலுப்படுத்த உதவும்" என்றும் கூறினார். ஆரம்பத்தில் அம்பேத்கர் சீக்கிய மதத்திற்கு மாறத் திட்டமிட்டார், ஆனால் ஒதுக்கப்பட்ட பாராளுமன்ற இடங்களில் தலித்துகளுக்கு வழங்கப்படும் சலுகைகளுக்கு பிரிட்டிஷ் அரசாங்கம் உத்தரவாதம் அளிக்காது என்பதைக் கண்டறிந்த பிறகு அவர் இந்த யோசனையை நிராகரித்தார். 1956 ஆம் ஆண்டு அக்டோபர் 16 ஆம் தேதி, அவர் இறப்பதற்கு சில வாரங்களுக்கு முன்பு புத்த மதத்திற்கு மாறினார்.

கம்யூனிசம்

1956 ஆம் ஆண்டு கம்யூனிசம் பற்றிய அம்பேத்கரின் கருத்துக்கள் "புத்தர் அல்லது கார்ல் மார்க்ஸ்", "பௌத்தம் மற்றும் கம்யூனிசம்" ஆகிய இரண்டு நூல்களில் வெளிப்படுத்தப்பட்டன. வெகுஜனங்களை சலுகை பெற்ற சிலரின் சுரண்டல் வறுமையையும் அதன் பிரச்சினைகளையும் நிலைநிறுத்துகிறது என்ற மார்க்சியக் கோட்பாட்டை அவர் ஏற்றுக்கொண்டார். இருப்பினும், அவர் இந்த சுரண்டலை முற்றிலும் பொருளாதாரமாகப் பார்க்கவில்லை, சுரண்டலின் கலாச்சார அம்சங்கள் பொருளாதார சுரண்டலை விட மோசமானவை என்று கோட்பாட்டுடன் கருதினார். கூடுதலாக அவர் பொருளாதார உறவுகளை மனித வாழ்க்கையின் ஒரே முக்கிய அம்சமாகப் பார்க்கவில்லை. கம்யூனிஸ்டுகள் வன்முறை உட்பட பாட்டாளி வர்க்கப் புரட்சியை அடைய எந்த வழியையும் நாடத் தயாராக இருப்பதாகவும் அவர் கண்டார். அதே நேரத்தில் அவர் ஜனநாயக மற்றும் அமைதியான நடவடிக்கைகளை மாற்றத்திற்கான சிறந்த வழி என்று கண்டார்.

அம்பேத்கர் அனைத்து உற்பத்தி வழிமுறைகளையும் கட்டுப்படுத்துவது மற்றும் சொத்துக்களின் தனிப்பட்ட உரிமையை முடிவுக்குக் கொண்டுவருவது போன்ற மார்க்சிய யோசனையை எதிர்த்தார். பிந்தைய நடவடிக்கை சமூகத்தின் பிரச்சினைகளை சரிசெய்ய முடியாது. கூடுதலாக, மார்க்சிசம் செய்வது போல் அரசை அழித்துவிட வேண்டும் என்று வாதிடுவதற்குப் பதிலாக, அம்பேத்கர் வர்க்கமற்ற சமூகத்தை நம்பினார், ஆனால் சமூகம் இருக்கும் வரை அரசு இருக்கும் என்றும் அது வளர்ச்சியில் தீவிரமாக இருக்க வேண்டும் என்றும் நம்பினார். ஆனால் 1950 களில், அவர் பிபிசிக்கு அளித்த பேட்டியில், தற்போதைய தாராளவாத ஜனநாயக அமைப்பு வீழ்ச்சியடையும் என்பதை ஏற்றுக்கொண்டார்.

அரசியல் வாழ்க்கை

1954 ஆம் ஆண்டு கொலம்பியா பல்கலைக்கழகத்தின் இருநூறாவது ஆண்டு விழாவையொட்டி, புதுதில்லியில் நடைபெற்ற கருத்தரங்கில் அம்பேத்கர் உரையாற்றினார். 1935 ஆம் ஆண்டில், அம்பேத்கர் பம்பாயில் உள்ள அரசு சட்டக் கல்லூரியின் முதல்வராக நியமிக்கப்பட்டார், அந்த பதவியில் அவர் இரண்டு ஆண்டுகள்

இருந்தார். தில்லி பல்கலைக்கழகத்தின் ராம்ஜாஸ் கல்லூரியின் நிறுவனர் ஸ்ரீ ராய் கேதார்நாத்தின் மரணத்திற்குப் பிறகு அதன் நிர்வாகக் குழுவின் தலைவராகவும் பணியாற்றினார். மேலும் 50,000க்கும் மேற்பட்ட புத்தகங்களை தனது தனிப்பட்ட நூலகத்தில் சேமித்து வைத்தார். அக்டோபர் 13 அன்று நாசிக்கில் நடந்த யோலா மதமாற்ற மாநாட்டில், அம்பேத்கர் வேறு மதத்திற்கு மாறுவதற்கான தனது விருப்பத்தை அறிவித்தார். இந்து மதத்தை விட்டு வெளியேறுமாறு அவரைப் பின்பற்றுபவர்களுக்கு அறிவுறுத்தினார். இந்தியா முழுவதும் பல பொதுக்கூட்டங்களில் அவர் தனது செய்தியை திரும்ப திரும்ப வலியுறுத்தினார்.

1936 ஆம் ஆண்டில், அம்பேத்கர் சுதந்திர தொழிலாளர் கட்சியை நிறுவினார். மேலும் 15 மே 1936 அன்று சாதி ஒழிப்பு புத்தகத்தை வெளியிட்டார். இது இந்து மரபுவழி மதத் தலைவர்களையும் பொதுவாக சாதி அமைப்பையும் கடுமையாக விமர்சித்தது. மேலும் இந்த விஷயத்தில் “காந்தியின் கண்டனமும்” அடங்கியது.

1937 ஆம் ஆண்டில், அம்பேத்கர் பம்பாய் சட்டமன்றத்தில் அரசாங்கத்திற்கும் விவசாயிகளுக்கும் இடையே நேரடி உறவை உருவாக்குவதன் மூலம் கோட்டி முறையை ஒழிக்கும் நோக்கில் ஒரு மசோதாவை தாக்கல் செய்தார்.

அம்பேத்கர் பாதுகாப்பு ஆலோசனைக் குழுவிலும் வைஸ்ராய் நிர்வாகக் குழுவிலும் தொழிலாளர் அமைச்சராக பணியாற்றினார். விடுதலை நாள் நிகழ்வுகளுக்கு முன், அம்பேத்கர் பங்கேற்பதில் ஆர்வமாக இருப்பதாகக் கூறினார். அவர் பணிபுரிந்த சமூகங்கள் இந்திய முஸ்லீம்களை விட இருபது மடங்கு காங்கிரஸ் கொள்கைகளால் ஒடுக்கப்பட்டதாக அவர் கருத்து தெரிவித்தார். ஜின்னாவும் அம்பேத்கரும் கூட்டாக பம்பாயில் உள்ள பிண்டி பஜாரில் நடைபெற்ற விடுதலை நாள் நிகழ்வில் கலந்து கொண்டு உரையாற்றினர். அங்கு இருவரும் காங்கிரஸ் கட்சி மீது “தீவிர” விமர்சனங்களை வெளிப்படுத்தினர். மேலும் ஒரு பார்வையாளரின் கூற்றுப்படி, இஸ்லாமும் இந்து மதமும் சமரசம் செய்ய முடியாதவை என்று பரிந்துரைத்தனர்.

1940 பாகிஸ்தானைக் கோரும் முஸ்லீம் லீக்கின் லாகூர் தீர்மானத்திற்குப் பிறகு அம்பேத்கர் பாகிஸ்தான் பற்றிய சிந்தனைகள் என்ற தலைப்பில் 400 பக்க துண்டுப்பிரதியை

எழுதினார். அதில் "பாகிஸ்தான்" என்ற கருத்தை அதன் அனைத்து அம்சங்களிலும் ஆய்வு செய்தார். அம்பேத்கர், இந்துக்கள் பாகிஸ்தானை முஸ்லிம்களுக்கு ஒப்புக்கொடுக்க வேண்டும் என்று வாதிட்டார். பஞ்சாப், வங்காளத்தின் மாகாண எல்லைகள் முஸ்லீம் மற்றும் முஸ்லிமல்லாத பெரும்பான்மை பகுதிகளைப் பிரிக்க மறுவரையறை செய்ய வேண்டும் என்று அவர் முன்மொழிந்தார். மாகாண எல்லைகளை மறுவரையறை செய்வதில் முஸ்லிம்களுக்கு எந்த ஆட்சேபனையும் இருக்க முடியாது என்று அவர் நினைத்தார். பாகிஸ்தான் பற்றிய எண்ணங்கள் இந்திய அரசியலை ஒரு தசாப்த காலமாக உலுக்கியது என்று அறிஞர் வெங்கட் துலிபாலா கூறுகிறார். இது முஸ்லீம் லீக் மற்றும் இந்திய தேசிய காங்கிரஸுக்கு இடையேயான உரையாடலின் போக்கை தீர்மானித்தது, இந்தியப் பிரிவினைக்கு வழி வகுத்தது.

சூத்திரர்கள் யார்? என்ற தனது படைப்பில், அம்பேத்கர் தலித்துகள் உருவாவதை விளக்க முயன்றார். சாதி அமைப்பின் சடங்கு படிநிலையில் மிகக் குறைந்த சாதியை உருவாக்கும் சூத்திரர்களையும் ஆதி சூத்திரர்களையும் தலித்துகளிடம் இருந்து தனித்தனியாகக் கண்டார். அம்பேத்கர் தனது அரசியல் கட்சியை பட்டியலிடப்பட்ட சாதிகள் கூட்டமைப்பாக மாற்றுவதை மேற்பார்வையிட்டார், இருப்பினும் 1946 ஆம் ஆண்டு இந்திய அரசியல் நிர்ணய சபைக்கான தேர்தல்களில் அது மோசமாக செயல்பட்டது. பின்னர் அவர் முஸ்லிம் லீக் ஆட்சியில் இருந்த வங்காளத்தின் அரசியல் நிர்ணய சபைக்கு தேர்ந்தெடுக்கப்பட்டார்.

அம்பேத்கர் 1952 ஆம் ஆண்டு பம்பாய் வட இந்தியப் பொதுத் தேர்தலில் போட்டியிட்டார். ஆனால் அவரது முன்னாள் உதவியாளரும் காங்கிரஸ் கட்சி வேட்பாளருமான நாராயண் கஜ்ரோல்கரிடம் தோற்றார். 1954 ஆம் ஆண்டு பண்டாராவில் இருந்து இடைத்தேர்தலில் அவர் மீண்டும் மக்களவைக்குள் நுழைய முயன்றார். ஆனால் அவர் மூன்றாவது இடத்தைப் பிடித்தார். 1957 ஆம் ஆண்டு இரண்டாவது பொதுத் தேர்தல் நேரத்தில், அம்பேத்கர் இறந்துவிட்டார்.

அவர் மூக் நாயக், பஹிஷ்கிருத் பாரத் மற்றும் சமத்துவ ஜனதா போன்ற பத்திரிகைகள் மூலம் தாழ்த்தப்பட்ட வகுப்பினரின் உரிமைகளைப் பாதுகாத்தார். 1936 இல், அவர் முதல் அரசியல்

கட்சியை நிறுவினார், அதாவது சுதந்திர தொழிலாளர் கட்சி அவரது கட்சி 1937 பம்பாய் தேர்தலில் 13 ஒதுக்கப்பட்ட மற்றும் 4 பொது இடங்களுக்கு மத்திய சட்டமன்றத்திற்குப் போட்டியிட்டு முறையே 11 மற்றும் 3 இடங்களைப் பெற்றது. இருப்பினும், காங்கிரஸ் வேட்பாளர் ஒதுக்கப்பட்ட இடங்களில் வெற்றி பெற்றதால், கட்சி அரசியலில் அவருக்கு அதிக வெற்றி கிடைக்கவில்லை. தனது வாழ்நாளின் கடைசி ஆண்டில் அதாவது 1956 ஆம் ஆண்டு குடியரசுக் கட்சி என்ற மூன்றாவது அரசியல் கட்சியை நிறுவினார்.

இந்தியாவின் இயக்கவியல் சாதி அமைப்பைப் புரிந்துகொள்வது அவரது சமூக சிந்தனையின் மிக முக்கியமான பகுதியாகும்.

சாதி ஒழிப்பு

சாதி ஒழிப்பு என்பது அம்பேத்கரின் சிந்தனையைத் தூண்டும் நூல்களில் ஒன்றாகும்.

ஒவ்வொரு சாதியும் ஒரு கலப்பு இனம் எனவே, வாழ்வியல் தூய்மை என்ற கருத்தை அவர் கேலி செய்கிறார். ஜாதி அமைப்பு இந்து மதத்தின் மீது ஒரு கறை, துணை ஜாதி ஒழிப்பு சாதியை கொல்லாது, சாதியை ஒழிப்பது கலப்பு திருமணத்தால் மட்டுமே அடைய முடியும் என வாதிடுகிறார். குருதியின் இணைவு ஒன்றே குலதெய்வ உணர்வை உருவாக்க முடியும் என்று அவர் நம்புவதால், மேலும் சாதியை ஒழிக்க, அதனுடன் தொடர்புடைய அனைத்து அடிப்படை மதக் கருத்துகளையும் ஒருவர் கண்டிக்க வேண்டும் என விமர்சனம் செய்கிறார்.

ஜவஹர்லால் நேரு

ஜவஹர்லால் நேருவின் காலம் நவம்பர் 14, 1889 முதல் மே 27, 1964 வரை ஆகும். இவர் சுதந்திர இந்தியாவின் முதல் பிரதமர் ஆவர். அவர் பாராளுமன்ற அரசாங்கத்தை நிறுவினார், வெளியுறவு விவகாரங்களில் தனது நடுநிலைவாத கொள்கைகளுக்காகக் குறிப்பிடத்தக்கவர். 1930களில் இந்தியாவின் சுதந்திர இயக்கத்தின் முக்கிய தலைவர்களில் ஒருவராகவும் இருந்தார். இந்தியா திரும்பிய நேரு முதலில் ஒரு வழக்கறிஞராகக் குடியேற முயன்றார். அந்த நேரத்தில், அவர் தனது தலைமுறையில் பலரைப் போலவே, தனது நாட்டின் சுதந்திரத்திற்காக ஏங்கிய ஒரு உள்ளுணர்வு தேசியவாதி என்று விவரிக்கப்படலாம்.

இந்தியாவிற்கு நேருவின் பாரம்பரியத்தின் ஐந்து முக்கிய கொள்கைகளான தேசத்தைக் கட்டியெழுப்புதல், ஜனநாயக நிறுவனத்தைக் கட்டியெழுப்புதல், மதச்சார்பின்மை, ஜனநாயக சோசலிச பொருளாதாரம் மற்றும் அணிசேரா, பஞ்சசீல் கொள்கை இன்னும் இந்தியாவின் பல முக்கிய மதிப்புகளை உருவாக்குகின்றன. இருப்பினும், இந்தியாவின் மூலோபாய தோல்விகளுக்கும், காஷ்மீர் பிரச்சனை போன்ற உள்நாட்டு பிரச்சனைகளுக்கும் நேருவின் கொள்கைகளே காரணம் என்று சில பிரிவினர்கள் விமர்சிக்கின்றன. இச்சூழலில் நேருவின் பங்களிப்பை சரியான சூழலில் புரிந்துகொள்வதும், இன்றைய இந்தியாவுக்கு அதன் பொருத்தம் குறித்தும் அறிந்து கொள்வது அவசியம்.

ஒரு தவறு, கண்டிக்கப்பட வேண்டியது மட்டுமல்ல, எதிர்க்கப்பட வேண்டும் என்றும் காந்தி வாதிட்டார். இந்தியாவின் பிரிட்டிஷ் ஆட்சிக்கு எதிராக அச்சமோ, வெறுப்போ இல்லாமல் போராட

வேண்டும் என்ற காந்தியின் வற்புறுத்தலால் ஜவஹர்லால் ஈர்க்கப்பட்டார்.

1916 இல் லக்னோவில் நடந்த இந்திய தேசிய காங்கிரஸ் கட்சியின் ஆண்டு கூட்டத்தில் நேரு காந்தியை முதன்முதலில் சந்தித்தார். காந்தி அவருக்கு 20 வயது மூத்தவர். இந்திய அரசியலில் நேருவின் பங்கு இரண்டாம் பட்சமாக இருந்ததால், அவர் காங்கிரஸ் கட்சியின் தலைவராகத் தேர்ந்தெடுக்கப்படும் வரை கட்சியின் நோக்கம் ஆதிக்க அந்தஸ்துதான் என்றுதான் இருந்தது.

காங்கிரஸ் கட்சியுடன் நேருவின் நெருங்கிய தொடர்பு 1919 ஆம் ஆண்டு முதல் உலகப் போருக்குப் பிந்தைய காலகட்டத்தில் இருந்து தொடங்குகிறது. முதலாம் உலகப் போர் வெடித்தபோது, இந்தியாவில் அனுதாபம் பிளவுபட்டது. படித்த இந்தியர்கள் பிரித்தானிய ஆட்சியாளர்கள் தாழ்த்தப்பட்டதைக் கண்டு "பெருமளவில் மகிழ்ச்சி அடைந்தனர்" என்றாலும், ஆளும் உயர் வர்க்கத்தினர் நேச நாடுகளின் பக்கம் சாய்ந்தனர். போரின் போது, நேரு செயின்ட் ஜான் ஆம்புலன்சுக்காக தன்னார்வத் தொண்டு செய்து, அந்த அமைப்பின் மாகாணச் செயலாளர்களில் ஒருவராக அலகாபாத்தில் பணியாற்றினார். இந்தியாவில் பிரிட்டிஷ் அரசாங்கம் நிறைவேற்றிய தணிக்கைச் சட்டங்களுக்கு எதிராகவும் அவர் பேசினார். அவரின் அரசியல் கருத்துக்கள் தீவிரமானதாகக் கருதப்பட்டன. நேரு, "ஒத்துழையாமை அரசியலைப் பற்றி வெளிப்படையாக பேசினார். அரசாங்கத்தின் கீழ் உள்ள கௌரவ பதவிகளில் இருந்து ராஜினாமா செய்ய வேண்டிய அவசியம் மற்றும் பிரதிநிதித்துவத்தின் வீண் அரசியலைத் தொடரக்கூடாது என்று வாதிட்டார்.

ஜனநாயகத்தின் நிறுவனமயமாக்கல்

குடிமக்களின் சம உரிமை என்ற கருத்து அனைத்து சமூகப் பிளவுகளையும் முறியடிக்கும் ஒரு வலுவான இந்திய தேசத்தை நிறுவுவதற்கு நேரு உறுதி பூண்டார். நேருவின் இலட்சியங்கள் 'புறநிலை தீர்மானம்' மூலம் அரசியல் நிர்ணய சபையை உழைக்கும் அரசியலமைப்பை உருவாக்க வழிவகுத்தது. தலித்துகள் மற்றும் மத சிறுபான்மையினர் போன்ற வரலாற்று ரீதியாக பாகுபாடு காட்டப்பட்ட நாட்டின் பிரிவினருக்கு இது ஒரு மிகப்பெரிய

நம்பிக்கையை கொடுத்தது. இராணுவத்தின் மீது பாராளுமன்ற மேலாதிக்கத்தின் வலுவான பாரம்பரியத்தை நிறுவியவர், இந்தியா மற்றொரு இராணுவ ஆட்சியின் மூன்றாம் உலக எதேச்சதிகாரமாக மாறுவதைத் தடுத்தார். நேருவின் அரசியலின் தன்மை பாராளுமன்ற நடைமுறைகளுக்கு அவர் அளித்த முக்கியத்துவம், ஏனைய மக்களுக்கு அரசியலமைப்பு அமைப்பில் உறுதியான நம்பிக்கையை வளர்க்க வழிவகுத்தது.

புத்தகங்கள்:

- ✓ தி டிஸ்கவரி ஆஃப் இந்தியா
- ✓ க்ளிம்ப்சஸ் ஆஃப் வேர்ல்ட் ஹிஸ்டரி,
- ✓ ஒரு சுயசரிதை(ஒரு தந்தையிடமிருந்து அவரது மகளுக்கு எழுதிய கடிதங்கள்)

நேருவின் இந்திய அரசியல்

பிரிட்டனில் இருந்த போதே, அவர் இந்திய அரசியலில் ஆர்வத்தை வளர்த்து கொண்டார். 1912 இல் அவர் இந்தியா திரும்பிய ஒரு மாதத்திற்குள், அவர் பாட்னாவில் நடந்த INC யின் வருடாந்திர அமர்வில் கலந்து கொண்டார். திலக் மற்றும் அன்னி பெசண்ட் ஆகியோரால் தொடங்கப்பட்ட ஹோம் ரூல் லீக் இயக்கத்தால் அவர் தாக்கம் பெற்றார். 1920 இல், ஒத்துழையாமை இயக்கத்தில் பங்கேற்று உ. பி. யில் இயக்கத்தை வழிநடத்தினார்.

ஆயினும்கூட, பெசண்ட் 1916 இல் ஹோம் ரூலை ஆதரிப்பதற்காக ஒரு லீக்கை உருவாக்கினார். நேரு அவர்கள் பெசண்ட் அவர்களை பற்றி “என் குழந்தைப் பருவத்தில் என் மீது மிகவும் சக்திவாய்ந்த செல்வாக்கு செலுத்தினார், பின்னர் நான் அரசியல் வாழ்க்கையில் நுழைந்தபோதும் அவரது கொள்கைகளுக்கு தொடர்ந்து வந்தேன்” எனப் பதிவு செய்கிறார். 1916 டிசம்பரில் நேரு இல்லத்தில் நடைபெற்ற அகில இந்திய காங்கிரஸ் கமிட்டியின் கூட்டத்தில் லக்னோ உடன்படிக்கையுடன் இந்து-முஸ்லிம் ஒற்றுமை விளக்கம் அளித்தார். இரு இந்திய சமூகங்களுக்கிடையேயான நல்லுறவை வரவேற்று ஊக்கப்படுத்தினார்.

1916 ஆம் ஆண்டு அன்னி பெசண்ட் தலைமையில் பல தேசியவாத தலைவர்களை ஒன்றிணைந்து சுயராஜ்ஜியத்திற்கான கோரிக்கையை முன்வைத்தனர். மேலும் பிரிட்டிஷ் சாம்ராஜ்யத்திற்குள் ஒரு டொமினியன் அந்தஸ்தைப் பெறுவதற்காக ஆஸ்திரேலியா, கனடா, தென்னாப்பிரிக்கா, நியூசிலாந்து மற்றும் நியூஃபவுண்ட்லாந்து சேர்க்கப்பட்டன. நேரு இயக்கத்தில் சேர்ந்து பெசண்ட் ஹோம் ரூல் லீக்கின் செயலாளராக உயர்ந்தார். ஜூன் 1917 இல், பிரிட்டிஷ் அரசாங்கம் பெசண்டைக் கைது செய்து சிறையில் அடைத்தது. காங்கிரஸும், இந்திய அமைப்புகளும் அவரை விடுவிக்காவிட்டால் போராட்டம் நடத்துவோம் என்று மிரட்டின. அதைத் தொடர்ந்து, தீவிர எதிர்ப்புக் காலத்திற்குப் பிறகு, பெசண்டை விடுவிக்கவும், குறிப்பிடத்தக்க சலுகைகளை வழங்கவும் பிரிட்டிஷ் அரசாங்கம் கட்டாயப்படுத்தப்பட்டது.

சோசலிசம்

சோசலிசத்திற்கு இரண்டு வடிவங்கள் உள்ளன என்று நேரு நம்பினார்,

1. சமூக பகுப்பாய்வு அறிவியல் முறை
2. 'விரும்பத்தக்க சமூகம்' - நெறிமுறை கோட்பாடு

அறிவியல் பகுப்பாய்வு முறை என்பது சோசலிசம் பொருளாதார காரணியின் முதன்மையான நம்பிக்கையை அடிப்படையாகக் கொண்டது. அதாவது, பொருளாதார நலன்கள், குழுக்கள் மற்றும் வர்க்கங்களின் அரசியல் பார்வையை வடிவமைக்கின்றன என்று அவர் உறுதியாக நம்பினார். இது மக்களை நாகரீகப்படுத்துவதற்காக அல்ல, மாறாக மலிவான மூலப்பொருள் மற்றும் அவர்களின் பொருட்களுக்கு சிறைபிடிக்கப்பட்ட சந்தையை உற்பத்தி செய்ய ஆங்கிலேயர் இந்தியாவை காலனித்துவப்படுத்தியது என்பதை விளக்கும் சோசலிச முறை ஆகும்.

சோசலிசம் 'நெறிமுறைக் கோட்பாடு என்பது மனிதகுலத்தை மாற்றுவதற்கான ஒரு வழியாகும் என நேரு பதிவிட்டார். இது முதலாளித்துவம் அல்லது வர்க்கப் போர், புரட்சி, பொருளாதார நிர்ணயம் ஆகியவற்றிற்கு முடிவுகட்டுவது மட்டும் அல்ல, இது

வர்க்கமற்றது, ஜனநாயகமானது, தேவையான பொருள் மற்றும் ஒழுக்க நிலைமைகளை வழங்கியது. மனித ஆற்றலின் முழு வளர்ச்சியாக கருதப்பட்டது. கூட்டுறவு, உற்பத்தி ஆகியவற்றை ஊக்குவித்துத் திட்டமிடப்பட்டது. கூட்டுறவு வழிகளிலும் ஒழுங்கமைக்கப்பட்டது. மேலும் இலாபத்தை குவிப்பதை விட மனித தேவைகளை திருப்திப்படுத்தும் நோக்கில் இயக்கப்பட்டது. இதன் மூலம் குடிமக்களின் அடிப்படை சுதந்திரங்கள் மற்றும் உரிமைகள் முழுமையாக உத்தரவாதம் செய்யப்பட்டன.

ஒத்துழையாமை: 1920–1927

நேருவின் முதல் தேசிய ஈடுபாடு 1920 இல் ஒத்துழையாமை இயக்கத்தின் தொடக்கத்தில் நடந்தது. அவர் இந்திய ஐக்கிய மாகாணங்களில் ஒத்துழையாமை இயக்கத்தை வழிநடத்தினார். நேரு 1921 இல் அரசாங்கத்திற்கு எதிரான நடவடிக்கைகளின் குற்றச்சாட்டி, அதன் பேரில் கைது செய்யப்பட்டு சில மாதங்களுக்குப் பிறகு விடுவிக்கப்பட்டார். சௌரி சௌரா சம்பவத்திற்குப் பிறகு ஒத்துழையாமை இயக்கத்தை காந்தி திடீரென நிறுத்தியதைத் தொடர்ந்து காங்கிரஸுக்குள் பிளவு ஏற்பட்டது. நேரு அவருக்கு விசுவாசமாக இருந்தார், மேலும் அவரது தந்தை மோதிலால் நேரு, சிஆர் தாஸ் ஆகியோரால் உருவாக்கப்பட்ட ஸ்வராஜ் கட்சியில் அவர் சேரவில்லை. 1923 இல், நேரு சமஸ்தானமான நாபாவில் சிறையில் அடைக்கப்பட்டார். அவர் ஊழலுக்கு எதிராக சீக்கியர்கள் நடத்திய போராட்டத்தைப் பார்வையிட்டார்.

சோசலிசத்தை நடைமுறைப்படுத்துதல்

1929 இல் லாகூர் காங்கிரஸின் அமர்வு சோசலிசக் கொள்கைகளைத் தெளிவற்ற முறையில் ஏற்றுக்கொண்டது. 1931 இல் கராச்சி மாநாட்டின் ஒரு திட்டவட்டமான பொருளாதாரத் திட்டத்தை ஏற்றுக்கொண்டது. சோசலிசம் என்பது நேருவின் வெறும் பொருளாதாரக் கோட்பாடு அல்ல, 'இது என் முழு மனதோடும் நான் வைத்திருக்கும் ஒரு முக்கிய நம்பிக்கை' என்று அவர் 1936 இல் காங்கிரஸின் லக்னோ அமர்வில் கூறினார். அதே

அமர்வில் அவர் காங்கிரசை சோசலிச அமைப்பாக மாற வேண்டும் என்ற விருப்பத்தை வெளிப்படுத்தினார். இது அவரது சக போராட்ட வீரர்கள் பலரை பயமுறுத்தியது மற்றும் காங்கிரஸ் காரியக் கமிட்டியில் இருந்து பலர் ராஜினாமா செய்ய வழிவகுத்தது. 1955 காங்கிரஸ் அமர்வில் அவர் சமூகத்தின் சோசலிச முறையை அறிவித்தார், சமூகத்தின் சோசலிச முறையின் இலட்சியங்களையும் அவர் அறிவித்தார். முக்கிய உற்பத்தி சாதனங்களின் சமூக உரிமை, தேசிய உற்பத்தியின் வளர்ச்சி, தேசத்தின் செல்வத்தின் சமமான பங்கீடு ஆகிய நலன்களுக்கு இடையிலான வேறுபாட்டை அவர் விளக்கினார். அரசு மற்றும் சோசலிச பொருளாதார முறையில் தேசிய செல்வத்தை அதிகரிக்காமல் மக்கள்நலன் அரசு சாத்தியமில்லை என்று அவர் விளக்கினார். இவ்வாறு செல்வத்தைப் பகிர்ந்தளிக்க ஒருவர் செல்வத்தை உருவாக்க வேண்டும், அது சமூகத்தின் சோசலிச முறை மூலம் சாத்தியமாகும் என அறிவித்தார்.

அடிப்படை உரிமைகள் மற்றும் பொருளாதாரக் கொள்கை

நேரு, 1929 இல் இந்திய தேசிய காங்கிரஸின் லாகூர் அமர்வின் தலைவராக தேர்ந்தெடுக்கப்பட்டார். மகாத்மா காந்திக்கு பிறகு நேரு காங்கிரஸின் கொள்கைகளையும் எதிர்கால இந்திய தேசத்தையும் உருவாக்கினார். காங்கிரஸின் நோக்கம் என்னவென்றால் மத சுதந்திரம் என்று அவர் அறிவித்தார். சங்கங்கள் அமைக்க உரிமை, கருத்து சுதந்திரம், சாதி, நிறம், மதம், மத வேறுபாடுகள் இல்லாமல் ஒவ்வொரு தனிநபருக்கும் சட்டத்தின் முன் சமத்துவம், பிராந்திய மொழிகள் மற்றும் கலாச்சாரங்களைப் பாதுகாத்தல், விவசாயிகள் மற்றும் தொழிலாளர்களின் நலன்களைப் பாதுகாத்தல், தீண்டாமை ஒழிப்பு, வயது வந்தோர் உரிமையின் அறிமுகம், தடை விதித்தல், தொழில்களை தேசியமயமாக்குதல், சோசலிசம், மதச்சார்பற்ற இந்தியாவை நிறுவுதல் போன்ற இந்த நோக்கங்கள் அனைத்தும் 1929-1931 இல் நேருவால் வரைவு செய்யப்பட்ட அடிப்படை உரிமைகள் மற்றும் பொருளாதாரக் கொள்கை தீர்மானத்தின் மையத்தை உருவாக்கியது. இந்த நோக்கங்கள் 1931 இல் கராச்சியில் வல்லபாய் படேல் தலைமையில் நடைபெற்ற காங்கிரஸ் கட்சிக் கூட்டத்தால் அங்கீகரிக்கப்பட்டது.

வெளியுறவுக் கொள்கை

நேருவைப் பொறுத்தவரை, அணிசேரா (NAM) என்பது பனிப்போர் காலத்தின் இருமுனைப் பிரிவுகளுக்கு விடையிருப்பாக இருந்தது. இரண்டு நூற்றாண்டு கால பிரிட்டிஷ் ஆட்சிக்குப் பிறகு, பனிப்போரில் வல்லரசாக தன்னை இணைத்துக் கொள்வதன் மூலம் சுதந்திரத்தை சமரசம் செய்யாமல் நாட்டின் மூலோபாய சுயாட்சியைப் பாதுகாப்பதில் நேரு உறுதியாக இருந்தார். அணிசேரா (NAM) கொள்கை, இந்தியாவை மூன்றாம் உலக ஒற்றுமையின் மிகவும் புகழ்பெற்ற தலைவர்களில் ஒன்றாக ஆக்கியது. மேலும் காலனித்துவம் மற்றும் புதுப்பித்த ஏகாதிபத்தியத்திற்கு எதிராக ஒரு கூட்டு முன்னணியை உருவாக்கியது.

நேரு, மென் சக்தியின் திறமையான வெளிப்பாடாகவும் இருந்தார். இந்த சொல் உருவாக்கப்படுவதற்கு முன்பே, அன்றைய மேலாதிக்கத்திற்கு எதிராக ஒடுக்கப்பட்ட மற்றும் ஓரங்கட்டப்பட்டவர்களின் குரலாக, முழுக்க முழுக்க அதன் நாகரிக வரலாறு மற்றும் தார்மீக நிலையின் அடிப்படையில் இந்தியாவுக்கான பங்கை அவர் உருவாக்கினார். இது பல ஆண்டுகளாக உலக அளவில் இந்தியாவுக்கு உலகளாவிய நற்பெயரையும் மதிப்பையும் அளித்தது, மேலும் உலக அரங்கில் பெருமையுடனும் சுதந்திரமாகவும் நின்று நமது சுயமரியாதையை வலுப்படுத்தியது.

பிரதமராக சாதனைகள்

1929ல் இருந்து 35 ஆண்டுகளில், லாகூரில் நடந்த காங்கிரஸ் மாநாட்டின் தலைவராக காந்தி நேருவைத் தேர்ந்தெடுத்தார். 1964ல் பிரதமரான அவர் இறக்கும் வரை, நேரு தொடர்ந்து தலைவராக இருந்தார். 1962ல் சீனாவுடனான சிறு மோதலில் நேருவின் அரசாங்கம் தோல்வியடைந்தது. அரசியலுக்கான அவரது மதச்சார்பற்ற அணுகுமுறை காந்தியின் மத மற்றும் பாரம்பரியவாத அணுகுமுறையுடன் முரண்பட்டது. நேருவுக்கும் காந்திக்கும் உள்ள உண்மையான வித்தியாசம் மதம் குறித்த அவர்களின் அணுகுமுறையில் அல்ல, மாறாக நாகரீகம் குறித்த அவர்களின் அணுகுமுறையில்தான். இந்திய வரலாற்றின் கண்ணோட்டத்தில்

நேருவின் முக்கியத்துவம் என்னவென்றால், அவர் நவீன மதிப்புகள் மற்றும் சிந்தனை முறைகளை இறக்குமதி செய்து கொடுத்தார். அதை அவர் இந்திய நிலைமைகளுக்கு ஏற்ப மாற்றினார். அதாவது மதச்சார்பின்மை, இந்தியாவின் அடிப்படை ஒருமைப்பாட்டின் அழுத்தம், அதன் இன மற்றும் மத வேறுபாடுகள், விஞ்ஞான கண்டுபிடிப்பு, தொழில்நுட்ப வளர்ச்சி ஆகியவை நவீன யுகத்திற்கு இந்தியாவை முன்னோக்கிக் கொண்டு செல்வதில் நேரு ஆழ்ந்த அக்கறை கொண்டிருந்தார். மேலும், ஏழைகள் மற்றும் ஒதுக்கப்பட்டவர்களுடன் சமூக அக்கறை மற்றும் ஜனநாயக விழுமியங்களை மதிக்க வேண்டியதன் அவசியத்தின் அவசியத்தை அவர் மக்களிடையே எழுப்பினார். இந்து விதவைகள், பரம்பரை மற்றும் சொத்து விஷயங்களில் ஆண்களுடன் சமத்துவத்தை அனுபவிக்க வழிசெய்த பண்டைய இந்து சிவில் சட்டத்தின் சீர்திருத்தம், அவருடைய சாதனைகளில் ஒன்றாகும்.

சர்வதேச அளவில், நேரு அவர்களின் சாதனை அக்டோபர் 1956 வரை ஏறுமுகத்தில் இருந்தது. சோவியத்துகளுக்கு எதிரான ஹங்கேரியப் புரட்சியின் மீதான இந்தியாவின் அணுகுமுறை அவரது அணிசேரா கொள்கையை கம்யூனிஸ்ட் அல்லாத நாடுகளின் கூர்மையான ஆய்வுக்கு உட்படுத்தியது. ஐக்கிய நாடுகள் சபையில், ஹங்கேரி மீதான படையெடுப்பில் சோவியத் யூனியனுடன் வாக்களித்த ஒரே அணிசேரா நாடு இந்தியாவாகும். அதன்பிறகு நேரு அணிசேரா அழைப்புகளில் நம்பிக்கை வைப்பது கடினமாக இருந்தது. சுதந்திரத்திற்குப் பிறகு ஆரம்ப ஆண்டுகளில், காலனித்துவ எதிர்ப்பு அவரது வெளியுறவுக் கொள்கையின் அடிக்கல்லாக இருந்தது. இருப்பினும், 1955 இல் இந்தோனேசியாவில் நடைபெற்ற ஆப்பிரிக்க மற்றும் ஆசிய நாடுகளின் பாண்டுங் மாநாட்டில் சீனப் பிரதம மந்திரி சோ என்லாய்யின் பேச்சு நேருவை மிகவும் கவர்ந்தது. யூகோஸ்லாவியாவின் பெல்கிரேடில் இருந்த சீரமைக்கப்பட்ட இயக்கம் 1961 இல், நேரு, காலனித்துவ எதிர்ப்புக்கு மாற்றாக அணிசேராமையை மாற்றினார்.

இருப்பினும், 1962 ஆம் ஆண்டின் சீன-இந்திய மோதல், அணிசேராமை குறித்த நேருவின் விருப்பமான சிந்தனையை அம்பலப்படுத்தியது. அருணாச்சலப் பிரதேச மாநிலம் தொடர்பான நீண்டகால எல்லைப் பிரச்சினையின் விளைவாக வடகிழக்கில்

உள்ள பிரம்மபுத்திரா நதிப் பள்ளத்தாக்கைக் கைப்பற்றுவதாக சீனப் படைகள் அச்சுறுத்தியபோது, நேருவின் “இந்து-சீனி பாய் அதாவது இந்தியர்களும் சீனர்களும் சகோதரர்கள்” என்ற பிரகடனத்தை அம்பலப்படுத்தினர். மேற்கத்திய உதவிக்கான நேருவின் அடுத்தடுத்த அழைப்பு அவரது அணிசேராக் கொள்கையை மெய்நிகர் முட்டாள்தனமாக்கியது. சீனா விரைவில் தனது படைகளை திரும்பப் பெற்றது.

இந்தியா மற்றும் பாகிஸ்தான் ஆகிய இரு நாடுகளாலும் உரிமை கோரப்படும் காஷ்மீர் பகுதி நேரு பிரதமராக இருந்த காலம் முழுவதும் வற்றாத பிரச்சனையாகவே இருந்தது. 1947 இல் துணைக் கண்டம் பிரிந்த சில மாதங்களில், காஷ்மீரின் மகாராஜாவான ஹரி சிங், அவர் எந்த நாட்டில் சேர வேண்டும் என்று முடிவு செய்தபோது, இரண்டு புதிய நாடுகளுக்கு இடையிலான சர்ச்சையைத் தீர்க்க அவர் தற்காலிக முயற்சிகளை மேற்கொண்டார். எவ்வாறாயினும், சிங் இந்தியாவைத் தேர்ந்தெடுத்தபோது, இரு தரப்புக்கும் இடையே சண்டை மூண்டது. இப்பகுதியில் போர்நிறுத்தக் கோட்டிற்கு ஐ.நா. இடைத்தரகர்களாக செயல்பட்டது. மேலும் நேரு அந்த எல்லையில் பிராந்திய மாற்றங்களை முன்மொழிந்தார், ஆனால் அது தோல்வியடைந்தது. அந்த எல்லை நிர்ணயம் இன்றும் இந்திய-பாகிஸ்தான் நிர்வகிக்கும் பகுதிகளைப் பிரிக்கும் கட்டுப்பாட்டுக் கோடாக மாறியது.

இந்தியாவில் கடைசியாக எஞ்சியிருக்கும் வெளிநாட்டுக் கட்டுப்பாட்டில் உள்ள கோவாவின் போர்ச்சுகீசிய காலனியின் பிரச்சனையைத் தீர்ப்பதில் நேரு மிகவும் அதிர்ஷ்டசாலியாக கருதப்பட்டார். 1961 டிசம்பரில் இந்தியத் துருப்புக்களால் அதன் இராணுவ ஆக்கிரமிப்பு பல மேற்கத்திய நாடுகளில் ஒரு சீற்றத்தை எழுப்பிய போதிலும், வரலாற்றின் பின்னோக்கிப் பார்க்கையில், நேருவின் நடவடிக்கை நியாயமானது. ஆங்கிலேயர்கள் மற்றும் பிரெஞ்சுக்காரர்களின் வெளியேற்றத்துடன், இந்தியாவில் போர்த்துகீசிய காலனித்துவ இருப்பு ஒரு காலனித்துவமாக மாறியது. ஆங்கிலேயர்களும் பிரெஞ்சுக்காரர்களும் அமைதியான முறையில் வெளியேறினர். போர்ச்சுகீசியர்கள் இதைப் பின்பற்றத் தயாராக இல்லை என்றால், நேரு அவர்களை வெளியேற்றுவதற்கான வழிகளைக் கண்டுபிடிக்க வேண்டியிருந்தது. முதலில் வற்புறுத்தலுக்குப் பிறகு, ஆகஸ்ட் 1955

இல், ஆயுதம் ஏந்தாத இந்தியர்களின் குழுவை போர்த்துகீசிய எல்லைக்குள் வன்முறையற்ற ஆர்ப்பாட்டத்தில் அணிவகுத்து செல்ல அனுமதித்தார். போர்த்துகீசிய ஆர்ப்பாட்டக்காரர்கள் மீது துப்பாக்கி சூடு நடத்தியபோதும், கிட்டத்தட்ட 30 பேரைக் கொன்றாலும், நேரு ஆறு ஆண்டுகளாக இந்த பிரச்சனையைக் கையாண்டு வந்தார். இதற்கிடையில் போர்ச்சுகலின் மேற்கத்திய நண்பர்களிடம் காலனியை விட்டுக்கொடுக்க அதன் அரசாங்கத்தை வற்புறுத்தினார். இந்தியா இறுதியாக தாக்கியபோது, அகிம்சையை ஒரு கொள்கையாக தானோ அல்லது இந்திய அரசாங்கமோ இனிமேல் கடைப்பிடிக்கவில்லை என்று நேரு கூறினார்.

1946ல் நேருவும் அவரது சகாக்களும் பிரிட்டிஷ் கேபினட் மிஷன் இந்தியாவிற்கு வருவதற்கு முன்பே அதிகாரத்தை மாற்றுவதற்கான திட்டங்களை முன்மொழிந்தனர். 1946 இல் ஒப்புக் கொள்ளப்பட்ட திட்டம் மாகாண சபைகளுக்கு தேர்தல் நடத்த வழிவகுத்தது. இதையொட்டி, மக்களவை உறுப்பினர்கள் அரசியல் நிர்ணய சபை உறுப்பினர்களைத் தேர்ந்தெடுத்தனர். மக்களவையில் காங்கிரஸ் பெரும்பான்மை இடங்களை வென்றது மற்றும் நேரு பிரதமராக இடைக்கால அரசாங்கத்தை வழிநடத்தினார். பின்னர் லியாகத் அலி கானுடன் நிதி உறுப்பினராக அரசாங்கத்தில் இணைந்தார். 1949 ஆம் ஆண்டு நவம்பர் 26 ஆம் தேதி அரசியலமைப்பு ஏற்றுக்கொள்ளப்பட்ட பின்னர், புதிய தேர்தல்கள் வரை அரசியலமைப்பு சபை இடைக்கால பாராளுமன்றமாக தொடர்ந்து செயல்பட்டது.

நேருவின் இடைக்கால அமைச்சரவை பல்வேறு சமூகங்கள் மற்றும் கட்சிகளைச் சேர்ந்த 15 உறுப்பினர்களை கொண்டிருந்தது. இந்தியாவின் புதிய அரசியலமைப்பின் கீழ் இந்திய சட்டமன்ற அமைப்புகளுக்கு அதாவது தேசிய பாராளுமன்றம் மற்றும் மாநில சட்டசபைகளுக்கு முதல் தேர்தல்கள் 1952 இல் நடைபெற்றது. அதன் பின்னர் அமைச்சரவையில் இருந்த பல்வேறு உறுப்பினர்கள் தங்கள் பதவிகளை ராஜினாமா செய்துவிட்டு, தனிக்கட்சி அமைத்து தேர்தலில் போட்டியிட்டனர். அந்த காலகட்டத்தில், அப்போதைய காங்கிரஸ் கட்சியின் தலைவர் புருஷோத்தம் தாஸ் டாண்டனும் நேருவுடன் ஏற்பட்ட கருத்து வேறுபாடு காரணமாகவும், தேர்தலில் வெற்றி பெற நேருவின் புகழ் தேவைப்பட்டதாலும் தனது பதவியை ராஜினாமா செய்தார். நேரு, பிரதம மந்திரியாக இருந்தபோது 1951,

1952 இல் காங்கிரஸின் தலைவராகத் தேர்ந்தெடுக்கப்பட்டார். தேர்தலில், ஏராளமான கட்சிகள் போட்டியிட்டாலும், நேருவின் தலைமையில் காங்கிரஸ் கட்சி மாநில மற்றும் தேசிய அளவில் அதிக பெரும்பான்மையை பெற்றது. சீனாவுடனான மோதலுக்குப் பிறகு நேருவின் உடல்நிலை மோசமடைந்ததது. அவர் 1963 இல் ஒரு சிறிய பக்கவாதத்தால் பாதிக்கப்பட்டார். 1964 இல் சில மாதங்களுக்குப் பிறகு அவர் மூன்றாவது மற்றும் ஆபத்தான பக்கவாதத்தால் இறந்தார்.

டாக்டர் ராம் மனோகர் லோஹியா

ஆரம்ப கால வாழ்க்கை

டாக்டர் ராம் மனோகர் லோஹியா 23 மார்ச் 1910 அன்று நவீன அக்பர்பூரில், பனியா குடும்பத்தில் பிறந்தார். 1918 இல் அவர் தனது தந்தையுடன் பம்பாய்க்குச் சென்றார், அங்கு அவர் உயர்நிலைப் பள்ளிக் கல்வியை முடித்தார். அவர் 1927 இல் தனது பள்ளியின் மெட்ரிகுலேஷன் தேர்வில் முதலாவதாக வந்து தனது இடைநிலை படிப்பை முடிக்க பனாரஸ் இந்து பல்கலைக்கழகத்தில் பயின்றார். பின்னர் அவர் கல்கத்தா பல்கலைக்கழகத்தின் கீழ் உள்ள வித்யாசாகர் கல்லூரியில் சேர்ந்து 1929 இல் பி.ஏ. பட்டம் பெற்றார். பிரித்தானியாவில் உள்ள கல்வி நிறுவனங்களை விட, ஜெர்மனி ஃபிரடெரிக் வில்லியம் பல்கலைக்கழகத்தில் சேர முடிவு செய்தார். அவர் விரைவில் ஜெர்மன் மொழியைக் கற்றுக் கொண்டார் மற்றும் அவரது சிறந்த கல்வித் திறனின் அடிப்படையில் நிதி உதவி பெற்றார்.

ஆங்கிலத்தில் முக்கிய எழுத்துக்கள்

- ✓ வரலாற்றின் சக்கரம் - 1955
- ✓ சாதி அமைப்பு - 1964
- ✓ வெளியுறவுக் கொள்கை - 1963
- ✓ உலக மனதின் துண்டுகள் - 1949
- ✓ ஒரு உலக மனதின் அடிப்படைகள் - 1987
- ✓ இந்தியாவின் பிரிவினையின் குற்றவாளிகள்-1970

- ✓ இந்தியா, சீனா மற்றும் வடக்கு எல்லைகள் - 1963.
- ✓ அரசியலின் பொது இடைவெளி - 1965
- ✓ மார்க்ஸ், காந்தி மற்றும் சோசலிசம்-1963.

டாக்டர் லோஹியாவின் சேகரிக்கப்பட்ட படைப்புகள் ஒன்பது தொகுதிகளின் தொகுப்பை மூத்த சோசலிஸ்ட் எழுத்தாளர் டாக்டர் மாஸ்த்ரம் கபூர் ஆங்கிலத்தில் தொகுத்து, வெளியிடப்பட்டது.

அரசியல் வாழ்க்கை

1952 இல் கிசான் மஜ்தூர் பிரஜா கட்சியுடன் இணைந்து பிரஜா சோசலிஸ்ட் கட்சியை உருவாக்கியபோது அவர் சோசலிஸ்ட் கட்சியில் உறுப்பினராக இருந்தார். புதிய கட்சியில் அதிருப்தி அடைந்த லோகியா 1956ல் சோசலிஸ்ட் கட்சியை சீர்திருத்த அதிலிருந்து பிளவுபட்டார். 1962 பொதுத் தேர்தலில் புல்பூரில் நேருவிடம் தோற்றார். 1963 இல் லோஹியா ஃபரூகாபாத் இடைத்தேர்தலுக்குப் பிறகு மக்களவை உறுப்பினரானார். 1965 இல் லோஹியாவின் சோசலிஸ்ட் கட்சியை சம்யுக்தா சோசலிஸ்ட் கட்சியின் அணிகளில் இணைத்தார். இரண்டு சோசலிசப் பிரிவுகளும் பலமுறை ஒன்றிணைந்து, பிரிந்து, மீண்டும் இணைந்தன. 1967ல், உத்தரப் பிரதேசத்தில் முதல் காங்கிரஸ் அல்லாத அரசாங்கத்தை அமைப்பதில் லோஹியா முக்கிய பங்காற்றினார். இந்தக் கூட்டணி லோஹியா மற்றும் பாரதிய ஜன சங்கத் தலைவர் நானாஜி தேஷ்முக் ஆகியோரால் உருவாக்கப்பட்டது.

தேசிய இயக்கத்தில் பங்கு

ஜூன் 1940 இல், அவர் போர் எதிர்ப்புப் பேச்சுகள் காரணமாக இரண்டு ஆண்டுகள் கைது செய்யப்பட்டு சிறையில் அடைக்கப்பட்டார். 1942 இன் வெள்ளையனே வெளியேறு இயக்கத்தின் செய்திகளைப் பரப்புவதற்காக காங்கிரஸ் வானொலியில் தொடர்ந்து ஒலிபரப்பினார். மே 1944 இல், அவர் லாகூரில் பிடிபட்டு சித்திரவதை செய்யப்பட்டார். அவர் 1946 இல் கோவா மக்களின் சுதந்திரம் மற்றும் சிவில் சுதந்திரத்திற்கான குறிப்பிடத்தக்கப் போராட்டத்தை வழிநடத்தினார்.

சுதந்திரத்திற்குப் பிறகு லோகியாவின் அரசியல் நேருவுடன் பல பிரச்சினைகளில் கருத்து வேறுபாடு காரணமாக, லோகியா 1948 இல் காங்கிரசை விட்டு வெளியேறினார். பின்னர் அவர் 1952 இல் பிரஜா சோசலிஸ்ட் கட்சியின் உறுப்பினரானார். இருப்பினும், அவர் தனது சொந்த சோசலிஸ்ட் கட்சியைத் தொடங்கினார். அவர் மேன்கைண்ட் இதழின் தலைவராகவும் ஆசிரியராகவும் ஆனார். அவர் 1967 லோக்சபா பொதுத் தேர்தலில் கன்னோஜ் தொகுதியில் வெற்றி பெற்றார்.

தேசிய இயக்கத்தில் துவக்கம்

தேசிய இயக்கத்தில் அவருக்கு இருந்த ஆர்வம் இரண்டு அம்சங்களால் குறிக்கப்பட்டது. ஒன்று, காந்தியை சந்தித்தது மற்றும் சத்தியாகிரகம், அகிம்சை, சுதந்திரத்திற்கான போராட்டம் போன்ற பிரச்சினைகளில் அவரது கருத்துக்களைக் கேட்டது. இரண்டு, தாய்நாட்டின் மீதான நேசம் அவரை சிறுவயதிலேயே சுதந்திரப் போராட்ட வீரராக மாற்றியது. குறிப்பாக 1920ல் திலகர் மறைவுக்கு சிறு துக்கம் கடைப்பிடித்ததும், 1928ல் சைமனுக்கு எதிராக அவர் மாணவராக இருந்தபோது போராட்டம் நடத்தியதும் சான்றாகும்.

1936 ஆம் ஆண்டில், காங்கிரஸ் கட்சியின் மிக உயர்ந்த அமைப்பான அகில இந்திய காங்கிரஸ் கமிட்டியின்(A.I.C.C) வெளியுறவு துறையின் செயலாளராக ஜவஹர்லால் நேருவால் தேர்ந்தெடுக்கப்பட்டார். 1941 ஆம் ஆண்டின் இறுதியில் ஏற்கனவே விடுவிக்கப்பட்ட லோஹியா, ஆகஸ்ட் 1942 இல் காந்தியால் தூண்டிவிடப்பட்ட வெள்ளையனே வெளியேறு கிளர்ச்சியை இரகசியமாக ஏற்பாடு செய்ய மத்திய இயக்குநரகத்தின் முக்கிய நபர்களில் ஒருவரானார். கடைசி உயர் பாதுகாப்புக் கைதிகளில் ஒருவராக, லோஹியா, ஜெயபிரகாஷ் நாராயணனுடன் சேர்ந்து, இறுதியாக 11 ஏப்ரல் 1946 அன்று விடுவிக்கப்பட்டார்.

லோஹியாவின் அரசியல் சிந்தனை

முதலாளித்துவத்தின் விமர்சனம்

அவரைப் பொறுத்தவரை முதலாளித்துவம் தனிமனித உரிமைகளில் அதன் வேர்களைக் கொண்டுள்ளது, தனிச் சொத்துரிமையில் குறிப்பாக கவனம் செலுத்துகிறது. அத்தகைய தத்துவம்

பொருளாதார சமத்துவமின்மைக்கு வழிவகுக்கிறது என்று அவர் வலியுறுத்தினார். இலாப ஆசை சிலரின் கைகளில் செல்வம் குவிக்க வழிவகுக்கிறது. முதலாளித்துவம் சந்தை சக்திகள் மீது ஏகபோகத்தை நிறுவ வழிவகுக்கிறது. இது நியாயமான விளையாட்டு விதிகளை படிப்படியாக அழிக்க வழிவகுப்பதாகவும், இது சமூகத்தின் சுதந்திரம் மற்றும் சுதந்திரத்தை ஆபத்தில் ஆழ்த்தியுள்ளது எனவும் விமர்சித்தார்.

இவ்வாறு வளரும் சமூகங்கள் மற்றும் குறிப்பாக இந்தியாவிற்கு, லோஹியா புதிய சோசலிசத்தை உருவாக்க முயன்றார். லோஹியா அவ்வப்போது சோசலிசம் பற்றிய தனது கருத்தை வளர்த்து கொண்டார். 1952 ஆம் ஆண்டு அவரது தலைமை உரை 'சோசலிசத்தின் கோட்பாட்டு அடித்தளங்கள்' வெளியிடப்பட்டது. சோசலிசம் என்பது 'முதலாளித்துவத்தின் அல்லது கம்யூனிசத்தின் கடன் சுவாசத்தில்' வாழ்கிறது என்று அவர் கருத்து தெரிவித்தார். சோசலிசம் சுதந்திரமான சித்தாந்தமாக வளர்க்கப்பட வேண்டும். இதற்காக அவர் காந்தியத்தில் இருந்து சில கூறுகளை எடுத்துக்கொண்டார். அதாவது

- ✓ சத்தியாகிரகம்
- ✓ முடிவுக் கோட்பாடு
- ✓ சிறிய இயந்திர அடிப்படையிலான பொருளாதாரம்
- ✓ அரசியல் பரவலாக்கம்

காந்தியக் கொள்கைகள் சோசலிசத்தை இந்திய சூழ்நிலைக்கு மிகவும் நடைமுறைக்குக் கொண்டுவரும் என்பதால் அத்தனை ஏற்றுக்கொண்டார்.

காங்கிரஸின் சோசலிசத்துடன் ஏன் ஒத்துழைக்கக்கூடாது என்பதையும் விளக்கினார். இது போன்ற கேள்விகளுக்குப் பதிலளிக்கும் வகையில் லோஹியா தனது 'சமநிலை கோட்பாட்டை' உருவாக்கினார். சம தூரக் கோட்பாடு காங்கிரஸ் மற்றும் கம்யூனிஸ்டுகள் இருவரிடமும் சமமான தூரத்தைப் பேணுவதை இது போன்ற பிரச்சினைகளில் நிலைநிறுத்தியது. இவ்வாறு லோஹியா, சோசலிசம் பற்றிய தனது சொந்த கருத்தை உருவாக்கினார். இவர் சோசலிசம் சார்பாக சில கருத்தை எடுத்துரைத்தார். அதாவது,

- ✓ சிறிய இயந்திரமயமாக்கல்
- ✓ கூட்டுறவு உழைப்பு

- ✓ கிராம அரசாங்கம்
- ✓ பரவலாக்கப்பட்ட திட்டமிடல்

புதிய சோசலிசம்

லோஹியா 1959 இல் புதிய சோசலிசம் பற்றிய கருத்தைக் கொண்டு வந்தார். மக்களின் வாழ்க்கையின் உள்நாட்டு மற்றும் சர்வதேச அம்சங்களைக் கொண்ட ஆறு அடிப்படைக் கூறுகளின் அடிப்படையில் புதிய சோசலிசம் நிறுவப்பட்டது. அதாவது,

- ✓ வருமானம் மற்றும் செலவுத் துறைகளில் சமத்துவத் தரநிலைகள்.
- ✓ வளரும் பொருளாதாரம் ஒன்றுக்கொன்று சார்ந்திருத்தல்
- ✓ வயது வந்தோருக்கான உரிமையை அடிப்படையாகக் கொண்ட உலக நாடாளுமன்ற அமைப்பு.
- ✓ தனிப்பட்ட வாழ்க்கைக்கான உரிமையை உள்ளடக்கிய ஜனநாயக சுதந்திரங்கள்.
- ✓ தனிநபர் மற்றும் கூட்டுக் கீழ்ப்படியாமையின் காந்திய நுட்பம்.
- ✓ சாதாரண மனிதனின் கண்ணியம் மற்றும் உரிமைகள்.

சப்த கிராந்தி

லோஹியா 'ஏழு புரட்சிகள்' அல்லது இந்திய சமூக அமைப்பின் முன்னேற்றத்திற்காக சப்த கிராந்தி என்ற யோசனையுடன் இருந்தார். அதாவது,

- ✓ அரசியல், பொருளாதார மற்றும் இன அடிப்படையிலான ஏற்றத்தாழ்வுகளுக்கு எதிராக.
- ✓ சாதிகளை அழிப்பதற்காக.
- ✓ அந்நிய ஆதிக்கத்திற்கு எதிராக
- ✓ பொருளாதார சமத்துவம், திட்டமிட்ட உற்பத்தி மற்றும் தனியார் சொத்துக்கு எதிராக
- ✓ தனிப்பட்ட வாழ்க்கையில் தலையிடுவதற்கு எதிராக.

- ✓ ஆயுதங்கள் மற்றும் ஆயுதங்களின் பெருக்கத்திற்கு எதிராக.
- ✓ சத்தியாக்கிரகத்தின் மீது அதிக நம்பிக்கை.

ஆங்கிலத்தை விரட்டுங்கள்

நாட்டின் அலுவல் மொழியாக ஆங்கிலத்தைப் பயன்படுத்துவதை லோஹியா எதிர்த்தார். அவர் ஆங்கிலத்தை விட ஹிந்திக்காக வாதிட்டார், இந்தி மேலாதிக்கவாதிகளால் அல்ல ஆனால் தங்கள் தாய்மொழியில் பேசும் மாகாண அல்லது கிராமப்புற இந்தியர்களை அடக்குவதற்கு ஆங்கில மொழியைப் பயன்படுத்தியதால், அது சமத்துவமின்மையின் வாகனமாக இருந்தது என நம்பினார். ஜெர்மன் மற்றும் ஆங்கிலம் போன்ற பல வெளிநாட்டு மொழிகளை நன்கு அறிந்தவர் லோஹியா. இந்தியாவில் நிர்வாக மற்றும் நீதித்துறை அமைப்புகளின் மொழியாக இந்தி மாறும் வரை ஜனநாயகம் மக்களின் இதயங்களில் ஆழமாக ஊடுருவ முடியாது என்று அவர் நம்பினார்.

காங்கிரசு எதிர்ப்பின் தந்தை

சோசலிஸ்டுகள் காங்கிரஸை விட்டு வெளியேற முடிவு செய்தபோது 1947 க்குப் பிறகு எதிர்த்த சில தலைவர்களில் லோஹியாவும் ஒருவர். 1950களில் காங்கிரஸில் நீடிக்க வேண்டும் என்று முடிவு செய்து வாதிட்டார். 1950களில் சோசலிஸ்டுகள் கூட்டணி அரசியலில் பங்கேற்பதை லோஹியா எதிர்த்தார். 1962ல் மூன்றாவது பொதுத் தேர்தலுக்குப் பிறகு லோஹியா ஒரு கூட்டணியை அமைப்பதற்கான சாத்தியக்கூறுகளை தீவிரமாகப் பார்க்கத் தொடங்கினார்.

ஜெயப்பிரகாஷ் நாராயண்

ஜெயப்பிரகாஷ் நராயணனின் காலம் 11 அக்டோபர் 1902 முதல் 8 அக்டோபர் 1979 வரை ஆகும். பிரபலமாக ஜேபி அல்லது லோக் நாயக் அதாவது மக்கள் தலைவர் என்று அழைக்கப்படுபவர். இவர் ஒரு இந்திய சுதந்திர ஆர்வலர், கோட்பாட்டாளர், சோசலிஸ்ட் மற்றும் அரசியல் தலைவர் ஆவார். 1970 களின் நடுப்பகுதியில் பிரதமர் இந்திரா காந்திக்கு எதிரான எதிர்ப்பை வழிநடத்தியது மட்டும் அல்லாமல் ஆட்சியை அகற்றுவதற்கு அவர் “முழு புரட்சிக்கு” அழைப்பு விடுத்தார். அவரது வாழ்க்கை வரலாறு, அவரது தேசியவாத நண்பரும், இந்தி இலக்கியத்தின் எழுத்தாளருமான ராம்ப்ரிக்ஷ் பெனிபூரி என்பவரால் எழுதப்பட்டது. 1999 ஆம் ஆண்டில், அவரது சமூக சேவையைப் பாராட்டி, இந்தியாவின் உயரிய சிவிலியன் விருதான பாரத ரத்னா அவருக்கு மரணத்திற்குப் பின் வழங்கப்பட்டது. மற்ற விருதுகளில் 1965 இல் பொது சேவைக்கான மகசேசே விருதும் அடங்கும்.

ஜெய்பிரகாஷ் நாராயண் 1902 ஆம் ஆண்டு அக்டோபர் 11 ஆம் தேதி பிரித்தானிய இந்தியாவின் ஐக்கிய மாகாணங்களில் உள்ள பல்லியா மாவட்டத்தில் உள்ள சிதாப்டியாரா கிராமத்தில் பிறந்தார். நாராயணனுக்கு 9 வயதாக இருந்தபோது, பாட்னாவில் உள்ள பள்ளி, கல்லூரியில் ஏழாவது வகுப்பில் சேர்வதற்காக தனது கிராமத்தை விட்டு வெளியேறினார். இதுவே கிராமத்து வாழ்வில் இருந்து அவர் முதன்முறையாக பிரிந்தது. ஜேபி ஒரு மாணவர் விடுதியில் தங்கினார். அந்த விடுதியில் பெரும்பாலான சிறுவர்கள் சற்று வயதானவர்கள். அவர்களில் பீகாரின் முதல் முதல்வர் கிருஷ்ணா சிங், அவரது துணை அனுக்ரஹ் நாராயண் சின்ஹா மற்றும் அரசியல், கல்வி உலகில் பரவலாக அறியப்பட்ட பலர் உட்பட சில எதிர்கால தலைவர்கள் இருந்தனர்.

அரசியல்

நாராயண் 1929 ஆம் ஆண்டின் இறுதியில் மார்க்சிய சிந்தனையை தழுவியராக அமெரிக்காவிலிருந்து இந்தியா திரும்பினார். அவர் 1929 இல் ஜவஹர்லால் நேருவின் அழைப்பின் பேரில் இந்திய தேசிய காங்கிரஸில் சேர்ந்தார். மகாத்மா காந்தி காங்கிரஸில் அவருக்கு வழிகாட்டியானார். அவர் தனது நெருங்கிய நண்பரும் தேசியவாதியுமான கங்கா ஷரன் சிங் உடன் பாட்னாவில் உள்ள கடம் குவானில் ஒரு வீட்டைப் பகிர்ந்து கொண்டார். 1930 ஆம் ஆண்டு பிரிட்டிஷ் ஆட்சிக்கு எதிராக கீழ்படியாத குற்றத்திற்காகச் சிறையில் அடைக்கப்பட்ட பின்னர், நாராயண் நாசிக் சிறையில் அடைக்கப்பட்டார். அங்கு அவர் ராம் மனோகர் லோஹியா, மினு மசானி, அச்யுத் பட்வர்தன், அசோக் மேத்தா, பசாவோன் சிங், யூசுப் தேசாய், சி கே நாராயணசாமி மற்றும் பிற தேசிய தலைவர்களைச் சந்தித்தார்.

ஆகஸ்ட் 1942 இல் மகாத்மா காந்தி வெள்ளையனே வெளியேறு இயக்கத்தைத் தொடங்கியபோது, யோகேந்திர சுக்லா, ஜெயப்பிரகாஷ் நாராயண், சூரஜ் நாராயண் சிங், குலாப் சந்த் குப்தா, பண்டிட் ராம்நந்தன் மிஸ்ரா, ஷாலிகிராம் சிங் மற்றும் ஷியாம் பர்த்வார் ஆகியோருடன் சேர்ந்து போராடினார். ராம் மனோகர் லோஹியா, சோட்டுபாய் புராணிக், அருணா ஆசப் அலி போன்ற பல இளம் சோசலிச தலைவர்களுடன் சேர்ந்து நிலத்தடி இயக்கத்தில் பங்கு பெற்றனர்.

பீகார் இயக்கம் மற்றும் மொத்தப் புரட்சி:

5 ஜூன் 1974 இல், ஜேபி பாட்னாவில் உள்ள காந்தி மைதானத்தில் தனது புகழ்பெற்ற உரையில், பீகார் இயக்கம் பற்றி சொற்பொழிவை ஆற்றினார். இந்த பீகார் இயக்கம் பின்னர் 'மொத்த புரட்சி இயக்கம்' அல்லது 'ஜேபி இயக்கம்' என்று அறியப்பட்டது. ஜூன் 25 நள்ளிரவில், 1975, இந்திரா காந்தி தேசிய அவசரநிலையை அறிவித்தார். இதற்காக ஜேபி 1 லட்சம் மக்களுடன் ராம்லீலா மைதானத்தில் போராட்டம் நடத்தினார். இந்த போராட்டத்தில் அவர் ராம்தாரி சிங் தினகரின் புகழ்பெற்ற கவிதையை இங்கே வாசித்தார்.

1960களின் பிற்பகுதியில் மாநில அரசியலில் நாராயண் முக்கியத்துவம் பெற்றார். 1974 உயர் பணவீக்கம், வேலையின்மை மற்றும் அத்தியாவசியப் பொருட்களின் பற்றாக்குறை ஆகியவற்றின் ஆண்டாக அமைந்தது. குஜராத்தின் நவ் நிர்மான் அந்தோலன் இயக்கம் அமைதியான போராட்டத்தை நடத்த ஜெயபிரகாஷை கேட்டுக் கொண்டார். ஜெயபிரகாஷ் நாராயணின் சமூக நீதிக்கான அழைப்பு மற்றும் பீகார் சட்டசபையை கலைக்க வேண்டும் என்ற கோரிக்கையைத் தொடர்ந்து. பீகார் அரசாங்கம் இந்த இயக்கத்தை ஒடுக்க மிருகத்தனமான சக்தியைப் பயன்படுத்தியது மற்றும் 18 மார்ச் 1974 அன்று, நிராயுதபாணியான ஆர்ப்பாட்டக்காரர்கள் மீது காவல்துறை துப்பாக்கிச் சூடு நடத்தி எட்டு பேர் கொல்லப்பட்டனர். 8 ஏப்ரல் 1974 அன்று, 72 வயதில் பாட்னாவில் ஒரு மௌன ஊர்வலத்தை நடத்தினார்.

இந்திரா காந்தி தேர்தல் சட்டங்களை மீறியதாக அலகாபாத் உயர்நீதிமன்றம் தீர்ப்பளித்தது. அரசியலமைப்பிற்கு விரோதமான மற்றும் ஒழுக்கக்கேடான உத்தரவுகளை இராணுவமும் காவல்துறையும் புறக்கணிக்க வேண்டும் என்று அவர் சமூக மாற்றத்திற்கான திட்டத்தை ஆதரித்ததை அவர் சம்பூர்ண கிராந்தி, மொத்த புரட்சி" என்று அழைத்தார். உடனே, காந்தி 25 ஜூன் 1975 நள்ளிரவில் தேசிய அவசரநிலையை அறிவித்தார். தேசாய், எதிர்க்கட்சி தலைவர்கள் மற்றும் அவரது சொந்தக் கட்சியைச் சேர்ந்த கருத்து வேறுபாடு கொண்ட உறுப்பினர்கள் அன்று கைது செய்யப்பட்டனர்.

நாராயணின் அழைப்பின் பேரில், பல இளைஞர்கள் ஜேபி இயக்கத்தில் சேர்ந்தனர். 1977 இந்திய ஜனாதிபதி தேர்தலில், ஜனதா கட்சி தலைவர்களால் அவர் ஜனாதிபதிக்கு முன்மொழியப்பட்டார். ஆனால், அவர் அதை மறுத்ததால், மக்களவைத் தலைவர் நீலம் சஞ்சேவ ரெட்டியை குடியரசுத் தலைவராக நியமிக்க ஜனதா தலைவர்கள் முடிவு செய்தனர்.

1959 இல் கிராமம், மாவட்டம், மாநிலம் மற்றும் யூனியன் கவுன்சில்களின் என நான்கு அடுக்கு படிநிலை மூலம் 'இந்திய அரசியலின் மறுசீரமைப்பு' க்காக அவர் வாதிட்ட காரணத்தினால் 1960 களின் பிற்பகுதியில் இந்திய மக்கள் அவரை ஒரு சிறந்த தலைவராகக் கண்டனர். 1974 இல் நாடு அதிக பணவீக்கம் மற்றும் வேலையில்லாத் திண்டாட்டத்தைச் சந்தித்தது. இதன் பிறகு குஜராத்தின் நவ் நிர்மான் அந்தோலன் இயக்கம் அமைதியான

போராட்டத்தை நடத்த ஜெயப்பிரகாஷை கேட்டுக் கொண்டது. 1974 ஆம் ஆண்டு பீகார் அரசாங்கத்தின் ஊழலுக்கு எதிராக பீகாரில் மாணவர்களால் தொடங்கப்பட்ட பீகார் இயக்கத்திற்கு ஜெயப்பிரகாஷ் நாராயண் தலைமை தாங்கினார்.

எழுதப்பட்ட புத்தகங்கள்

- ✓ சோசலிசம் ஏன்? -1936
- ✓ இந்திய அரசியல் மறுசீரமைப்புக்கான வேண்டுகோள் - 1959
- ✓ கம்யூனிட்டேஷன் சொசைட்டி மற்றும் பஞ்சாயத்து ராஜ் 1970
- ✓ சிறை நாளிதழ், 1975 -1977
- ✓ மொத்தப் புரட்சியை நோக்கி -1978

ஜே.பி. யின் அரசியல் சிந்தனை

ஜேபி யின் சோசலிசத்திற்கும், லோகியாவின் சோசலிசத்திற்கும் குறிப்பிடத்தக்க வேறுபாடு இல்லை. எனவே, ஜேபியின் சோசலிசத்தை இங்கே சுருக்கமாகப் புரிந்துகொள்வோம். 1946 ஆம் ஆண்டில், தனது கட்டுரையில், அவர் பின்வரும் அம்சங்களை வலியுறுத்தினார்.

- ✓ கிராம பஞ்சாயத்துகளால் நடத்தப்படும் கூட்டுறவு பண்ணைகள்
- ✓ சமூகத்திற்கு சொந்தமான மற்றும் நிர்வகிக்கப்படும் பெரிய அளவிலான தொழில்கள்
- ✓ உற்பத்தியாளர்களின் கூட்டுறவுகளின் கீழ் ஒழுங்கமைக்கப்பட்ட சிறிய அளவிலான தொழில்கள்
- ✓ மாநிலத்தின் பங்கு வரையறுக்கப்பட வேண்டும், ஜனநாயகப்படுத்தப்பட வேண்டும்.

ஸர்வோதயா

ஜேபி இந்த யோசனையை காந்தியிடமிருந்து கடன் வாங்கினார். நாட்டிற்கான பரவலாக்கப்பட்ட, பங்கேற்பும், சமத்துவ சமூக-சுற்றுச்சூழலும், அரசியல் ஒழுங்கு பற்றிய தனது பார்வையில்

காந்தியின் யோசனையை அவர் வெளிப்படுத்தினார். சர்வோதயா என்றால் அரசாங்கம் இல்லாதது, அதாவது அரசாங்கம் இருந்தாலும், அதன் அதிகாரம் பரவலாக்கப்பட வேண்டும். யாரும் யாரையும் ஆதிக்கம் செலுத்த முடியாத நிலை உருவாகும். மனிதர்களுக்குள் தீய சக்திகள் இருப்பதை ஜேபி ஒப்புக்கொள்கிறார். ஆனால் இதை மக்களுக்கு கல்வி கற்பதன் மூலமும், ஒத்துழைப்பு, தாராள மனப்பான்மை போன்ற மதிப்புகளை வளர்ப்பதன் மூலமும் சமாளிக்க முடியும்.

சர்வோத்யாவின் மூன்று பரிமாணங்கள்

1. சமூகம்

 இது சமத்துவம், நீதி மற்றும் அனைவரையும் உள்ளடக்கிய கொள்கைகளை அடிப்படையாகக் கொண்டது. சமூகம் ஒவ்வொரு தனிநபரின் நலனையும் நாடும், எனவே எந்த பாகுபாடும் இருக்காது. சமூகத்தின் தன்னலமற்ற இளைஞர்களின் தொலைநோக்கு சிந்தனை இருக்கும். சமுதாயத்தை புனரமைக்க மற்றும் அத்தகைய சமுதாயத்தில், தன்னார்வ தொண்டு என்பது சமூகத்தின் நலனைச் செய்ய, முக்கிய திட்டங்களை மக்கள் பெறுவதற்கான செயலாக இருக்க வேண்டும்.

2. அரசியல்:

 அரசியல் அமைப்பு ஜனநாயகத்தின் பரவலாக்கப்பட்ட மற்றும் பங்கேற்பு அமைப்பாக இருக்க வேண்டும். அத்தகைய அமைப்பு பஞ்சாயத்து ராஜ் மீது செழித்து வளரும். அது ராஜ்நிதி அதாவது அதிகார அரசியல் மீது தற்போதுள்ள சார்புக்கு பதிலாக லோக்நிதி, லோகக்ஷக்தி, ராஜ்ய சக்தி ஆகியவற்றைக் கொண்டிருக்கும். லோக்நிதி என்பது மக்கள் அரசியல் என்ற அர்த்தம் பெறுகிறது. லோகக்ஷக்தி என்பது மக்கள் சக்தி என்ற பொருள்படும், ராஜ்ய சக்தி என்பது அரசு அதிகாரம் எனப்படும்.

3. பொருளாதாரம்

 சர்வோதயா ஆணை நாட்டில் சீரான மற்றும் சமமான பொருளாதார அமைப்பை ஏற்படுத்த முயல்கிறது. ஜே. பி.,

இந்தியா ஒரு விவசாய நாடு என்பதை அறிந்திருந்தார். எனவே அவர் மக்களின் பொருளாதார வாழ்க்கையில் விவசாய நடவடிக்கைகளுக்கு முதலிடம் கொடுத்தார். முழு கிராமத்தின் கூட்டு உரிமை மற்றும் நிர்வாகத்தின் கீழ் கூட்டு விவசாயத்தை ஒழுங்கமைக்க வாதிட்டார். காந்தியைப் போலவே அவர் கிராமம் மற்றும் குடிசைத் தொழில்களுக்காக வாதிட்டார். இது மட்டும் அல்லாமல் அவர் கனரக தொழிற்சாலைகளுக்காகவும் வாதிட்டார்.

சோவியத் ரஷ்யாவில் ஸ்டாலின் ஆட்சியைக் கண்ட பிறகு மார்க்சியத்தின் வன்முறை முறைகளை நம்புவதை ஜேபி நிறுத்தினார். எந்தவொரு சமூகப் புரட்சியையும் அடைய அவர் அகிம்சை, சத்தியாகிரகத்தை போதிக்கத் தொடங்கினார். அவர் சமூக மாற்றத்திற்கான தாராளவாத முறைகளை ஆதரிக்கவில்லை. கல்வியின் மூலம் மட்டுமே சமூகத்தில் மாற்றத்தைக் கொண்டு வர முடியும் என நம்பினார்.

தீன்தயாள் உபாத்யாயா

தீன்தயாள் உபாத்யாயாவின் காலம் 25 செப்டம்பர் 1916 முதல் 11 பிப்ரவரி 1968 ஆகும். இவரின் அரசியல் சிந்தனை ஒருங்கிணைந்த மனிதநேய சித்தாந்தத்தின் ஆகும். இந்துத்துவா மறுமலர்ச்சியின் இலட்சியங்களைப் பரப்புவதற்காக 1940களில் உபாத்யாயா ராஷ்ட்ர தர்மம் என்ற மாதாந்திர வெளியீட்டைத் தொடங்கினார். உபாத்யாயா சில கலாச்சார-தேசிய விழுமியங்கள், சர்வோதயா, சுதேசி போன்ற பல காந்திய சோசலிசக் கொள்கைகளுடனான அவரது உடன்படிக்கையை உள்ளடக்கியதன் மூலம் ஜனசங்கின் அதிகாரப்பூர்வ அரசியல் கோட்பாடான, ஒருங்கிணைந்த மனிதநேயத்தை வரைவமைத்ததில் பெயர் பெற்றவர்.

அவர் ஒரு பிராமண குடும்பத்தில் பிறந்து அவரது தாய் மாமாவால் வளர்க்கப்பட்டார். அவரது பள்ளிப்படிப்பு சிகாரில் உள்ள உயர்நிலைப் பள்ளியில் அரங்கேறியது. சிகார் மகாராஜா அவருக்கு தங்கப் பதக்கமும் புத்தகங்கள் வாங்க ரூ.250 மற்றும் மாத உதவித்தொகையாக ரூ.10ம் வழங்கினார். ராஜஸ்தானின் பிலானியில் இடைநிலைப் படிப்பை முடித்தார். கான்பூரில் உள்ள சனாதன தர்மா கல்லூரியில் BA பட்டம் பெற்றார். 1939 இல் அவர் ஆக்ராவுக்குச் சென்று ஆங்கில இலக்கியத்தில் முதுகலைப் பட்டம் பெற ஆக்ராவின் செயின்ட் ஜான்ஸ் கல்லூரியில் சேர்ந்தார். ஆனால் அவரது படிப்பைத் தொடர முடியவில்லை. சில குடும்பப் பிரச்சனைகள் மற்றும் பொருளாதாரப் பிரச்சனைகளால் அவர் எம்.ஏ தேர்வை முடிக்கவில்லை. பாரம்பரிய இந்திய வேட்டி-குர்தா மற்றும் தொப்பி அணிந்து, சிவில் சர்வீசஸ் தேர்வில் பங்கேற்றதற்காக அவர் பண்டிட்ஜி என்று அறியப்பட்டார்.

உபாத்யாயா 1937 இல் சனாதன தர்மா கல்லூரியில் படிக்கும் போது பாலுஜி மஹாசப்தே என்ற வகுப்புத் தோழன் மூலம் RSS உடன் தொடர்பு கொண்டார். அவர் RSS இன் நிறுவனர் K.B.

ஹெட்கேவாரை சந்தித்தார், அவர் ஷாகா ஒன்றில் அவருடன் அறிவுசார் விவாதத்தில் ஈடுபட்டார். அவர் 1942 ஆம் ஆண்டு முதல் RSS-ல் முழுநேரப் பணியைத் தொடங்கினார். நாக்பூரில் நடைபெற்ற 40 நாள் கோடை விடுமுறை RSS முகாமில் கலந்துகொண்டு சங்கக் கல்வியில் பயிற்சி பெற்றார். RSS கல்வி பிரிவில் இரண்டாம் ஆண்டு பயிற்சியை முடித்த பிறகு, உபாத்யாயா RSS-ன் வாழ்நாள் பிரச்சாரராக ஆனார். அவர் லக்கிம்பூர் மாவட்டத்தின் பிரச்சாரராகவும், 1955 முதல், உத்தரப் பிரதேசத்தின் கூட்டுப் பிரசாரராக அதாவது பிராந்திய அமைப்பாளராகவும் பணியாற்றினார். அவர் ஆர். எஸ். எஸ்ஸின் சிறந்த சுயம் சேவகராகக் கருதப்பட்டார், ஏனெனில் அவரது சொற்பொழிவு சங்கத்தின் தூய சிந்தனையைப் பிரதிபலித்தது.

உபாத்யாயா ١٩٤٠களில் லக்னோவில் இருந்து மாதாந்திர ராஷ்ட்ர தர்ம வெளியீட்டைத் தொடங்கினார். அதைப் பயன்படுத்தி இந்துத்துவா சித்தாந்தத்தைப் பரப்பினார். பின்னர் அவர் வாராந்திர பாஞ்சஜன்யா மற்றும் தினசரி ஸ்வதேஷ் ஆகியவற்றைத் தொடங்கினார். 1951 ஆம் ஆண்டில், சியாமா பிரசாத் முகர்ஜி செயல்பட்டபோது, தீன்தயாள் RSS கட்சியில் இரண்டாம் நிலைப்படுத்தப்பட்டார். அவர் அதன் உத்தரபிரதேச கிளையின் பொதுச் செயலாளராகவும், பின்னர் அகில இந்திய பொதுச் செயலாளராகவும் நியமிக்கப்பட்டார். 15 ஆண்டுகளாக, அவர் அமைப்பின் பொதுச் செயலாளராக இருந்தார். ஜன்சங் எம்பி பிரம் ஜீத் சிங் இறந்தபோது 1963 இல் தேர்தலில் உத்தரப்பிரதேசத்தில் இருந்து ஜான்பூர் மக்களவைத் தொகுதிக்கு இடைத்தேர்தலில் போட்டியிட்டார், ஆனால் தோல்வியடைந்தார். அவர் டிசம்பர், 1967 இல் கட்சியின் தலைவரானார்.

1967 பொதுத் தேர்தலில் ஜனசங்கம் 35 இடங்களை பெற்று மக்களவையில் 3வது பெரிய கட்சியாக உருவெடுத்தது. ஜனசங்கம் சம்யுக்த விதாயக் தளத்தின் ஒரு பகுதியாக மாறியது, இது பல மாநிலங்களில் அரசாங்கங்களை அமைக்க காங்கிரஸ் அல்லாத எதிர்க்கட்சிகளை கூட்டணியாக வைத்திருக்கும் ஒரு பரிசோதனையாகும். இது இந்திய அரசியல் ஸ்பெக்ட்ரமின் வலது மற்றும் இடதுகளை ஒரே மேடையில் கொண்டு வந்தது. 1967 டிசம்பரில் ஜனசங்கத்தின் தலைவர் ஆனார். அந்த அமர்வில் அவரது தலைமை உரையானது கூட்டணி அரசாங்கத்தை அமைப்பது முதல் மொழி வரையிலான பல அம்சங்களில் கவனம் செலுத்தியது.

உபாத்யாயா லக்னோவிலிருந்து பாஞ்சஜன்யா மற்றும் ஸ்வதேஷ் ஆகிய இதழ்களைத் திருத்தினார். ஹிந்தியில், சந்திரகுப்த மௌரியாரை பற்றி ஒரு நாடகத்தை எழுதினார், பின்னர் சங்கராச்சாரியாரின் வாழ்க்கை வரலாற்றை எழுதினார். ஹெட்கேவாரின் மராத்தி வாழ்க்கை வரலாற்றை மொழிபெயர்த்தார். டிசம்பர் 1967இல், உபாத்யாயா BJS இன் தலைவராக தேர்ந்தெடுக்கப்பட்டார்.

2016 ஆம் ஆண்டு முதல், பிரதமர் நரேந்திர மோடியின் கீழ் உள்ள பாஜக அரசு, பல பொது நிறுவனங்களுக்கு அவரது பெயரைச் சூட்டியுள்ளது. டெல்லியில் ஒரு சாலை உபாத்யாயாவின் பெயர் சூட்டப்பட்டுள்ளது. ஆகஸ்ட் 2017 இல், உ. பி. யில் உள்ள பிஜேபி மாநில அரசாங்கம், உபாத்யாயாவின் சடலம் அருகில் கண்டெடுக்கப்பட்டதால் அவரது நினைவாக முகல்சராய் நிலையத்தின் பெயரை மறுபெயரிட முன்மொழிந்தது. இதற்கு இந்திய நாடாளுமன்றத்தில் எதிர்க்கட்சிகள் எதிர்ப்பு தெரிவித்தன. சமாஜ்வாடி கட்சி, “சுதந்திரப் போராட்டத்திற்கு எந்தப் பங்களிப்பையும் செய்யாத” ஒருவரின் பெயரை மறுபெயரிடுவதாக ஒரு அறிக்கையுடன் எதிர்ப்பு தெரிவித்தது. தீன் தயாள் ஆராய்ச்சி நிறுவனம் உபாத்யாயா மற்றும் அவரது படைப்புகள் பற்றிய கேள்விகளைக் கையாள்கிறது.

2018ஆம் ஆண்டில், சூரத்தில் புதிதாக கட்டப்பட்ட கேபிள் பாலத்திற்கு அவரைக் கௌரவிக்கும் வகையில் பண்டிட் தீன்தயாள் உபாத்யாய் பாலம் என்று பெயரிடப்பட்டது. பிப்ரவரி 16, 2020 அன்று, வாரணாசியில், நரேந்திர மோடி, பண்டிட் தீன்தயாள் உபாத்யாயா நினைவு மையத்தைத் திறந்து, நாட்டின் மிக உயரமான சிலையான உபாத்யாயாவின் 63 அடி சிலையைத் திறந்து வைத்தார்.

முக்கிய படைப்புகள்

அவரது பேச்சுக்கள் மற்றும் எழுத்துக்கள், ஹிந்தியில், பின்வரும் தொகுப்புகளில் வெளியிடப்பட்டன:

- ✓ ராஷ்ட்ர ஜிவாங்கி சமஸ்யேன், அல்லது ‘தேசிய வாழ்வின் சிக்கல்கள் - 1960;
- ✓ ஏகாத்மா மானவாவத், அல்லது ‘ஒருங்கிணைந்த மனிதநேயம் -1965.

- ✓ ராஷ்ட்ர ஜிவாங்கி திஷா, அல்லது 'தேசிய வாழ்க்கையின் திசை - 1971.
- ✓ அரசியல் நாட்குறிப்பு- 1968.

இந்தியாவில், ஒரே கலாச்சாரம் உள்ளது அதாவது இந்து, முஸ்லிம்கள் மற்றும் கிறிஸ்தவர்களுக்கு இங்கு தனி கலாச்சாரம் இல்லை. எனவே, முஸ்லீம்கள் மற்றும் கிறிஸ்தவர்கள் உட்பட ஒவ்வொரு சமூகமும் காலங்காலமாக தேசிய கலாச்சார நீரோட்டத்துடன் தங்களை 'அடையாளம்' கொள்ள வேண்டும். இந்த நாட்டில் இந்து கலாச்சாரம் இருந்தது. அவரது தர்க்கம் என்னவென்றால், 'எல்லா மக்களும் ஒரே கலாச்சார நீரோட்டத்தின் பகுதியாக மாறாத வரை, தேசிய ஒற்றுமை அல்லது ஒருங்கிணைப்பு சாத்தியமற்றது. முகமது கோரி அல்லது மஹ்மூத் கஜினியின் ஆக்கிரமிப்புகள் இயல்பாகவே நம்மை வேதனையில் நிரப்புகின்றன. பிருத்விராஜ் மற்றும் பிற தேசபக்தர்களிடம் நாம் பற்றுதல் உணர்வை வளர்த்துக் கொள்கிறோம் எனவே, ஒரு பிரிவினர் இந்திய கலாச்சாரம், அதன் இலட்சியங்கள், தேசிய ஹீரோக்கள், மரபுகள், பக்தி மற்றும் வழிபாட்டுத் தலங்களின் விழுமியங்களை அழிக்க முற்பட்டனர் என்றும், கூறுகிறார்.

தேசியவாதம்

அவர் தேசியவாதத்தின் மேற்கத்திய யோசனையை விமர்சித்தார். அவர் பிராந்திய தேசியவாதத்தின் கருத்தை நம்பவில்லை, அதாவது தேசம் என்பது மக்கள் வசிக்கும் பிரதேசம். அவரைப் பொறுத்தவரை, ஒரு தேசம் ஒரு புவியியல் அலகு அல்ல. தேசியவாதத்தின் முதன்மைத் தேவை மக்களின் இதயங்களில் தங்கள் நிலத்திற்காக எல்லையற்ற அர்ப்பணிப்பு உணர்வு. தாய்நாட்டின் மீதான நமது உணர்வுக்கு ஒரு அடிப்படை உள்ளது. தேசியவாதத்தின் மேற்கத்தியச் சிந்தனை பிரெஞ்சு புரட்சியிலிருந்து உருவானது. இந்த யோசனை பொதுவான இனம், மதம், நிலம், மரபுகள், பகிரப்பட்ட அனுபவம், போக்குவரத்து வழிமுறைகள், பொதுவான அரசியல் நிர்வாகம் மற்றும் பலவற்றை அடிப்படையாகக் கொண்டது. அத்தகைய கருத்துக்கள், தேசியவாதத்தின் அத்தியாவசிய நெறிமுறைகளைத் தவறவிட்டதாக அவர் நம்பினார்

ஒருங்கிணைந்த மனிதநேயம்

இந்த கருத்து உபாதயாவால் உருவாக்கப்பட்டது. இது 1965 இல் BJS இன் அதிகாரப்பூர்வ கோட்பாடாக ஏற்றுக்கொள்ளப்பட்டது, பின்னர் பிஜேபி-யால் மரபுரிமை பெற்றது. இந்த கருத்தின்படி, மனிதகுலம் உடல், மனம், அறிவு மற்றும் ஆன்மா ஆகிய நான்கு பகுதிகளைக் கொண்டுள்ளது. சமுதாயத்திற்கு பொருள் வளர்ச்சி முக்கியம் ஆனால், ஆன்மீக வளர்ச்சியும் முக்கியம். அதனால்தான் 'பாரதிய கலாச்சாரம்' நான்கு நோக்கங்களை வைத்தது. அவைகள் புருஷார்த்தங்கள் என்று அழைக்கபடுகின்றன அதாவது 1) அர்த்த அதாவது செல்வம் 2) காமம் அதாவது இன்பம் 3) தர்மம் அதாவது தார்மீகக் கடமைகள் 4) மோட்சம் அதாவது முக்தி. ஆனால் எல்லா இலக்குகளையும் நிறைவேற்ற வேண்டும், ஏனென்றால் தனிமனிதனும் சமூகமும் பரஸ்பரம் பூர்த்தி செய்வதை உறுதி செய்ததால், ஆசை மனிதகுலத்தின் நலன் என்பது ஒற்றுமையின் உணர்விலிருந்து வருகிறது.

சொற்களஞ்சியம்

1. Appetite - பசியின்மை
2. Antithetical - விரோதமான
3. Anarchist - அராஜகவாதி
4. Assassination- படுகொலை
5. Altruism - பிறர் நலன் பேணும் கொள்கை
6. Anthropomorphic - மானுடவியல்
7. Ascetics - துறவிகள்
8. Assertive - பிடிவாதமான
9. Ambush - பதுங்கி நின்று தாக்கு
10. Antagonist - எதிரி
11. Brahmanical - பிராமணர்
12. Bourgeoisie - முதலாளித்துவம்
13. Confrontation - மோதல்
14. Culminates - உச்சநிலை அடை
15. Conjecture - யூகம்
16. Celestial - விண்ணுலகம்
17. Ceremonialism - சடங்குமுறை
18. Coronation - முடிசூட்டு விழா
19. Contrive- திட்டம் போடு
20. Cosmic Process - அண்ட செயல்முறை
21. Cosmology - அண்டவியல்
22. Coercion - கட்டாயப்படுத்துதல்
23. Degradation - சீரழிவு
24. Dogma - கோட்பாடு

25. Dethroning - பதவி நீக்கம்
26. Deviate - விலகு
27. Dubbed - ஏமாற்றப்பட்டது
28. Decisive - தீர்க்கமான
29. Dogmatic - பிடிவாதமான
30. Etymologically - சொற்பிறப்பியல்
31. Embedded- பதிக்கப்பட்ட
32. Epoch - சகாப்தம்
33. Expedition - பயணம்
34. Expansionist - விரிவாக்கவாதி
35. Extrovert - சகஜமாகப்பழகு
36. Futile - வீண்
37. Factual - உண்மை
38. Glimpses - பார்வைகள்
39. Heeded - கவனித்தார்
40. Hesitancy - தயக்கம்
41. Hailed - வாழ்த்தினார்
42. Hreditary - பரம்பரை
43. Heresey - மதங்களுக்கு எதிரான கொள்கை
44. Harmonious - இணக்கமான
45. Imperialism - ஏகாதிபத்தியம்
46. Insistence - வலியுறுத்தல்
47. Implications - தாக்கங்கள்
48. Instance - உதாரணம்
49. Incumbent - பதவியில்
50. Interference - குறுக்கீடு

51. Inducements -தூண்டுதல்
52. Indoctrinated - போதிக்கப்பட்டது
53. Indubitable - சந்தேகத்திற்கு இடமின்றி
54. Luminous - ஒளிரும்
55. Junta-Ruled - இராணுவ ஆட்சி
56. Limbs - கைகால்கள்
57. Mystical - மாயமானது
58. Millennia - ஆயிரம் ஆண்டுகள்
59. Motif - மையக்கருத்து
60. Moderates - மிதவாதிகள்
61. Mystical - மாயமானது
62. Monks - துறவிகள்
63. Obligation - கடமை
64. Override - மேலெழுதவும்
65. Organism - உயிரினம்
66. Passive Resistance - செயலற்ற எதிர்ப்பு
67. Precursor - முன்னோடி
68. Prophet - தீர்க்கதரிசி
69. Persuasive - வற்புறுத்தும்
70. Priesthood - குருத்துவம
71. Positivism- நேர்மறைவாதம்
72. Pragmatic - நடைமுறைக்கேற்ற
73. Proletarian - பாட்டாளி வர்க்கம்
74. Phenomena - நிகழ்வுகள்
75. Perpetuate - நிரந்தரமாக்குங்கள்
76. Peasantry - விவசாயிகள்

77. Renunciatory - துறவு
78. Renunciat - ராஜினாமா செய்தார்
79. Reinvented - மீண்டும் கண்டுபிடிக்கப்பட்டது
80. Reluctantly தயக்கத்துடன்
81. Ridiculed - கேலி செய்தார்
82. Rendered - வழங்கப்பட்டுள்ளது
83. Radical - தீவிரமான
84. Recuperate - திரும்பப் பெறு
85. Rotten - அழுகிய
86. Sectarianism - மதவெறி
87. Sympathized - அனுதாபப்பட்டார்
88. Scripture - வேதம்
89. Salvation - இரட்சிப்பு
90. Speculations - ஊகங்கள்
91. Substance - பொருள்
92. Sophisticated - அதிநவீன
93. Scarce - பற்றாக்குறை
94. Speculative - ஊகமான
95. Staunch - பலமான
96. Tremendous - பிரமாண்டமான
97. Triumphs - வெற்றி பெறுகிறது
98. Unendurable - தாங்க முடியாத
99. Vilified - இழிவுபடுத்தப்பட்டது.
100. Vedic Liturgy - வேத வழிபாட்டு முறை

கேள்வி-பதில்கள்

1. இந்தியாவின் முதல் பெண்ணியவாதியாகக் கருதப்படுபவர் யார்?

   பதில்:- பண்டித ரமாபாய்

2. ஆத்மிய சபையின் நிறுவனர் யார்?

   பதில்:- ராஜா ராம் மோகன் ராய்

3. தேசியத்தின் தீர்க்கதரிசி என்று கருதப்படுபவர் யார்?

   பதில்:- சுவாமி விவேகானந்தர்

4. கௌடில்யர் மந்திரி சபையில் எத்தனை அமைச்சர்கள் கொண்டிருக்க வேண்டும் என்று பரிந்துரைக்கிறார்?

   பதில்:- 3 அல்லது 4

5. பிரம்ம சமாஜம் யாரால் நிறுவப்பட்டது?

   பதில்:- ராஜா ராம் மோகன் ராய்

6. இந்திய மறுமலர்ச்சியின் தந்தையாகக் கருதப்படுபவர் யார்?

   பதில்:- ராஜா ராம் மோகன் ராய்

7. இந்துநெப்போலியன்என்றுஅழைக்கப்படும்தத்துவஞானியின் பெயர்?

   பதில்:- சுவாமி விவேகானந்தர்

8. வெளியுறவுக் கொள்கைத் துறையில், அரசின் கொள்கை எப்படி இருக்க வேண்டும் என்று கௌடில்யர் பரிந்துரைத்தார்?

   பதில்:- ஆறு மடங்கு

9. வி.டி. சாவர்க்கர்யின் முக்கியமான பணிக்கு என்ன?

பதில்:- இந்துத்துவா

10. காந்திஜியின் அரசியல் குரு என்று அழைக்கப்படுபவர் யார்?

பதில்:- கோபாலகிருஷ்ண கோகலே.

11. 1905 இல் பனார்ஸ் காங்கிரஸ் மாநாட்டிற்கு தலைமை தாங்கிய காங்கிரஸ் தலைவரின் பெயரைக் குறிப்பிடவும்.

பதில்:- கோபாலகிருஷ்ண கோகலே

12. எந்த சமூக சீர்திருத்தவாதி உலகளாவிய மதம் என்ற கருத்தை பரப்பினார்?

பதில்:- ராஜா ராம் மோகன்ராய்

13. கிராமங்களை இந்தியப் பொருளாதார அமைப்பின் மையமாகக் கருதியவர் யார்?

பதில்:- காந்திஜி

14. மொத்தப் புரட்சியின் கோட்பாடு யாரால் விளக்கப்பட்டது?

பதில்:- ஜெயப்பிரகாச நாராயணனா

15. திலகர் ஸ்வராஜ் ஒரு உரிமை மட்டுமல்ல, ஒரு ______ என்று கருதினார்

பதில்:- தர்மம்

16. சுயராஜ்யத்தின் தூதராக கருதப்படுபவர் யார்?

பதில்:- நேரு

17. காந்தியத்தை பிற்போக்குத்தனமான சமூகத் தத்துவம் என்று கண்டித்தவர் யார்?

பதில்:- எம்.என். ராய்

18. இந்திய பணியாளர்கள் சங்கம் நிறுவப்பட்டது யாரால்?

பதில்:- கோபாலகிருஷ்ண கோகலே

19. 1905 ராமகிருஷ்ண மிஷன் நிறுவப்பட்டது யாரால்?

பதில்:- சுவாமி விவேகானந்தர்

20. எந்த ஆண்டு அம்பேத்கர் லண்டனில் கூட்டப்பட்ட முதல் வட்ட மேசை மாநாட்டில் கலந்து கொண்டார்?

பதில்:- 1930

21. நான்கு தூண் நிலை என்ற கருத்து முன்மொழியப்பட்டது யாரால்?

பதில்:- லோஹியா

22. ராமகிருஷ்ணா மிஷன் நிறுவப்பட்டது எப்போது?

பதில்:- 1897

23. சுயராஜ்ஜியத்தை அதிகாரத்துவம் என்பதற்குப் பதிலாக மக்கள் ஆட்சி என்று வரையறுத்த சிந்தனையாளர் யார்?

பதில்:- திலகர்

24. இரு தேசக் கோட்பாட்டின் தலைமைப் பிரதிநிதி யார்?

பதில்:- முகமது அலி ஜின்னா

25. மனிதப் புரட்சி மூலம் சமூகப் புரட்சி' என்ற கோட்பாட்டின் வெற்றியாளர் யார்?

பதில்:- ஜெயபிரகாஷ் நாராயணன்

26. மதச்சார்பின்மையின் போராளி யார்?

பதில்:- நேரு

27. எந்த ஆண்டு முகமது அலி-ஜின்னா பம்பாயிலிருந்து இம்பீரியல் லெஜிஸ்லேட்டிவ் கவுன்சிலுக்கு தேர்ந்தெடுக்கப்பட்டார்?

பதில்:- 1910

28. ஜின்னாவை இந்து-முஸ்லிம் ஒற்றுமையின் தூதராகக் கருதியவர் யார்?

பதில்:- கோபாலகிருஷ்ண கோகலே

29. ராமராஜ்ஜியக் கோட்பாடு விளக்கப்பட்டது யாரால்?

பதில்:- காந்திஜி

30. தீவிர ஜனநாயகக் கட்சி நிறுவனர் யார்?

பதில்:- எம். என். ராய்

31. மனிதநேயம் மற்றும் உலகளாவிய கொள்கையை முன்வைத்த தத்துவவாதி யார்?

பதில்:- ராஜா ராம் மோகன் ராய்

32. ஜின்னாவின் இரு தேசக் கோட்பாடு ஏற்றுக்கொள்ளப்பட்டது எப்போது?

பதில்:- 1940

33. உலக வரலாற்றின் பார்வை என்ற புத்தகத்தினை எழுதியவர் யார்?

பதில்:- நேரு

34. கோகலேயை “இந்தியாவின் வைரம், மகாராஷ்டிராவின் நகை” என்று விவரித்தவர் யார்?

பதில்:- திலகர்

35. பஞ்ச ஷீலாவின் அடிப்படைக் கோட்பாடுகள் எந்த ஆண்டில் வகுக்கப்பட்டன?

பதில்:- 1954

36. இயற்கைஉரிமைகள்கோட்பாடுயாரால்பரிதுரைக்கப்பட்டது?

பதில்:- ராஜா ராம் மோகன் ராய்

37. மனிதநேயம் மற்றும் உலகளாவிய கொள்கையை முன்வைத்த தத்துவவாதி யர்ர்?

பதில்:- ராஜா ராம் மோகன் ராய்

38. காங்கிரசில் தீவிரவாத தேசிய உணர்வுகளை புகுத்தியவர் யார்?

பதில்:- திலகர்

39. இந்தியாவின் ‘ஆன்மாக்களை அடக்குபவர்’ என்று வர்ணிக்கப்படுபவர் யார்?

பதில்:- விவேகானந்தர்

40. உடனடி ஸ்வராஜ் அல்லது சுயராஜ்யத்தை வலியுறுத்திய தலைவரின் பெயரைக் குறிப்பிடவும்.

பதில்:- திலகர்

41. கட்சி அரசியலே அதிகார அரசியலுக்கு வழிவகுத்தது" என்று எழுதிய தத்துவஞானியின் பெயரைக் குறிப்பிடவும்.

பதில்:- எம்.என். ராய்

42. மத சகிப்புத்தன்மையின் வெளிப்பாடாகக் கருதப்பட்டவர் யார்?

பதில்:- நேரு

43. "ஊழல் நமது அரசியல் வாழ்வின் உயிர்களை தின்று கொண்டிருக்கிறது" என்று நம்பிய அறிஞர் யார்?

பதில்:- ஜெயபிரகாஷ் நாராயணன்

44. சமூக ஜனநாயகத்தை ஒரு வாழ்க்கை முறையாகக் கருதியவர் யார்?

பதில்:- டாக்டர் பி.ஆர். அம்பேத்கர்

45. இந்திய அரசியல் சிந்தனையின் தந்தை யார்?

பதில்:- டாக்டர் பி.ஆர். அம்பேத்கர்

46. இந்துத்துவாவுக்கும் தேசியவாதத்துக்கும் இடையே மோதல் இல்லை என்று நம்பிய தத்துவஞானி யார்?

பதில்:- சாவர்க்கர்

47. ஸ்வராஜ்ஜின் கீழ் கூட்டாட்சி வகை அரசாங்கத்தை பரிந்துரைத்த தத்துவஞானியின் பெயரைக் குறிப்பிடவும்.

பதில்:- லோஹியா

48. வரலாற்றின் சக்கரம்' என்பது யாருடைய படைப்பாகும்?

பதில்:- லோஹியா

49. இந்துத்துவா கொள்கையை விளக்கியது யார்?

பதில்:- விநாயக் தாமோதர் சாவர்க்கர்

50. சிறுபான்மையினர் மற்றும் நலிவடைந்த சமூகங்களின் உரிமைகளுக்காக யார் குரல் கொடுத்தார்கள்?

பதில்:- அரவிந்த கோஷ்

51. கம்யூனிசத்தின் தந்தை என்று அழைக்கப்படுபவர் யார்?

பதில்:- மனபேந்திர நாத் ராய்

52. ரமாபாய் ஆர்ய மகிளா சபையை எந்த ஆண்டில் நிறுவினார்?

பதில்:- 1881.

53. கௌடில்யரின் அர்த்தசாஸ்திரம் ______கொண்டது

பதில்:- 15 புத்தகங்கள்

54. அர்த்தசாஸ்திரத்தில் கௌடில்யர் மாநிலத்தை எத்தனை உறுப்புகளாகப் பிரித்தார்?

பதில்:- 7

55. ஜே. பி. நாராயண் எந்த ஆண்டில் பாட்னாவில் மொத்தப் புரட்சிக்கு அழைப்பு விடுத்தார்?

பதில்:- 1974

56. மனுஸ்மிருதியை முதலில் எழுதியவர் யார்?

பதில்:- மனு

57. எத்தனை ஸ்மிருதிகள் உள்ளன?

பதில்:- பதினெட்டு

58. ஸ்ரீ நாராயண எந்த இரண்டையும் மறுத்தார் மற்றும் வாழ்க்கைத் திட்டத்தில் எவை இருப்பதற்கான எந்த அடிப்படையும் இல்லை என்று கூறினார்?

பதில்:- வர்ணம் மற்றும் சாதி

59. முதல் இந்திய அரசியல் சிந்தனையாளர் யார்?

பதில்:- மனு

60. இந்திய கவர்னர் ஜெனரலாக இருந்த வில்லியம் பென்டிங்க் பிரபு, விதி XVII மூலம் சதியை சட்டவிரோதமாக என்று எப்போது அறிவித்தார்?

பதில்:- டிசம்பர் 4, 1829 அன்று

61. ரமாபாய் 1882 இல் வெளியிட்ட முதல் மராத்தி புத்தகத்தின் பெயர் என்ன?

பதில்:- ஸ்திரீ தர்ம-நிதி

62. வி.டி. சாவர்க்கர் 1924 இல் இந்து தேசியவாதத்தின் அடிப்படைக் கொள்கைகளை விளக்குவதற்காக ...... என்ற புத்தகத்தை எழுதினார்.

பதில்:- இந்துத்துவா

63. நாட்டின் சுதந்திரத்திற்காகப் போராடுவதற்காக காங்கிரஸ் கட்சியில் சேருவதற்குப் பதிலாக, சாவர்க்கர் ------- என்ற கட்சியில் சேர்ந்தார்.

பதில்:- திலகதே ஜனநாயக ஸ்வராஜ்

64. இந்து தேசியவாதத்தின் தீவிர விமர்சகர் யார்?

பதில்:- சாவர்க்கர்

65. கலாச்சார தேசியவாதத்தை ஆதரிப்பவர் யார்?

பதில்:- சாவர்க்கர்

66. கௌடில்யரின் அர்த்தசாஸ்திரம் எத்தனை தலைப்புகளைக் கொண்டது

பதில்:- 180

67. கிரந்தவலி என்ற புத்தகத்தினை எழுதியவர் யார்?

பதில்:- கபீர்

68. ஆறு மடங்கு கொள்கை யாரால் அறிமுகப்படுத்தப்பட்டது?

பதில்:- கௌடில்யர்

69. ஃபதாவா-இ-ஜஹந்தாரி என்ற புத்தகத்தினை எழுதியவர் யார்?

பதில்:- ஜியா-உத்-தின் பரனி

70. ராஜா ராம் மோகன் ராய் யாரை அக்ரா தர்ஷக் என்று வர்ணிக்கிறார்?

பதில்:- கபீர்

71. நவீன இந்தியாவின் தந்தை - காந்தி என்று அழைக்கப்படுவது யார்?

பதில்:- லோகமான்ய திலக்

72. சங்கம் பெர்குசன் கல்லூரியை நிறுவியது எந்த ஆண்டு?

பதில்:- 1885

73. சிறை நாட்குறிப்பு என்ற புத்தகத்தினை எழுதியவர் யார்?

பதில்:- ஜெய பிரகாஷ் நாராயண்

74. காங்கிரசுக்கு எதிரான தந்தை என்று அழைக்கப்படுபவர் யார்?

பதில்:- லோஹியா

75. சோசலிசம் ஒரு 'நெறிமுறை கோட்பாடு' என்று கூறியவர் யார்?

பதில்:- ஜே எல் நேரு

76. சாதி ஒழிப்பு (Annihilation of Caste) என்ற நூலை எழுதியவர் யார்?

பதில்:- அம்பேத்கர்

77. 'சந்தேகத்திற்கு இடமின்றி எல்லாவற்றிலும் சிறந்தவர்' என்று அம்பேத்கரை குறிப்பிடுபவர் யார்?

பதில்:- ஜாஃப்ரெலோட்

78. புதிய மனிதநேயம் - ஒரு அறிக்கை என்ற புத்தகத்தினை எழுதியவர் யார்?

பதில்:- எம். என். ராய்

79. குடி ஐடியா என்ற கருத்து யாரால் அறிமுகப்படுத்தப்பட்டது?

பதில்:- முஹம்மது இக்பால்

80. மகாத்மா காந்தியின் அரசியல் குரு என்று அழைக்கப்படுபவர் யார்?

பதில்:- கோபால கிருஷ்ணா கோகலே.

81. சர்வண்ட்ஸ் ஆஃப் இந்தியா சொசைட்டி எந்த ஆண்டில் நிறுவப்பட்டது?

பதில்:- 1905.

82. இரு தேசம் கோட்பாட்டின் முதன்மையானவர் யார்?

பதில்:- முகமது அலி ஜின்னா.

83. இந்துத்துவா கொள்கையை கூறியது யார்?

பதில்:- விநாயக் தாமோதர் சாவர்க்கர்.

84. திலகர் ஸ்வராஜ் ஒரு உரிமை மட்டுமல்ல ____ என்று கூறினார்?

பதில்:- தர்மம்.

85. 'கலாச்சார தேசியம்' என்ற கோட்பாடு யாரால் கூறப்பட்டது?

பதில்:- சாவர்க்கர்.

86. இந்தியாவில் கம்யூனிசத்தின் தந்தை என்று அழைக்கப்படுபவர் யார்?

பதில்:- மனபேந்திர நாத் ராய்.

87. ஹெகலின் சமகாலத்தவர் யார்?

பதில்:- ராஜா ராம் மோகன் ராய்.

88. ராஜா ராம் மோகன் ராய் எந்த ஆண்டு பிறந்தார்?

பதில்:- 1772

89. இந்திய தேசியவாதத்தின் தீர்க்கதரிசியாகக் கருதப்படுபவர் யார்?

பதில்:- சுவாமி விவேகானந்தர்.

ஐஏஎஸ் ஐபிஎஸ் மற்றும் டிஎன்பிஎஸ்சி தேர்வுகளில் வெற்றிபெற பயிற்சி முறைமைகள்

+2 முடித்துவிட்டு இளங்கலை பட்டப்படிப்பு படிப்பவர்களுக்கும், இளங்கலை முடித்துவிட்டு முதுகலை தொடர்பவர்களுக்கும் உடனடியாக வேலைக்குச் செல்ல ஐஏஎஸ் ஐபிஎஸ் மற்றும் டிஎன்பிஎஸ்சி தேர்வுகளுக்கு தயார் செய்வதின் மூலம் வேலை வாய்ப்புகள் பெறுவதற்கு வாய்ப்புகள் அதிகம் உள்ளது. ஒரே விஷயம், படிக்கின்ற காலத்திலேயே பயிற்சி வழிமுறைகளைப் பின்பற்றுவதின் மூலம் நமக்கு கிடைக்க இருக்கக்கூடிய வேலைகளை நாம் உறுதிபடுத்திக் கொள்ளலாம். தொழில்முறை கல்வி படிப்பவர்களுக்கு ஏதாவது ஒரு வேலை உறுதியாக அமைய வாய்ப்பு அதிகம் காணப்படுகிறது. ஆனால் கலை மற்றும் அறிவியல் படிப்பவர்களுக்கு இந்த வாய்ப்புகள் மிக அரிது. ஆனாலும் தொழில்முறை கல்வி படிப்பவர்களும் போட்டித் தேர்வுகளில் அதிக கவனம் செலுத்தி பாஸ் செய்து விடுவது குறிப்பிடத்தக்கது. மூன்று ஆண்டுகளோ (அ) இரண்டு ஆண்டுகளோ பட்டப்படிப்பு/முதுகலை பட்டப்படிப்பு படிக்கின்ற காலத்திலேயே முழு மூச்சாக இத்தேர்வுகளுக்கு பயிற்சி செய்யும் பட்சத்தில் கண்டிப்பாக பட்டப்படிப்பு முடித்த கையோடு நாம் வேலைக்குச் செல்லலாம்.

ஐஏஎஸ் ஐபிஎஸ் தேர்வுகள் ஒவ்வொரு வருடமும் ஜூலை-ஆகஸ்ட் மாதங்களில் நடத்தப்படுகிறது. மூன்று நிலைகளில் தேர்வுகள் நடத்தப்பட்டு, முறையே முதன்மை தேர்வு, பிரதான தேர்வு மற்றும் நேர்காணல் ஆகியவற்றில் போட்டியாளர்களின் திறன் பரிசோதிக்கப் படுகின்றன. பின் அவரவர்களின் மதிப்பெண்களுக்கு ஏற்ப ஐஏஎஸ், ஐபிஎஸ் என 23 பிரிவுகளில்

பணிகள் வழங்கப்படுகின்றன. டிஎன்பிஎஸ்சி குரூப்-I தேர்வுகளும் ஆட்தேவைக்கு ஏற்ப இப்போது அடிக்கடி விண்ணப்ப அழைப்பு செய்யப்படுகிறது.

யூபிஎஸ்சி- யால் நடத்தப்படுகிற ஐஏஎஸ், ஐபிஎஸ் தேர்வும் டிஎன்பிஎஸ்சி-யால் நடத்தப்படுகிற குரூப் தேர்வுகளும் பொது அறிவையும், மூளைத் திறன் சார்ந்த கேள்விகளைத்தான் அதிகம் உள்ளடக்கி இருக்கின்றன. உலகத்தின் பல்வேறுபட்ட நிகழ்வுகளையும், நிகழ்ந்தவைகளையும் நீங்கள் எவ்வளவு தூரம் புரிந்து வைத்துள்ளீர்கள் என்பதை சோதிப்பதற்காகவே பொது அறிவு கேள்விகள் கேட்கப்படுகின்றன. மேலும் ஒரு குறிப்பிட்ட சூழ்நிலையில் உங்கள் பணியில் நீங்கள் எவ்வளவு வேகமாகவும், சாமர்த்தியமாகவும் செயல்படுகிறீர்கள் என்பதை சோதிப்பதற்காகவே லாஜிக் சம்பந்தப்பட்ட கேள்விகள் கேட்கப்படுகிறது. பொது மூளைத் திறன் சம்பந்தப்பட்ட கேள்விகளுக்கு என்று பிரத்தியோகமாக புத்தகங்களும், கடந்த வருட பரீட்சைகளில் கேள்வி- பதில்களோடு நிறையவே கிடைக்கின்றன. இணையத்தளங்களிலும் சம்பந்தப்பட்ட கேள்வி-பதில்கள் வழிமுறைகளோடு பதிவிறக்கம் செய்யும் வகையில் அதிகம் காணப்படுகின்றன.

லாஜிக் கேள்விகளை சாதாரணமாக எடைபோடுவது தவறு. தினமும் இதற்கென்று நேரம் ஒதுக்கி பயிற்சி செய்வது அவசியம். அதிகாலை நேரம் மூளை திறன் கேள்விகளுக்கு பயிற்சி செய்வது உகந்த நேரம். ஒவ்வொரு நாளும் அதிகாலை 3 மணி நேரம் இதற்க்கென்று செலவிடுவது அவசியமாகிறது.

பொது அறிவுக்கென்று ஆண்டுப் புத்தகம் நிறையவே கிடைக்கிறது. அறிவியல், உலக வரலாறு, உலக புவியியல், இந்திய வரலாறு, பொருளாதாரம், சமூக அவலங்கள், இந்திய அரசியல், தேசிய நிகழ்வுகள், பன்னாட்டு நிகழ்வுகள், சுற்றுப்புற சூழ்நிலையியல் போன்றவை இதில் அடக்கமாகும். இவை எல்லாவற்றையும் உள்ளடக்கிய அடிப்படை தகவல்களும், கோட்பாடுகளும் என்சிஇஆர்டி (NCERT) புத்தகங்களில் பொதிந்திருக்கின்றன. இவ்வகை புத்தகங்கள் அனைத்துமே இணையதளத்திலிருந்து இலவசமாக ஆக பதிவிறக்கம் செய்து பயன்பெறலாம்.

பொது அறிவு பாடங்களை ஒவ்வொரு நாளும் ஒவ்வொரு பாடத்திற்கும் அரை மணிநேரம் ஒதுக்கி குறிப்பெடுத்து படிப்பது அவசியம். மேற்குறிப்பிட்ட ஒவ்வொரு பாடங்களுக்கும் ½ மணிநேரம் என்ற விகிதத்தில் கணக்கிடுகிறபோது 5 மணிநேர உழைப்பு அவசியமாகிறது. இந்த 5 மணிநேரத்தை சிறிது சிறிதாக உயர்த்துகிற பட்சத்தில் தேர்வில் வெற்றிக்கான தூரம் குறைவாகி இலக்கை நோக்கி நம் நம்பிக்கை நம்மை உயர்த்துவது நம் கண் முன்னே உறுதியாக தெரிய வரும்.

மேலும் எடுத்துமுடித்த குறிப்புகளை எப்போதும் கூடவே வைத்திருங்கள். கல்லூரியில் எப்போது நேரம் கிடைத்தாலும் திரும்ப திரும்ப அக்குறிப்புகளை வாசிக்கும்பட்சத்தில் பச்சை மரத்தில் அடித்ததுபோல மனதில் பதிந்துவிடும். ஒவ்வொரு கருத்தும், நிகழ்வும் படிக்கிறபோது அது சம்பந்தப்பட்ட அறிவு, விரிவாக்கம் அடைவதாக உணர்க.

ஒவ்வொரு நாளும் 250-இருந்து 300 புறநிலை கேள்விகள் (objective questions) படிப்பது, பயிற்சி ஆக்குவது நன்று. அதுபோல ஒவ்வொரு கேள்வி-பதிலுடன் நீங்கள் செலவிடுகிற நேரத்தைப் பொருத்து அது உங்கள் நினைவில் தங்குகிறது. புறநிலை கேள்விகள் படிப்பது சாயங்கால நேரத்தில் இருக்கட்டும். மனம் சுறுசுறுப்பாக இருக்கும் நேரத்தில் விரிவாக இருக்க கூடிய பாடங்களைப் படித்து குறிப்பு எடுப்பதை வழக்கமாக கொள்ளுங்கள். ஒவ்வொரு கேள்வி-பதில் படிக்கின்றபோதும் உங்கள் வாழ்க்கையை நிர்ணயிக்கின்ற நேரமாக நினைத்து மகிழ்ச்சியுடன் படிக்கப் பழகவும்.

பயிற்சி காலத்தில் மிக முக்கியமான கடமை டைரி எழுதுவது. ஒவ்வொரு நாளும் எந்தெந்த பாடத்தை எப்போது படிக்கப் போகிறீர்கள் என்பதை காலையில் எழுந்தவுடன் டைரியில் எழுதிவிடவும். எடுத்துக்காட்டாக

மூளைத்திறன்: 4 - 7

செய்தித்தாள்கள்: 7. 15 - 8. 15

பொது அறிவியல்: 10 - 11

உலக வரலாறு: 11 - 12

உலக புவியியல்: 12 - 1

இந்திய பொருளாதாரம்: 2. 30 - 3. 30

இந்திய அரசியல்: 3. 30 - 4. 30

சுற்றுப்புற சூழ்நிலையியல்: 5 - 6

உலக பிரச்சினைகள்: 7 - 8

பயிற்சியை முடித்த பிறகு தினமும் உறங்கப்போகும்முன் அன்று டைரியில் என்னென்ன வேலைகளைச் செயலாற்றி இருக்கிறீர்கள் என்பதை டிக் செய்யவும். டைரியை தினமும் விடாமல் எழுதும் பட்சத்தில் இலக்கை நோக்கிய பாதையில் நாம் எங்கிருக்கிறோம், இன்னும் எவ்வளவு தூரம் கடக்க வேண்டும் என்பது நமக்கு தெரியவரும். போட்டி தேர்வு எழுதுபவர்களுக்கு இப்பழக்கம் மிக அவசியம். கல்லூரிக் காலங்களில் மேற்கூறிய நேர அட்டவணையைத் தகுந்தாற்போல மாற்றிக்கொள்ளவும். நம் இலக்கை அடைவதற்கு நேரத்தைத் திருடுவது தவறு அல்ல.

செய்தித்தாள்களில் இருந்து அன்றாட நிகழ்வுகளைக் குறிப்பெடுத்து பதிவு செய்வது தினசரி கடமைகளில் ஒன்று ஆகும். எந்த தினசரி பத்திரிக்கை வரலாற்றோடு செய்திகளை ஆய்வு செய்து தருகிறதோ அந்த பத்திரிக்கை போட்டி தேர்வுகளுக்கு மிகவும் பயன்பாடாக இருக்கும். தேசிய நிகழ்வுகளுக்கும், பன்னாட்டு நிகழ்வுகளுக்கும் தனித்தனியே நோட்டுகளை வைத்து குறிப்பு எடுக்கவும். நேரம் கிடைக்கும் போதெல்லாம் குறிப்புகளை திரும்ப திரும்ப வாசித்துக் கொண்டே இருப்பது பயிற்சியின் முக்கிய அங்கம்.

எந்த ஒரு நிகழ்வையும் (அ) கருத்தையும் படிக்குமுன் அது சார்ந்த கேள்விகளை நிறைய எழுப்பி எழுதி கொள்ளவும். உதாரணத்திற்கு சுற்றுப்புற சூழல் மாசுபடுதல்; ஓசோன் மண்டலம் பாழாகுதல்; பூமி வெப்பமடைதல்; பனிப்பாறைகள் உருகுதல்; கடல்நீர்மட்டம் உயருதல்; மக்களுக்கு ஆபத்து ஏற்படல். இதுபோல ஒவ்வொரு கருத்தையும் “ஏன் என்ற கேள்விகளை எழுப்பி படிப்பதற்கு சாக்ரடியன் மாடல் (அ) டியாலேக்டிக் (Dialectic) முறைமை என்று பெயர். பின் இது சம்பந்தப்பட்ட புத்தகங்களைப் படிக்கும்போது சிறிது சிறிதாக பதில்கள் கிடைத்து தெளிவு பிறக்கும்.

பயிற்சி கால கட்டத்தில் மன இயல்பை எப்போதும் படித்ததை பற்றி மட்டுமே சிந்தித்துக்கொண்டும், தொடர்புபடுத்திக் கொண்டும் இருப்பது நன்று. உதாரணத்திற்கு ஒளிவிளக்கை பார்க்கின்றீர்கள்; உடனே இதை கண்டுபிடித்தது யார், எப்படி, எப்போது, எங்கே, பயன்கள் என்று மனதை ஒருமுகப்படுத்தி பயிற்சிக்கு உள்ளாக்குகிறபோது ஒவ்வொரு நாளும் நம்பிக்கை பெருக அதிக வாய்ப்பு உள்ளது.

பொது அறிவு வினாக்களைப் பொருத்தவரை ஒவ்வொரு நிகழ்வையும் (அ) கருத்தையும் பற்றி 10-லிருந்து 15 அடுக்கு தகவல்களை குறிப்பெடுப்பது அவசியமும் போதுமானதுமாக இருக்கிறது. எடுத்துக்காட்டாக காந்தியை பற்றி படிக்கின்றீர்கள். காந்தி தெற்கு ஆப்ரிக்காவிலிருந்து திரும்பிய ஆண்டு; இந்திய தேசிய காங்கிரஸில் பங்கு; மாண்டேகு-செம்ச்போர்ட் சீர்திருத்தங்கள்; மத பிரதிநிதித்துவம்; ஜாலியன்வாலாபாக் படுகொலை; ஒத்துழையாமை இயக்கம்; சட்ட மறுப்பு இயக்கம்; வட்ட மேஜை மாநாடுகள்; காந்தி-இர்வின் ஒப்பந்தம்; உப்புச் சத்தியாகிரகம்; வெள்ளையனே வெளியேறு இயக்கம்; கிரிப்ஸ் மிசன்; நேரு-காந்தி; பட்டேல்-காந்தி, அம்பேத்கர்-காந்தி; நடப்பு உலகில் காந்தியாவாதம். மேற்கூறியது போல படிக்கின்ற அத்துனை விஷயத்திற்கும் 15- அடுக்கு தகவல் சேகரிப்பு மற்றும் குறிப்பெடுத்தல், போன்றவை ஊர்ஜிதமாக உங்கள் வெற்றியை உறுதிப்படுத்துகிறது.

திரும்ப திரும்ப பொது அறிவு பாடங்களைப் படிப்பது நாம் மறந்து போகாமல் இருப்பதற்கு வழிவகுக்கிறது.

இவை யாவையும் தாண்டி இந்த நிமிடம், இந்த வேளையில் நம் இலக்கினை நோக்கி நாம் என்ன செய்யலாற்றிக் கொண்டிருக்கிறோம் என்ற விழிப்புணர்வும், ஆத்ம ரீதியான உழைப்புமே நம்மை இவ்வகையான தேர்வுகளில் வெற்றிபெற செய்யும்.

www.ingramcontent.com/pod-product-compliance
Lightning Source LLC
LaVergne TN
LVHW041213150826
845673LV00001B/389